ஜெ.பிரான்சிஸ் கிருபா
கவிதைகள்

டிஸ்கவரி பப்ளிகேஷன்ஸ்
எண்: 9, பிளாட் எண்: 1080A, ரோஹிணி பிளாட்ஸ்,
முனுசாமி சாலை, கே.கே.நகர் மேற்கு,
சென்னை-600 078. பேச: 99404 46650

ஜெ.பிரான்சிஸ் கிருபா கவிதைகள்
ஆசிரியர்: **ஜெ.பிரான்சிஸ் கிருபா©**

J.FRANCIS KIRUPA KAVITHAIKAL (POEMS)
Author: **J.Francis Kirupa©**

1st Short Edition: May 2016; 2nd Short Edition: Dec 2018
3rd Short Edition: Dec 2018; 5th Short Edition: Nov 2024
வெளியீட்டு எண்: 0053
ISBN: 978-93-84301-63-7
Pages: 384 **Rs. 430**
Printed in India

Publisher • Sales Rights

Discovery Publications
No. 9, Plot,1080A,
Rohini Flats,
Munusamy Salai,
K.K.Nagar West,
Chennai - 600 078.
Mobile: +91 99404 46650

Discovery Book Palace (P) Ltd
No. 1055A,
Munusamy Salai,
K.K.Nagar West,
Chennai-600 078.
Mobile: +91 87545 07070

discoverybookpalace@gmail.com
WWW.DISCOVERYBOOKPALACE.COM

இந்த நூலில் பிரசுரமாகியுள்ள எந்த ஒரு பகுதியையும் பதிப்பாளரின் எழுத்துபூர்வமான முன்அனுமதி பெறாமல் எடுத்தாள்வதோ, மறுபிரசுரம் செய்வதோ, மொழியாக்கம் செய்வதோ, அச்சு மற்றும் மின்னணு ஊடகங்களில் மறுபதிப்புச் செய்வதோ, காப்புரிமைச் சட்டப்படி தடை செய்யப்பட்டுள்ளது. இந்த நூலிலிருந்து குறிப்பிட்ட பகுதிகளை மேற்கோள்காட்டி புத்தக விமர்சனம் செய்ய, ஊடகங்களுக்கு மட்டும் அனுமதி உண்டு.

உங்கள் மொபைல் போனிலிருந்து ஸ்கேன் செய்து 'டிஸ்கவரி புக் பேலஸ்' மொபைல் ஆப்பை டவுன்லோடு செய்து, புத்தகங்களை வாங்குங்கள்.

பதிப்புரை

கவிதை என்பது ஒரு நிகழ்வு. இயற்கையாக நேரக்கூடியது. எந்தவித முன் எதிர்பார்ப்பும் இன்றி புற மற்றும் அகச் சூழல்கள் ஒருவனை பாதிக்கும்போது அல்லது வசீகரிக்கும்போது கவிஞனின் அனுமதியின்றி கவிதை அவனுக்குள் நிகழ்கிறது. அந்த அனுபவத்தை அவன் வார்த்தைகளால் கோர்க்கிறான். அவன் அனுபவத்தைப் பொறுத்து வார்ததைகள் கூடலாம் குறையலாம், அப்படி அனுபவித்து எழுதப்பட்ட கவிதைகள்தான் ஜெ.பிரான்சிஸ் கிருபாவின் கவிதைகள். அனுபவத்தை எழுதிக்கொண்டே போகும் பிரான்சிஸ் கிருபா பல கவிதைகளில் தன்னையும், தன் இருப்பின் சூழலையும் பதிவு செய்கிறார்.

"துயிலெழுந்துவிட்டார் நீதிபதி
வாக்கிங் புறப்பட்டுவிட்டார் வக்கீல்
குளியல் முடித்துவிட்டார் காவலா்
சீருடை பூண்டுவிட்டார்
தண்டனைச் சிப்பந்தி
நானோ
இன்னும் என் குற்றங்களை
செய்யத் தொடங்கவில்லை!"

இதுதான் கவிஞனின் கவிதை மனம். இதற்குள்ளாக நாம் நிறைய அடுக்குகளை உருவாக்கி பொருள்புரிந்துகொண்டே போகலாம். ஜெ.பிரான்சிஸ் கிருபாவைப் பொருத்தவரை அவரைத் தேடிப் படிக்கும் வாசகர்கள்கள் வித்தியாசமானவர்கள். சதா ஓயாமல் அவரை அவரின் கவிதைகள் வழி தேடிக்கொண்டே இருப்பவர்கள். அவர்கள் கையில் மொத்த கவிதையையும் ஒருங்கே கொடுத்துவிட்டோம். இனி கவிஞனை தேடமாட்டார்கள். பதிலாக அவரின் கவிதைகளின் வழியே தங்களின் தொலைந்த வாழ்வையோ, அல்லது புரியாமல் கடந்துவிட்ட காலத்தையோ அவர்கள் நின்று நிதானமாக இக்கவிதைகளில் தேடியெடுக்கலாம்.

இதுவரை எழுதப்பட்ட மெசியாவின் காயங்கள், வலியோடு முறியும் மின்னல், நிழலன்றி ஏதுமற்றவன், மல்லிகைக் கிழமைகள், ஏழுவால் நட்சத்திரம் ஆகிய கவிதைத் தொகுப்புகளை முழுத்தொகுப்பாக கொண்டு வர சம்மதித்த ஜெ.பிரான்சிஸ் கிருபாவுக்கு 'டிஸ்கவரி பப்ளிகேஷன்ஸ்' நன்றியை தெரிவித்துக் கொள்கிறது.

மு.வேடியப்பன்

நன்றி...

குதிரைவீரன் பயணம்

யாதுமாகி

உயிர்மை

உயிர் எழுத்து

குமுதம் தீராநதி

ஆனந்தவிகடன்

கவிஞர் விஜயராஜ்

கவிஞர் கண்ணகன்

பெஞ்சமின் பிரபு

மணி என்கிற திருநாவுக்கரசு

சாந்தகுமார்

மற்றும் அணைத்து வளர்த்தெடுத்த அனைத்து

உள்ளங்களுக்கும்...

கிருபாவுக்கு...

கசங்கல் பிரதி

சற்று முன்பு
இந்த இடத்தில் நின்றுகொண்டிருந்தவன்
இப்போதெங்கே
வலியின் மறுப்பின்றி நகங்களைக் கிழித்து
அதன் உட்புறங்காட்ட முடிந்ததே அவனால்
குருட்டுப் பிச்சைக்காரனின் பாடல்
பிடித்துக்கொண்டு போனதா
விற்பனைப் பிரதிநிதியின் சரக்குப் பெட்டி கனத்தை
தலையிலெடுத்துக்கொண்டு உடன் சென்றனா
வெயில் வயல் நடுமரத்தில்
ஊஞ்சல் கட்டியாடும் ஆடு மேய்ப்புப் பெண்களிடம்
தயவுடன் கேட்பானோ தனக்கும் ஒரு வாய்ப்பு
எப்போதும்
இடமறிந்து அமைந்துவிடுகிற
வரைகோடாய் இருப்பதில்லை அவன் வருகை
அவனை நிற்க வைத்துப் போய் பெற்று வந்த
கொலை நிபந்தனைக் கடனின்
சொற்ப சிலாக்கியத்தைச் சேர்ப்பிப்பதெப்படி
மெல்லிய உதடசைவுகளில்
தயக்கத்துடன் சொன்னான்
ஒன்றும் புரியாமல் அதை ஆமோதித்தேன்
உரத்தக் குரலில் திரும்பச் சொல்லும்போது
புரிந்ததினாலேயே புறக்கணிக்கிறேன்
குறிப்பெழுதப் பயன்படுத்தி
கிழித்தெறியப்படுகின்ற
துண்டுச் சீட்டுகளிலொருவன்
கொஞ்சம் கசங்கியிருந்தால் என்ன
எனும் சமாதானம்

மனிதன் என்பதை
மீற முடியவில்லை என்றமுதான்
அவன் பேச்சைக் கோர்த்த மாலையிட்ட பிறகு
அப்போதைக்குத் தெரிந்தது
முற்றியதாக என் மூளிச் சிற்பம்
வரவேண்டாம் என்று நினைத்திருப்பான்
வழக்கொழிந்தது வெளிப்பட்டு வென்றிருக்கும்
காத்திருக்க வேண்டுமென்றுதான் நினைத்திருப்பான்
அவன் உடுப்புக் கேவலம்
உறுத்தியிருக்கும் யாருக்காவது
எப்போதும் எவ்விடத்தும்
தங்கலேற்காத பாதங்களை
உள்ளறையில் ஓவியமாய் உண்டாக்கி வைப்பேன்
அதுவொன்றே
இயற்கைக் காட்சிகளின்
இணை நகல்.

- யூமா வாசுகி

நிகழும் வரை நிகழட்டும்

உள்ளங்கையை
படர்த்தி நீட்டி நீட்டி
கெஞ்சுகிறாள் அக்கா
வீட்டுக்குள் பம்பரம் விட்டு
விளையாடுகிறான் தம்பி
வெளியே மழை!

உலகெல்லாம் சூரியன் கவிதை நூலை படித்துவிட்டு பரவசத்தோடு எழுதிய கடிதத்தில் மேற்கண்ட வரிகளை இணைத்திருந்தேன். "இதுதான் தம்பி கவிதை" என்று பதில் கடிதத்தில் தட்டிக் கொடுத்து ஊக்கப்படுத்தினார் கலாப்ரியா. அன்று தொடங்கிய எழுத்துப் பயணம் இன்றும் தொடர்ந்து கொண்டிருக்கிறது.

'மெசியாவின் காயங்கள்', **'வலியோடு முறியும் மின்னல்'**, **'நிழலின்றி ஏதுமற்றவன்'**, **'மல்லிகைக் கிழமைகள்'**, **'ஏழுவால் நட்சத்திரம்'** ஆகிய ஐந்து தொகுதிகளையும் ஒரே நூலாக கொண்டு வரும் 'டிஸ்கவரி புக் பேலஸ்' அன்பர் வேடியப்பனுக்கு நன்றியையும் வணக்கத்தையும் தெரிவித்துக் கொள்கிறேன்.

என் எழுத்துப் பயணத்தில் மானசிகமாக எனக்கு தோள் கொடுத்து துணை நிற்பவர்களை எண்ணிச் சொல்லிவிட முடியாது. எனினும் அ.பாலகிருஷ்ணன், செம்பூர்.ஜெயராஜ், கலாப்ரியா, தேவதேவன், விக்கிரமாதித்யன், தமிழினி வசந்தகுமார், ரா.கண்ணன், D.ராமச்சந்திரன், யூமா வாசுகி அண்ணன் போன்றோர் குறிப்பிடத்தக்கவர்கள். இவர்கள் இல்லாமல் நானில்லை.

ஏன் கவிதை எழுதுகிறாய். யாருக்காக எழுதுகிறாய் என்னையே அவ்வப்போது கேள்வி கேட்டுக்கொள்வதுண்டு. இன்று வரை திட்டவட்டமாக எந்த பதிலையும் எட்ட முடியவில்லை. கவிதை எனக்குள் நிகழ்கிறது. இதை தடுக்கவோ நிறுத்தவோ தெரியவில்லை எனக்கு. நிகழும்வரை நிகழ்ந்து விட்டு போகட்டும்!

ஜெ.பிரான்சிஸ் கிருபா

அண்ணன்
யூமா வாசுகிக்கு...

உயிர் பிரியும் கணத்தில்
தம் காயங்களை
கடைசியாய் பார்வையிட்ட
மெசியாவின் கண்களை
பல நூற்றாண்டுகள் கழித்து
இன்று சந்தித்தேன்
கடற்கரையில்
மடித்த கைப்பைகளுடன்
சூழ்ந்து நின்ற மனிதர்களுக்கு
மத்தியில் மல்லாத்தியிட்டு
தன் வயிற்றில் இறங்கி முழு
வட்டமடித்த கத்தியைத்
தலை தூக்கி எட்டிப் பார்த்தது
ஆமை.
●

....

என்றெல்லாம்
பயம் பயமாய் இருக்கிறது
இம்மெழுகுவர்த்தியின்
உச்சியிலேறி வெளிச்சத்தை
திரியில் கட்டும் சுடர்
பதறி இடறும்போதெல்லாம்
தடுமாறித்
தரையில் விழுமோ
என்றெல்லாம்
பயம் பயமாய்
இருந்து விட்டுப்
போகட்டும்
வெளியில் அடிப்பது வெயில்
வீட்டுக்குள்
நுழைந்து கிடப்பது வெளிச்சம்.
●

நீளும் ஆளரவமற்ற வீதியில்
நீர் தெளித்த முற்றத்தில்
தாவி இறங்கி
தவ்வித் தவ்வி அருகே சென்று
அப்போதே இட்டு விலகிய
கோலமாப் புள்ளிகளை
கொத்தித் தின்கிறது

வைகறையின் தலைவாசலில்
கோலமிடும் கைகளை
தானமிடும் செயலாக
காணச் சித்தித்ததில்லை எனக்கு
அப்பறவைக்கு சித்தித்ததெனில்
கவளச் சோற்றை முன்வைத்து
கரைந்து குழு சேர்க்கும் அதன்
பரந்த உள்ளத்தைப் பறித்தது எது?
●

அவ்வண்ணமே அவள்
ஜன்னல் விட்டு நீங்கி
வாசலுக்கு வந்து
விண்ணில் துளிர்த்திருந்த
கீற்றுப் பிறை காட்டிக்
கூறியதாவது –

"அதோ
உங்களுக்காகவும் எல்லோருக்காகவும்
சிந்தப்படும் என் புன்னகை
அதை
என் நினைவாகப் பருகுங்கள்"
●

தோளில் தூங்கும் குழந்தையை
முதுகு திருப்பிக் காட்டுகிறாள்
தூங்கிவிட்டதா பாரென்று

இமைகளுக்குள் பொதிந்திருந்த
அல்ல அவிழ்ந்திருந்த
கண்ணின் கருவிழிகள்
உதயத்தைப் பரிகசிக்கிறது
தலைகீழாய் அஸ்தமித்து

அவளுக்குள் புதைந்திருக்கும்
புராதன இருதயத்தை
புஜத்தில் செவி சாய்த்து
ஒட்டுக் கேட்கிறது போலந்த பாவனை

திரும்பிப் பாராமலே தாழ்ந்த குரலில்
மீண்டும் கேட்கிறாள்

அக்கணத்தில் தடுமாறும்
என் மனவெளியில்
எச்சில் நூலில் ஒரு சிரிப்பைப்
பட்டம் விடுகிறது குழந்தை

மூளைப்பாசியில்
கேள்வியை நோக்கி
வழுக்கி விழுகிறது பதில்.

கவிஞனின் கண்கள்
கண்ணாடிக் கனவுகளென்று
சொல்லித் தந்தவன்
இமைகளைத் தைத்துக்கொண்டு
இன்னும் வந்து சேரவில்லை
கனவுகள் வழியே வெளி நீளும்
பயண தூரம்
திரும்பி வரும் தொலைவிலுமில்லை
தொலைந்து வரும் குழந்தையே
அழுது கதறாமல் திரியப் பழகு
தொலைத்தவர் கலைந்து போகும்வரை
காத்திரு தேரடியில்
முடிவடையாத திருவிழாக்களே
இல்லை.

காற்றின் மீது
நீ வைத்த முதற் பார்வை
உன் கண் பறித்து
சூறாவளியாய் சுற்றித்
திரிந்து வந்து
வர்ணங்களைக் குழைத்து
வார்த்தைகளை அடுக்கி
வாத்தியங்களின் வடுக்களை நிமிண்டி
மௌனத்தைப் பிரித்து
நிசப்தங்களைப் பரப்பி
நதிகளைத் துரத்தி
அலைகளுக்குப் பெயரிட்டு
பேசப் பேசப் பேச
“வூம்” கொட்டி
இளைத்தது கடல்.

கைதேர்ந்த மீனவனின்
தந்திர வலைகளுக்குள் சிக்கி
வெளியேறும் விதியற்று
கடலின் பெரும் கவலைகளை
மேஜை மீதிருந்து மென்குரலில்
காற்றோடு புலம்பியிருந்த வெண்சங்கை
தூவானம் தெறித்திருக்கும் ஜன்னலருகே
இடம் மாற்றி வைத்தேன்

நெரிந்திருந்த குரல்வளைக்குள்
மடங்கிக்கிடக்கும் சொற்கள் நிமிர்ந்து
கிசுகிசுப்பான குரலில்
கதையாடத் துவங்கியது அது

நினையாத நேரத்தில்
திடுமென இதழ் நெகிழ
அடிவயிறு நடுங்கி அவள்
குனிந்து பார்த்ததிர்ந்த
மர்மமலரின் ரகஸிய வெப்பங்களை
கடத்திச் செல்லும் தோணிகள்
புள்ளியாய் கரைந்து காணாமல் போகும்
பரந்த சொப்பனத்தில் நீராடிக் களைத்து
ஈரம் உலராமல் கரையேறி
நிற்கும் காட்சிகளைக் காற்றோடு
வெதுவெதுப்பான குரலில் வர்ணிக்கத் தொடங்குகையில்
அவளின் வியர்த்த கழுத்தாகி மின்னிற்று.

●

புல்லின் தளிர் விரல் நுனியில்
பனிக்காலம்
கட்டி முடித்த கண்ணாடித் தீவுக்கு
விளக்கேற்றுகிறது ஒரு
விடிவெள்ளியின் முகம்.

●

மழை நின்றபின் போயேன்
என்றாள் மறுபடியும் அம்மா

நிற்பதாயில்லை மழை
இருப்பு கொள்ளாமல்
இங்கும் அங்குமாய் வீட்டுக்குள் உலவினேன்
துளியில் துவங்கி துளியில் முடிக்கும்
எளிய கலையை
களைப்பின்றி மேற்கொண்டிருந்தாள்
மழைத் தேவதை
நெடு நேரத்துக்குப்பின்
போய் வருவதாய்க் கூறி
வாசலுக்கு வந்தேன்
மழை நின்றபின் போயேன்
என்றாள் மறுபடியும் அம்மா

சொல்லாமல்கொள்ளாமல்
வெளியேறத் தெரியாத
பிள்ளையாய் இருப்பதை எண்ணி
ஆத்திரமடைந்தேன்
விருட்டென்று எழுந்து வெளியேறியபோது
ஸ்தம்பித்தார்கள்
மழையும் அம்மாவும்
அம்மாவின் கண்களில்
வளர்ந்தது ஆகாய நீலம்
கருவிழிகளில் கார்மேகத் திரள்
மழை
அரவமின்றி இடம் மாறியிருந்தது
துளித் துளியாய் அடுத்த பாட்டம்
பொழியத் துவங்கியது
என் வயதுகள் கரைந்து
வாசலில் வழிந்தன
இறுதித் துளியை நோக்கி
உருகும் பனிக்கட்டியாய்

என் சரீரம் குறுகியது
மழை நின்றபின் போயேன்
என்றாள் மறுபடியும் அம்மா

சுவரில் மாட்டியிருந்த
புகைப்படமொன்றில்
அடைமழையைப் பார்த்து
விடாது சிரித்துக்கொண்டிருந்தார்
அப்பா.
●

நள்ளிரவு தியானங்கள்
பழகியிருந்தன
எல்லா வீடுகளும்
ஆணும் பெண்ணுமாக
ஏழு பிள்ளைகள்
ஒரே திண்ணையில்
இடம் விட்டு விட்டு நித்திரையில்
குறுக்கே வெளிகளற்ற ஒரு கனவோடு
இடைவெளி குறையும்போதெல்லாம்
எழுந்து பிள்ளைகளை
சரி செய்வாள் அம்மா
ஏழு வீட்டிலும்
விளக்குக் குழியில் சிம்னி விளக்கிருந்தது
அதற்கு மேலும்
குறைக்கமுடியாத
வெளிச்சத்தோடு.
●

உங்கள் கடவுள்
நிலவைப் போலிருக்கலாம்

வானத்தே வசிக்கும் ஏனைய கிரகங்களின்
வெறித்த பார்வைகளைப் போர்த்தியவாறு
வார்த்தைக் கறை படியா
குருத்துப்பல் புன்னகையோடு
எதிர்கொண்டு நடந்தும்
குறைக்கமுடியாத தூரத்தோடு
அண்ணாந்து பார்ப்பினும்
கண் கூசாத உயரத்தில்
உங்கள் கடவுள்
நிலவைப் போலிருக்கலாம்

நீலக்கடல்கள் மீது
மஞ்சள் ஒளி ஊன்றி
நீர் நோகாமல் நடக்கத் தெரிந்தவராகவும்
வெயிலை விரித்துறங்கும்
பகலின் கனவுக்குள்
பாவக் கணக்கெடுக்காதவரும்
ரத்த வாடையற்ற பலிபீடங்களை
அந்தரத்தில் நிர்மாணித்தவருமாய்
வழிபடத் தூண்டும் வசீகரத்தோடு
உங்கள் கடவுள்
நிலவைப் போலிருக்கலாம்

போர்மேகங்களின்
பட்டயங்களுக்கு நடுங்காதவரும்
எதை வேண்டினாலும்
முகம் இருளாதவரும்
கற்பனை தாலந்துகளை
காணிக்கை ஏற்பவருமாக
உங்கள் கடவுள்
நிலவைப் போலிருக்கலாம்

தெரியுமா உங்களுக்கு
என் கடவுள்
எப்படி இருக்கிறாரென்று.

●

கனி பறித்தாள் கன்னி
பங்கு பிரித்தது அன்பு
கோபம் படைத்தது நாம்
கதவடைத்தவன் தேவன்
நசுங்கி அறுந்தது உறவு
தொப்புள் கொடியில் ரணம்
அடங்குவதாய் இல்லை வலி
ஆறுவதாய் இல்லை பழி
திரும்பிப்போய் சேருவதாய்
திரும்ப திரும்ப
சுழன்று வரும் கனவு
ஏளனப் பார்வைகளைத் திருத்தாமல்
காலம் எட்டு வைத்து நகர
வாசற் பரப்பில் கிடந்து
படிக்கட்டுகளை நக்கி
ஊளையிடுகிறது பாசம்
சாவித் துவாரத்துள் நுழைந்து
காயமுற்றுத் தோற்கிறது அன்பு
நாதங்கி நெகிழும் சத்தத்தில்
மயிர்க் கூச்செறிந்து ஏமாறுகிறது காதல்
பூட்டைவிட உறுதியாக
கதவிடுக்கில் உறைந்துவிட்டது
கோபத்தின் ரத்தம்
வேறு திசை வரித்து
விடைபெற்றுச் செல்ல
அடியெடுத்து வைக்கும்போதெல்லாம்
கண்ணெதிரே மூடப்படுகிறது
ஒரு திறந்த யோனி!

●

வெளியூர் பயணப்படுபவனிடம்
திக்கித் திணறி
அ'னா ஆ' வன்னா சொல்லிப் பழகி
ரயில் நிலையத்தை
கடைசி நிமிடத்தில்
பள்ளிக்கூடமாக்கியவரை
விட்டுருண்டு
பல நூறு மைல்கள்
கடந்து வந்துகொண்டிருக்கும்
ரயில் பெட்டியின் படிக்கட்டில்
எண்ணிச் சிந்தியதுபோல்
சில நீர்த் துளிகள்
யாருடையதெனத் தெரியாமல்

கடந்த நிறுத்தத்தில் யாரேனும்
பாட்டில் நிறைத்து அவசரமாய்
ஏறுகையில் தளும்பியிருக்கலாம்

வாசலருகில் வாஷ் பேஸின்
புழங்கும்போது தெறித்திருக்கலாம்

படிக்கட்டுவரை துரத்தி வந்து
ரயிலேற முயன்று
தோற்றிருக்கலாம் மழை.
●

வெளி நதியில்
சிறகின் துடுப்பிசைத்து
எதிர் வரும் வண்டை
நான்
கண்டுகொண்டிருப்பது
எந்தப் பூவின் கனவோ.
●

யாசகன் மடிவில்
முடிவுறாது யாசகம்
மரணத்துக்கப்பாலும்
மல்லாந்து கிடக்கும்
அநாதையாய் கைக்குவளை
பிச்சைப் பாத்திரத்திலும்
பெய்யும் மழை
பொங்கிச் சிந்தியோடும்
வெள்ளத்தினூடே
உருவிச் சாடும் ஒரு
நட்சத்திரத்தின் கவிதை.
●

ரத்தநாளங்களில் சுத்தமாக
குருதியின் விறுவிறுப்பு குறைந்து
இமைக்கும் துடிப்போய்ந்த
இதயக்கண் வெறிப்பில்
உயிருக்கு நேர் எதிரே
நகர்த்தி வைக்கப்படுகிறது
தலைவாசல் திறந்திருக்கும்
மரணத்தின் மௌனம்

அவிழ்த்தெடுக்கப்பட்ட திசைகள்
குவிந்து கிடந்த மூலையிலிருந்து
விரியும் கம்பளச் சுருள்
முடிவடைகிறது காலடியில்

அள்ளியணைக்கும் ஆர்வம்
பேரன்பாய் பெருகுகிறது
நிழலின் சிரிப்பில்.
●

வெட்டு குத்துகளுடன்
கட்டங்கள் தாண்டி
ரத்தம் சொட்ட
பழுக்க விதிக்கப்பட்டிருக்கிறோம்
தாயத்தில் எல்லோரும்

காய்களாக்கப்பட்ட பின்னும்
உடைந்த வளையலின்
ஒவ்வொரு துண்டிலும்
வஷளந்து கிடக்கிறது
வானவில் நினைப்பு

வினாடி முத்துகளை
கண்டுபிடித்தவன் முகத்திலேயே
விட்டெறிந்து விளையாடுகிறது
காலம்

விழு என்றால்
விழுகிறது
உடையாமல்
தாயம்.

●

உள்ளங்கையை
படர்த்தி நீட்டி நீட்டி
கெஞ்சுகிறாள் அக்காள்

வெகுநேரமாக
வீட்டுக்குள் பம்பரம்
விட்டு விளையாடுகிறான்
தம்பி

வெளியே மழை.

●

காலுக்கடியில் மழை
அருவியாய் நடைபயிலும் செய்தி
குறி தப்பி மூளைக்கு வருகிறது
அனாவசியமாய் அகாலத்தில்

நாலுகால் பயணத்திற்கு
வேண்டிய வேகத்தில்
வெறியுடன் வளர்கிறது
மூங்கில் தண்டவாளம்

வைர மைல் கற்களாய்
நட்சத்திரங்களை
குப்பைத் தொட்டிக்குள்
அனுமதித்த பின்னும்
ஆசிர்வதிக்கும் உரயத்தில்
அப்படியே இருக்கிறது
சலனமற்ற திருமுகம்

தீக்கொழுவில் மொழி தீட்டி
உழுது விதைத்துப் போடுகிறேன்
கவிதைகளை

வாடகைக்கு தளிர்விட்ட அர்த்தங்கள்
வாடிப்போயின
மாதப் பாக்கியோடு.
●

பகலில் எரியும்
மெழுகுவர்த்தியின் திரியிலிருந்து
சுருள் சுருளாய் விரிகிறது
இருள்.
●

என் களைத்த பெருமூச்சு
மலைராணியின்
சிரசிலடித்து எதிரொலித்தது

உச்சி நீவிய மேகங்கள்
என் வித்தையில் கண் பதித்து
மெச்சிக் கொண்டலைந்தன

உளியும் சுத்தியும் ஏந்திய மந்தியாக
தாவித் திரிந்தேன் நெட்டுயர்ந்த
கல்விருட்சத்தின் திரேகமெங்கும்

கல் நரம்புகளை இழுத்து முறுக்கினேன்
மத்தளங்களைச் செதுக்கினேன்
புல்லாங்குழலில் கண்கள் திறந்தேன்
சிற்ப சங்கீத சிருஷ்டி நிறைவுற்றது

அருவிக் காலமோ
நூறு பிறைகளுக்கப்பால்
நொண்டி நொண்டி வந்துகொண்டிருந்தது

பொறுமையின்றி
கற்பனை நதியைக் கொட்டிக் கவிழ்த்தேன்
பருவத்தின் வாசலில்
வெள்ளமும் நுரையுமாய்
சுழித்து ஓடி வர
குறுகின இசைக்கண்ணிகள்

பீறிட்டெழுந்தது
தாகத்தின் நித்திய சங்கீதம்
பிடிபட்டது ஒலியின் சிற்பம்
உளியின் துல்லியத்தில்

அதற்கென்றே மிச்சம் வைத்திருந்த
ஒரேயொரு சிறுபாறையில்
வடிக்கத் தொடங்கினேன்

கர்வம் படர்ந்த என் முகத்தை
உளியின் முதற்தீண்டலில்
மௌனம் கலைந்து
நடக்கத் துவங்கிற்று பாறை.
●

நரிக்கும் காக்கைக்கும்
நடக்கும் கல்யாணத்தை
நம்பத் தயாராய் இல்லைதான்
ஆயினும்
வாழ்த்து மடல் எழுதி
தோற்றுக்கொண்டேயிருக்கிறேன்
வந்தின்னும் வரிகளுக்குள்
வாய்ப்பதாயில்லை
மழையில் நனையும் வெயில்.
●

சிலிர்க்கச் சிலிர்க்க அலைகளை மறித்து
முத்தம் தரும்போதெல்லாம்
துடிக்கத் துடிக்க ஒரு மீனைப் பிடித்து
அப்பறவைக்குத் தருகிறது
இக்கடல்.
●

பார்த்தவண்ணம் நிற்கிறாள்
சிலைபோல் –
சிறு வயதில்
பிடி தப்பிய கனாவையா
விழிக்கும்
விரலுக்கும்
இடைப்பட்ட தூரத்தையா
தெரியவில்லை
பிழிந்த சேலை தோளில்
முறுகிக் கிடக்கிறது
ஈரம்பட்டு முற்றும்
நனைந்துவிட்டது
இடது ஸ்தனம்
இன்னும்
தூங்கிக்கொண்டிருக்கிறது
துணி உலர்த்தும் கொடியில்
தட்டான்.

"**இ**ச்சன்னல் வழியே தெரிவது
வானத்தின் ஒரு பகுதிதான்"
என்றான்

முழுவானமும் தெரியும் வசமாய்
ஒரு ஜன்னல் செய்ய முடியுமா?

பாதி விளையாட்டில்
பணிக்கப்பட்ட சிறுமி
பந்தை
கீழே வைக்க மனமின்றி
தாடைக்கடியில்
ஆதாம் ஆப்பிளாய்
அழுத்திப் பிடித்து
அடிபம்பு கம்பியில்
எம்பி எம்பி நீரடிக்கிறாள்
உச்சிவெயிலில்
துப்பு கொண்டு வந்த
தூரத்து ஊர் பெரியவருக்கு
உப்பு சரிபார்த்து
மோர் கரைத்துக் கொடுத்துவிட்டு
குடத்திலிருந்த குடிநீரை
தொட்டியில் கொட்டிவிட்டு
வேகமாய் தண்ணிக்கு வந்தவள்
அடிக்கொரு தரம்
நழுவியோடும் பந்தையும்
எடுத்தெடுத்து
அடக்கிக் கொள்ளும் சிறுமியையும்
அலுக்காமல் பார்த்து நிற்கிறாள்
இடுப்பில் வெற்றுக் குடத்தோடு.

நேர்மையற்ற வீடுகள்
நிறைய நிறையக்
குறுக்குச் சுவர்களால்
கட்டப்பட்டிருக்கின்றன

ஒவ்வொரு அறைகளுக்கும்
வெவ்வேறு ரகஸியங்களை
ஒதுக்கியிருக்கிறோம்

வரவேற்பறையில் பெரும்பாலும்
மடங்கியே இருக்கின்றன
நாற்காலிகள்

எல்லா விருந்தாளிகளுமே
தயங்குகிறார்கள்
ஊஞ்சலில் அமர

அடுத்த வீட்டுக் கழிவறையில்
அரவமின்றி புழங்குவதிலே
பெண்களின்
மொத்த சாமர்த்தியமும் செலவழிகிறது

பரிமாறப்படும் காபி கோப்பையிலிருந்து
எழுந்து நடனமிடும் ஆவி
விண்ணை நோக்கி நேராய்
ஒரு கோடு கிழிக்க படும் சிரமத்தை
ருசித்ததில்லை எந்த உதடுகளும்

நேரம் கிடைக்கும்போதெல்லாம்
நீ வருகிறாய்
நேர்மை பற்றி பேசவும் விவாதிக்கவும்

ஒரு ஒற்றையடிப் பாதையக்கூட
நேராய்க் கிழிக்க வக்கற்றவன்தான்
நானும்.
●

வரிக்கு இரண்டொரு வார்த்தைகளை
உடல் முறுக்கி பழைய சட்டையென
உரித்துக் களைந்தபடி
நெளித்துக் கொல்லும் பசியோடு
நெரிந்து வரும் ராட்சச சர்ப்பம்மீது
வெற்றுத் தீப்பெட்டிகளை வரிசையில் அடுக்கி
விபத்தின்மீது கட்டப்படும்
ரயில் விளையாட்டில்
நிச்சயமற்ற நிலையங்கள் குறுக்கிட
இறக்கி விடப்படும்
பயணிகளற்ற பெட்டிகளை உட்சேர்த்து
ரயிலை ஓடவிட்டபடி
உடன் வரும்
குழந்தை முட்டிக்கொள்கிறது
எதிர்ப்படும் குழந்தைமீது

பஞ்சுப் பாறைகளின் பரஸ்பர முத்தத்தால்
பேரொளி நிறைந்து
ஆகாயம் நெஞ்சு ததும்ப நேரிட
வீடுகளின் உட்சுவரில்
நிழல் ஜன்னல்களை
தற்காலிகமாகப் பொறிக்கிறது
மின்னல்
ஈரப்படுத்தாமல்
சுவர்மீது
விரைகிறது மழை.

●

கிழிந்த கந்தலாடைகளென பார்வைகளைக்
களைந்தெறிந்து விட்ட விழிகள்
சுழன்று வட்டமடிக்கின்றன

அடுக்கி வைக்கப்பட்டிருக்கும் அநேக முகங்களில்
எழுந்து சென்று வரவேற்கப்பட வேண்டியது எது?

பரிசீலிக்கப்படுபவையில் அலட்சியம் ஒளிரும்
ஈரப்பசையற்ற பார்வைகள்
அவனைத் தவிர்த்து வெறித்தலைகின்றன இதர திசைகளில்

நிகழவிருப்பது வரவேற்பா? வழியனுப்பலா?
பிரியவோ சேரவோ நேரிடப்போவது மற்றொருவரைத்தானா?

குறித்த நேரம் தவறாது கனத்த ஊளையோடு
துரத்தி வருகிறது எதிர்நோக்கும் வண்டி

பெரியதொரு நிர்பந்தத்தில் உருவான
மகத்தான தனிமையில் தனக்கேயான
சிறிய மரப்பெஞ்சில் தர்க்க இழைகளை நூற்கத் தெரியாமல்
அமர்ந்திருக்கிறான்

தூரதூரத்துக்கு விரையும்
மற்றொரு புகைவண்டியின்
கடைசிப் பெட்டியாக கோர்க்கப்பட்டுள்ளது
அவன் காத்திருக்கும் நிலையம்.

மார்கழிப் பனி
கூந்தல் உதிர்த்த கறுப்பு ரோஜா
ஆளரவமற்ற வழியில் கிடந்து
இந்த இரவாக வாடுகிறது
கணங்களின் காலடி கவனிப்பில்
நேரடியாய் சிதையும் இதழ்களில்
நாட்களின் செருப்புத்தடங்கள்
ஆழப் பதிகின்றன
ஜாமத்தின் குளிர் சேற்றில்
புதைந்த ஞாபகங்கள் பிடுங்க
பலமற்றுத் தடுமாறும்போது
ராட்சச ராட்டினத்தின்
உச்சித்தட்டில் மிகத் தனியாக
தொப்புள் கூச்சத்துடன்
புளித்த மதுவோடு
போதிய நீர் கலந்து
போதை கணிதத்தின்
கடைசி சூத்திரத்தையும் உறிஞ்ச
ஒரு தலையைப் பெருக்குகிறான்
பத்தாக
பழுதுற்ற ராட்டினத்தின்
ஒரு தட்டு மட்டும்
ஆடிச் சுழல்கிறது சுயமாக
ஒற்றைத் தலைவலியை ஒரு
அறைக்குள் தள்ளிப் பூட்டிவிட்டு
மிச்சத் தலைகளின் வராந்தாவில்
நீள நடனமிட்டுச் சரிகிறான்
தொய்ந்த நரம்புகள் பின்னி
தடித்த திரியாக முறுகி
மலட்டுக் கிழக்கில்
ஒரு விளக்கு எரிகிறது
துணையாக.
●

நெளிந்த குவளையும்
சிதைந்த உடலுமாய்
நிழலில் அமர்ந்து
யாசிக்கும் கிழவனை
பணயம் வைத்து
கைச் சீட்டுகளாய்
பழுத்த இலைகளை இறக்கி
பகலைச் சூதாடிக் கழிக்கின்றன
பூவரச மரங்கள்.
●

உலை மூட்டிப் போய்விட்டது
பொறுப்பற்ற மழை
ஊதி இறக்க ஏதுவற்று
உற்றுப் பார்க்கிறது ஏலாமை
புற்று பொங்கி முற்றும்
சிந்திவிட்டன ஈசல்கள்.
●

கற்குவியலாய்
நிமிரும்
இறந்த காலம்
மறைக்க
மறந்துபோன
மலைக்குள்ளிருக்கும்
மனம் வார்த்த
சிற்பம்
இருந்தும்
கணுக்கணுவாக
முறிந்த கணம்
வேதனையில்
விழுந்தும்
கல்லின் குரல்
கணத்தில் தொனிக்கும்
போதெல்லாம்
ஒரு ஜனனம்.
●

தூண்டில்காரனிடம்
சிக்கிவிட்ட மீன்
நாசியில் ஊசி நுழைந்த வேதனையோடும்
புதிய நம்பிக்கையோடும்
மீதி வாழ்வின் முன்வாசலில்
மெல்ல நீந்திப் பார்க்கிறது
பாதியளவு நீர் நிரப்பிய தோள்ப்பையுள்.
●

தேவமாதா திருநாள்
தூரத்து ஊர் மதினிகளை
இழுத்து வருகிறது
ஜோடித்து தேருக்கு இணையாய்

மீசை அடர்ந்த கொழுந்தப் பிள்ளைகளை
கேலி பேச உரிமை பெற்றவர்கள்
பார்வையெல்லாம்
மர்மப் புள்ளியாகிறது
சரவிளக்கு வெளிச்சத்தில்

“கொளுந்த புள்ள குண்டியை மேக்க பாத்து போடுங்க
இலையைக் கிழக்கப் பாத்து போடணும்”
கூசாமல் சீண்டுகிறார்கள் யார் முன்னிலும்
நார்க்கட்டிலில் கிட்டகிட்ட அர்ந்து
பழைய திருவிழா வளையல் கதைகளை
தழைய தழையப் பேசுகிறார்கள்

இசையாய் துவங்கும் நாதஸ்வரம்
ஒலிபெருக்கலில் இரைச்சலாய் மாறும் நேரங்களில்
அற்பக் கேள்விகளுக்கும் அக்கறையோடு
நெருங்கி செவிமடுக்கிறார்கள்
வரம்புடைந்த கண்ணைக் குத்துகிறார்கள்
காதில் ஆடும் தங்க வளையங்களால்
ஐய்யோ என்று பதறி
மேலும் நெருங்கி இமைகளைப் பிரித்து
பவ்வியமாய் ஊதுகிறார்கள்
கொதித்த தென்றலை இடக்கண்ணில்
நுனியுதட்டில் மெத்தென்று பதிந்த
கன்னத்தின் பருபட்ட கருந்தழும்பு
சுடர் பெருக்குகிறது வலக்கண்ணில்
ராட்டிரைச்சல் தம்புறா சத்தங்களுக்கிடையே
தாளத்தில் சேர்த்தியற்று வீணாய்ப் போகின்றன
வெடிக்கும் பலூன் ஓசைகள்.

என் இளைய சகோதரியைத் தவிர
யாருமற்ற ஒருநாள்
என் வீட்டுக்கு நீயும் வருவாய்
விசாரித்து திரும்ப நினைப்பவனை
வீட்டுக்குள் அழைப்பாள்
யோசிப்பது போல் நன்றாக
நடிக்க மட்டுமே முடியும்
"அண்ணன் ஏசும்" என்ற
அப்பாவிச் சிணுங்கலால் வாரியிழுக்கப்படுவாய்
காப்பியையே தேர்வு செய்வாய்
சுழலத் துவங்கும் மின்விசிறிக்கு நன்றி நவில்வாய்
என் இளைய சகோதரி
முதல் முறையாய்
அடுப்பையும் தீயையும் நேசிப்பாள்
அவசரமாய் போகத்தான் நினைப்பாய்
நாளை வருவதாய் முணுமுணுப்பாய்
தாவணியில் புறம் துடைத்த தம்ளர்
ஆவி பறக்கவரும் கதகதப்பாய்
கை நீட்டி வாங்கிய காபியை கை மாற்றி
விரல்களை ஊதுவாய் புன்னகையோடு
என் இளைய சகோதரி
இழுத்த பெருமூச்சை வெளியேற்றாமல்
ஒரு வெறும் தம்ளரோடு
வெளியோடி வருவாள் அடுக்களையிலிருந்து
கொலுசும் வளையலும்
செல்லமாய் மோதிக் கொள்ளும்
ஆற்றித் தர கைத் தம்ளரை
உரிமையோடு வாங்கிக் கொள்வாள்
வளையல் சத்தம் கொலுசை
சண்டைக்குத் தேடும் எங்கெங்கோ
மருதாணியில் சிவந்த கால் நகங்களை
உன் ரத்தத் துளிகளாய்க் கண்டு அதிர்ந்து
தப்பென்று நிமிர்வாய்
கைகள் காப்பியாற்றிக்கொண்டிருக்க
என் இளைய சகோதரியின் உதடுகள்

ஜெ.பிரான்சிஸ் கிருபா

தேவையற்று குவிந்திருக்கும் முத்தத்தின் விளிம்பில்
அக்கணத்தின் ஆழம்
அளவிட முடியாதது
இருப்பிடம் சொல்லாத மனசு
இடிபட்டுச் சரியும்
சறுக்கலின் சுவடுகளைச் சமாளித்து
உன் வீழ்ச்சியை நீயே ரகஸியமாக்குவாய்

அதற்கு பிற்பட்ட நம் சந்திப்புகளில்
என் தலைக்கு மேலொரு
ஒளி வட்டம் காண்பாய்
சிவந்த மெல்லிய உதடுகள்
அதற்குள் குவிந்தே இருக்கும்

இரண்டு எவர்சில்வர் தம்ளர்கள்
அந்தரத்தில்
காப்பியாற்றிக் கொண்டேயிருக்கும்
எதிர்காலத்தைப் பற்றி மட்டுமே
எதிர்ப்படும்போதெல்லாம் பேசுவாய்

என் இளைய சகோதரியின்
திருமணச் சடங்கிலும்
ஒளித்து ஒளித்து
ஒரு தண்ணி பார்ட்டி நடக்கும்
போதையின் உச்சத்தில்
கட்டித் தழுவுவாய் என்னை
வியர்வை நாறுகிறதென்று
தகராறு செய்வாய்
உப்புசப்பற்ற காரணத்துக்காக
என் கன்னத்தில் ஓங்கி அறைவாய்
பொய்க்கோபத்தோடு
அப்போது
நிஜமாகவே உன் கன்னத்திலிருந்து
கிளர்ந்து வரும்
ஒரு பழைய வலி.

பஸ் நிறுத்தங்களில்
காத்திருக்கும் பார்வையில்
எந்தக் கணம் எவளை
எப்படி பேரழகியாக்கும்
என்பது நிச்சயங்களற்றது

எதிர்பாராதவிதமாய் இதோ
இந்த சுமாரான பெண்
பேரழகு பெறுகிறாள்
ரவிக்கையின் முதுகுப்புறத்து
கீழ் விளிம்பில் விரல் நுழைத்து
நீவி நேர் செய்யும் நேரத்தில்.
●

விபத்துகளை
எழுதிக்கொண்டு வருகிறோம்
திட்டமிட்ட விபத்துகள்
திறமையான விபத்துகள்
சாதுர்யமான விபத்துகள்
எதிர்பாரா விபத்துகள்
எழுதாமலிருக்க முடியவில்லை
வழிந்தோடிப் பரவும் ரத்தத்தில்
உறைந்து கிடக்கிறது
நீ எழுதிய சாலை விதிமுறைகள்
உன் விபத்தைப் பற்றி
யாரை விசாரிப்பது.
●

பிறை செழிக்காத இரவுகளில்
பிசைந்தூட்ட ஊட்ட
முற்றத்திலிருந்து
நிலா தின்ற பிள்ளையின்
தூரப் பார்வையில் நின்று சிரித்தது
பழகிய விழியொன்று
தாய்போல் பார்த்திருந்தது
ஒரு நாள்
பிரிவைக் கோடு கிழித்து
நாய்போல் பாய்ந்தது
திடுக்கிட்டுத் திரும்ப
இன்மைகள யாவும் நிறைந்து வழிய
ஆறுதலாய் அருகே இருந்தது
அவள் முகம்.

●

அடுத்த கட்டமில்லாத
ஒரு கட்டத்தில்
வேறு பழத்திற்காக
பசியோடு கிளை தாவி
சற்று நேரம் ஊஞ்சலாட
நேர்ந்த விதியோடு
நீயும் அவனும்
எங்கெங்கோ
அலைந்து திரிந்த நாட்கள்
ஒன்றேதான்
தேதிகள் எப்போதும்
வேறு வேறாகத்தான் இருக்கமுடியும்.

●

மிகப் பொதுவானதொரு திசையிலிருந்து
மிகப் பொதுவான வாசனையொன்று
தேடி வந்து புலன்களைக் கிளறியது புதுஇசை
ஒரு வனத்தில் வசித்த மொத்தப் பூச்சிகளும்
அவன் உடலுக்குள் இடம் மாறி நெளிந்தன
மூச்சு பசியெழுந்து உச்சமுற்றபோது
ஒளியின் ஒரு துளி
காலடியில் கருந்தரையில்
நெடுங்காலமாக நின்றிருந்த கால்கள்
கைகளை முந்தித் தீண்டின
மற்றொரு துளி
சற்று முன்னே முளைத்தது
குனிந்து எடுத்திருந்தால்
பறவையாகும் வரமிருந்தது
ஆனாலும் இப்போதுதான்
நடக்கவே பழகினான்
சவ ஊர்வலம் தூவிச் செல்லும்
மலர்களைப் போல
ஒளி மணிகள் பெருகி
ஒற்றையடிப் பாதையாகி நீண்டது
ரயில் பூச்சிகள் பாம்பு ரயில்கள்
பழுங்கிணறுகள்
பதுக்கி வைக்கப்பட்டிருந்த பொறிகள்
கடந்து வந்தடைந்தபோது
அந்த மலரிருந்தது நிழல்களற்ற
ஒளிச் சூளையின் மையத்தில்
துருவேறிய மோகத்தோடு
அவசரமாகக் கை நீட்ட
நில்லென்றது முள்ளின்
முதற்சொல்
காயக் கோடுகளால் கை நிரம்பியபின்
அதுவே கடைசி சொல்லாகவுமிருந்தது
பச்சை ரத்தத்தின் வீரியம்
நாற்றமேறிய இருளைப் பூசத் துவங்கியது

அவன் பார்வையில்
ஒரு ஆத்மா கதறக் கதற
பிறவிக்குருடன் அங்கே
மறுபிறவியிலும் குருடானான்.
●

விரைவில் வெளிவரும்
தோல்வியின் அறிவிப்பு
தோற்கப் போவது
இருவரில் ஒருவர் தான்
நீ பொய்யனானாலும்
உன் கவிதைகள்
பொய்யறியாதவை
ஒழுங்கான பொய்களாக
உன் வார்த்தைகள்
அமைந்திருப்பினும்
ஒழுக்கமற்ற உண்மைகள்
உள் எழுத்துக்குள்
மின்னி மின்னிச் செல்கின்றன
நம்பிக்கையின் நிறத்தை
நீ நிச்சயிக்கிறாய்
அவநம்பிக்கையின் நிறத்தை
நான்
கிளியிலிருந்து பச்சையெடுத்து
புல்லில் வந்து அமர்ந்ததும்
புல்லின் பச்சை கொத்தி
கிளியை நோக்கி பறந்ததும்
எதுவென்று தெரிந்துவிடும்.
●

தணலை ஊதிப் பெருக்கி
தன்னந்தனியே அலையும்
ஆகாயக் கிறுக்கனின் நிழல்
என் உடலானதும்
நீ வந்தாய் எங்கிருந்தோ
சின்னஞ்சிறிய தூண்டிலோடு
குளத்துக்கரையில் மீன் பிடிக்க
கற்றுத்தருகையில் நெருங்கிய
ஸ்பரிசம் காற்று மூச்சு
குடலைப் பெரிய வலையாகப்
பின்னி முடித்தது
கடற்கரையிலிருந்தேன் நீ வரவில்லை
எங்கிருந்தோ எந்த ஒரு அலையிலும்
மெல்ல வேதனைகள் மீன்களாக மாற
படகேறி வந்தேன் உனக்காக
தண்ணீரில் நடந்து போனவனின்
பாதச் சுவடுகள் துடுப்பற்ற படகுகளாக
அலைந்தன
அதிலொன்றாய் என்னுடையதும் மாறியது
அதிசயம் நிகழ்த்த எங்கிருந்தாவது
நீ வர வேண்டும்
திமிங்கலங்கள் கூட விழுங்க முடியாத
ஆகப் பெரிய புழுவாகி
நெளிந்துகொண்டிருக்கிறேன்
சின்னஞ்சிறிய தூண்டில் முள்ளில்
கொஞ்சதூரமேனும் எங்கிருந்தோ வந்து
நீ நடந்து போக வேண்டும்
என் தாகத்தின் மீது.

வீடுகள் கட்டப்பட்டது
வீடுகளாகத்தான்
விருப்பமெனில் பொத்திக்கொண்டிரு
இல்லையெனில்
சத்தமின்றி வெளியேறு
சுவர்கள் உறங்குகின்றன

சாற்றுவது பூட்டுவதெல்லாம்
வெற்று பாவனைகளே
திறக்க மட்டுமே தெரிந்தவை
வீட்டுக் கதவுகள்
பதிலற்ற அற்பக் கேள்வியை
சூளையில் மண்சுட்டு
கல் கட்டு முன்னே
கிளப்பியிருக்க வேண்டும்
மலை உச்சியிலே
அடிவாரத்திலோ
தடுக்க முடியாது
கட்டப்படவிருக்கும் வீடுகளை
நீர்ப்படுகை மீது
இரு கையூன்றித் தலைகீழாய்
நிற்க நினைப்பதே தவம்
நிற்பதல்ல.

●

மழை பெய்யும்போதெல்லாம்
நிலைகுலையும் ஒரு மனிதன்
இன்னும் கொஞ்ச நேரத்தில் வருவான்
சின்னஞ்சிறு மழையோடு
குடையேதும் கண்டிராதவன்
வானம் ஒரு ஒப்பந்தம்
அவனோடு செய்வதாக நம்புகிறான்
சற்றே நீளமான கையெழுத்தைத்தான்
கால்களால் இட்டபடி திரிகிறான்
நீரோட்டமோ அவன் அடையாளங்களை
புரட்டிப் போட்டுக்கொண்டே ஓடுகிறது
அவனது ஒரே லட்சியம்
மழையில் நனைவதுதான்
எத்தனையோ மழைக்காலங்களுக்குள்
ஏங்கி அலைந்தும்
ஒரு துளிகூட அவன் நனைந்ததேயில்லை
துரும்புபோல் மெலிந்தவனாக
உடல் வாய்த்ததால்
மழைத்துளிகளின் இடைவெளிகளே
எங்கும் வாய்ந்தன
எல்லா மழைக்காலங்களிலும்
அவனுக்கு முன்னே பெருமழையொன்றும்
நடந்து வருவதுண்டு
அதோ வெள்ளத்தில் படகுபோல
ஒரு துளி கூட நனையாமல்
பெரும் மழையின் பெரும் இடைவெளியில்
ஆடி வருகிறது அவன் வீடு.

●

ஜெ.பிரான்சிஸ் கிருபா

சரியாமல் நிற்கும் மரம்
உயரம் குறைவுதான்
அதைத் தவிர
குறைவுகள் மிகக் குறைவு
திரட்சியான கிளைகள் கல் நிறத்தில்
பட்டைபோல் தடித்த இலைகள்
வெள்ளை வெள்ளையாக
உறுதியான மலர்கள்
உயிரின் இறுதி வாசம்.
●

யார் யாரோ
சொன்னார்கள் பாம்பைப் பற்றி
பார்த்துவிட்டு வந்த
பாட்டி சொன்னாள்
"உரிச்சி போட்ட சட்டையை
முறைச்சி பார்த்துக்கிட்டு கிடக்கு" ன்னு
அதற்குப் பின்னும் சட்டைகள் இருந்தன
அதற்கு மேலும் பார்வைகள் இருந்தன
அதற்கு இடையிலும் காடுகள் இருந்தன
காட்டு ஓரத்தில் மனிதர்களும் இருந்தார்கள்
இருந்தும் கடைசி
ரவுக்கையை உரிக்கவேயில்லை
பெண் பாம்பு.
●

மனதுக்குள் படிந்து பரந்துறங்கும்
நிலமலையின் நிழல் தொடர்ச்சி
புரண்டு படுக்கும் நேரம்
சிகர அந்நியத்தின் உச்சியிலிருந்தாய்
அங்குமிருந்தது ஒரு வனம்

கூடையோடும் கூந்தலோடும்
சிறகாடி புன்னகை தேடும்
பெண்ணொருத்தி
பள்ளத்தாக்கின் ஆழத்தில்
அங்குமிருந்தது ஒரு வனம்

நடுக்காட்டின் பெரும் சிரிப்பில்
நடுங்கி உதிர்ந்தபோது
இருவேறு கால் தடங்கள்
இருவேறு காம்புகளில்

கைத் தடயங்களுக்கான பிரார்த்தனையோடு
அங்குமிருந்தது ஒரு வனம்.
●

எப்படி வருவதென்று
வழி கேட்டேன் தொலைபேசியில்
இப்படி வந்தாலும் சிக்கல்
அப்படி வந்தாலும் சிக்கல்
என்றது எதிர்முனை பதில்
சுதந்திரமற்ற என் கணங்களை
ஒவ்வொன்றாய்
எண்ணிக்கொண்டு நடந்தேன்
எண்ணிக்கை முடிந்தபோது
எதிரே நின்றிருந்தது நிலைக்கண்ணாடி.
●

பொட்டு நனையாமல் நெற்றியில்
சிலுவையிடும் வெண்ணைக்கட்டி விரல்
கத்தியாய் நிமிர்ந்த நாசியில் சறுக்கி
கருநூல் விளிம்பு கட்டிய
சிவந்த உதடுகளை நிமிண்டிக் கடந்து
இரு மாருக்கும் நடுவாக்கில் நேராகக் கீழிறங்கி
பட்டும் படாமல் தொப்புள் குழியை
தீண்டி மீண்டெழுந்து அழுத்தமாக முத்தம் பெற்று
வழிபாடு முடிந்த பின்னும் கண் திறக்காமல்
திண்ணை திண்ணையாக கட்டப்பட்ட
பெரிய வாசற்படிக்கட்டொன்றில்
துரிதமாய் இறக்கிவைத்த நிறைகுடத்தோடு
அசையாது நின்றிருப்பாள் மூச்சலையில் நெஞ்சு ததும்ப

எடுத்துச் செருகிய பாவாடைமீது
செப்புக் குடவாய் வழிநெடுக
தெளித்து விளையாடிய மாங்கிணற்று தண்ணீரை
மெஞ்சள் பூ பாதங்களில் சொட்டுச் சொட்டாக
காணிக்கை செலுத்தும் ஓசை
காடு கரையெங்கும் ஒலித்துப் பரவ
கூடு திரும்பிய பறவைகள் அன்றைய
கூடுதல் பறத்தலாய் கோபுரம் சுற்றி வரும்

முகர்ந்து பார்த்து விட்டெறிய இடமின்றி
என்னிடம் மிஞ்சிய சரம்பொதிந்த இலையை
பிடுங்கி எறிந்துவிட்டு கையில் தந்த சிறிய கண்ணாடியை
நெஞ்சில் சாய்த்து பிடித்தவண்ணம் நிமிர்ந்து நிற்க
அதில் இடுப்பை வட்டம் சுற்றிப் பார்த்து
மற்ற பாகங்களையும் ஒழுங்கேற்றிக் கொண்டிருக்க –
கோடு கிழித்து படம் வரைந்து
பாகம் குறித்து வழிபட வசதியற்ற அவசரத்தில்
பரலோக மந்திரத்தை மட்டும் உதடுகள் முணுமுணுக்கும்
பிஞ்சு இதயத்திலிருந்து எழுந்து பரவும்
துடிப்பொலி கேட்டுத் தூக்கக் கலக்கத்தில்
மீண்டும் கூடு பிரியும் பறவைகள்

முதல் வரிசையைத் தொடங்கும்பொருட்டு
முந்தி வர நிர்பந்திக்கப்பட்டு
திரும்பிப் பார்த்தால் தலையில் குட்டும்
ஞானஉபதேச டீச்சருக்குப் பயந்து
பீடத்தில் பெரும் துயரத்தோடு ஏசுகிறிஸ்து
சாய்ந்து நிற்கும் பட்டமரத்தைப் பார்த்திருக்க
அந்தி திருப்பலிக்கு கலா அக்காவை
ஆயத்தப்படுத்தும் ஆலயத்தின்
மூன்றாம் மணியடிக்கும் வெளியே!

தெரிந்தோ தெரியாமலோ
உன் காலடி மண்ணெடுத்து
ஒரு பூமி செய்துவிட்டேன்

உன் ஈரக் கூந்தலை
கடலாகச் செய்யும் முன்னே
கடந்து போய்விட்டாய்

உயரத்திலிருந்து சூரியனாய்
வருத்துகிறது ஒற்றைப் பார்வை
வெப்பத்தில் வறள்கிறது
எனது சின்னஞ்சிறிய பூமி
நீரூற்று தேடிக் கிணறுகள் தோண்டினால்
பீறிட்டடிக்கிறது ரத்தம்

கண்ணே
இரண்டொரு தீர்த்தமணிகளைத்
தானமிடு.

*சா*லையோரம் மீந்த நகரத்தின்
குறுகிய இப்பாதையைப் பழுது தீர்க்கும்
ஏழைப் பரிசோதகனாய்
நீளுகிறது என் பயணம்
எதுவரை எப்பொழுது வரை
இலக்கில்லை பிரக்ஞைத் துல்லியமில்லை
வழியில்
தன்னைக் காட்டி தாய்
தெருவைக் கெஞ்சுவது தெரியாமல்
என்னைப் பார்த்து
இடுப்பிலிருந்து சிரித்தது
எலும்பும் தோலுமாய் அக்குழந்தை
சில்லறைக்காக பையில் கை திணிக்காமல்
நின்று பதிலுக்குச் சிரித்தேன்
எதிர்பாரா யாசிப்பில்
இருவர் உதடுகளும் பூக்களால் நிரம்பின
யாத்திரையின் நோக்கம்
லேசாகப் பிடிபட்டது போலிருந்தது அப்போது
பைத்தியமென சந்தேகித்து
குழந்தையோடு விலகினாள் தாய்
பிச்சைக்காரிகளிடமிருந்து அவர்தம்
பிள்ளைகளைப் பிடுங்கி
அவர்தம் அம்மாக்களிடம் தரும்
அந்திக்குள் நுழையுமா இப்பாதை.
●

*கு*மரிகள் குளித்துக் கரையேறிய
துவளத்து ஈரம் உலராத
கிணற்றுப் படித்துறையில்
எனக்காகக் காத்திருக்கும்
மறந்துவைத்த மஞ்சள் கிழங்கு.
●

மழை பெய்தோய்ந்த தடயங்களாய்
ஈரமாகி மிருதுவேறிய தண்டவாளங்கள்
பொழுதின் அமானுஷ்யத்தில்
அடிக்கோடுகளாய் நீண்டு கிடந்தன

வாளுருவிய வெற்று உறையாக வெறிச்சோடி
பேரமைதியால் சூழப்பட்டிருந்தது அவ்விடம்
தேவையற்ற இடைவெளியோடு உலர்ந்த
சிமெந்து சதுப்பில் பதிக்கப்பட்டிருந்த
இருக்கைகளில் அமர்ந்திருந்தோம்
மர உச்சி ஒலிபெருக்கிகளாய்
எதிரெதிர் திசை நோக்கி
இறுகக் கட்டப்பட்டிருந்தது
இருவர் முகங்களும்

சிதறிக் கிடந்த சாக்லேட் சருகுகளைக்கூட
புரட்டாமல் மோகினி வாசனையுடன்
தழுவிய குளிர் காற்று மெல்ல மெல்ல
தலையைத் திருகியது பின்நோக்கி
முறிய சில முடிச்சுகளே மீதமிருக்க
கழுத்து வலியோடு பதித்தேன் முதற் பார்வையை
மாலைக்கண் வியாதியில் கூரைவிளக்குகள்
மங்கலான ஒளியைப் பரப்பியிருந்தன
நிலவும் நிச்சலனத்தின் மூலப்பிரதியாய்
இறுக்கமாக அமர்ந்திருந்தாய்
நல்ல தச்சனை எதிர்பார்த்து
பாலைவன நிறத்தில்
முதுகுச்சியில் பளபளத்தது குறைநிலா
தாடையெலும்பு விளிம்பில் குறும் தாடியாகி
திகிலூட்டியது நிழலின் மென் இருட்டு

தூக்கக் கலக்க கண்ணெரிச்சலோடு அவள்
காலடியைச் சுற்றி வந்தது ஒரு ஈ
ரத்தநிற நகப்பூச்சில் மிளிரும்

பத்துப் பொறிகளில் ஒன்றில் நிகழ்ந்தது
இதன் ஏழாவது அமர்வு

ஏமாற்றங்களை மிக நெருக்கமாக
பெருக்கி பெருக்கிச் சென்று
பிடறிக்கடியில் ரகசியமாய்
கணக்கெழுதியது பின்னல்
ரயிலின் வருகையை எதிர்பார்ப்பதாகவும்
சுற்றுச்சூழலைச் சரி பார்ப்பதாகவும்
திரும்பிய தலையின் அரைவட்டப் புள்ளியிலிருந்து
ஒரு பார்வைத் தூறல் –
அடுத்த மழை வருவதற்கான குறிப்பாய்
நெஞ்சுக்கூடு நொறுங்க இடிந்து
வானத்தின் விலா எலும்பொன்றை
உருவிக் களைந்தது மின்னல்.

●

கூத்துக்கல்லைக் குடைந்து
செய்யப்பட்டது போலுன் கோயில்
பிரபஞ்ச கோளத்தைச் சுட்டுவிரலில்
துளியாய் ஏந்துகிறது காதல்
பருத்திக்காய் நெற்றாய்
இமைகளிரண்டும் வெடித்து
வெளிச் சீறும் பார்வையில்
உள்ளிழுக்கும் அலைகளுக்கடியில்
சூட்சுமம் வார்த்த சக்கரங்கள்
செம்மைக்குள் மிதக்கும் கருமணிகளை
நடுவாகக் கீறும் மயக்கத் திரையிழுத்து
நீ துயிலும் இரவுப் பொழுதிலும்
விழித்திருந்து விம்மும்
கனத்த முலைகள்மீது
ஊஞ்சலாடி வளரும் கவனம்
திகைத்துப் படர்ந்த முகத்தின் அழகு
இன்னும் திளைத்து உயிரில் செருக
உன்னை வளைத்துப் பின்னி வேருருவ
என்னை இழுத்து வரும் தாவரம் நான்
அச்சத்தின் நிறம் பச்சையாகி
உன்னை அண்டி வரும் விபத்தை
சுட்டெரிக்கத் தணல் தேடி
நதியான சூத்திரங்கள்
மூத்திரமாய் கடுகடுக்கும் வெட்கத்தின் கரையில்
வெட்ட வெளியில் செழித்த
கெட்ட கனவை மென்று
சாணமிட்டு நகரும் எருதுவைத் தேடி
எட்டுத் திசையும் அலைகிறது
நீ ஏவிவிட்ட சக்தி
சன்னிதான முற்றத்தில் என்னை
எச்சமிட்டுச் சென்ற
புத்தி பேதலித்த பறவையின்
ரத்தத்தில் சிவக்கிறது
பகல் கனாவுள் சுழலுமுன் துருத்திய நாவு

மண்ணுக்குள் புதைந்திருக்கும் விண்மீன்கள்
வேர்களின் புண்களைத் தின்னும் துடிப்பில்
வலிகளின் ஓவியம் இலைகளாய் மலர்கிறது
ரேகைகள் பாய்ந்துறையும் உள்ளங்கைகளாய்
விரியும் தாவரச் செதிள்கள் உனை நோக்கி
வரங்கள் வேண்டி தவத்தில் நீளும்
விஷத்தை உண்டு பசியாறும்
விதிகளற்ற சர்ப்பங்களாய்
படிகளேறி வரும் என் கொடிகள்
விரல்கள் நடுங்கித் தாளமிடும் காலடியில்
இறுதியாய் இதழ்கள் பிரிக்கும் எண்ணத்தில்
வாசனையோடு பூத்தெழும் உன் பிரதிமுகம்
கொஞ்சக் குனிந்து நீ கிள்ளும் முன்
வாடியுதிரும் ஒரு யுகம்.
●

ஒளியின் விரல்களுக்கிடையே
பின்னிக் குழையும் இருளின் விரல்
விறகாக எரிகிறது

முழு ஆகாயத்தையும்
ஒருகணத்தில்
அளக்க எத்தனிக்கிறது
ஒற்றைச் சிறகு

பறக்கத் துடிக்கிறது பூச்சி

இருக்கத் துடிக்கிறது பல்லி

வெள்ளி நாவின் சுழற்சியில்
மின்னித் தெறிக்கின்றன
மீட்சியின் சொற்கள்.
●

பகல் முழுக்க விசிறிகள் சுழன்றும்
துடைக்கமுடியாத புழுக்கம்
உன் விழிபட்டு விலகுவது
தவிர்க்கமுடியாத ஆறுதல்

முணுமுணுக்கும் ஆத்துமத்தின் குரல்
உரத்தொலிக்கும் மாலையில்
உடன்படிக்கைப் பெட்டியை
உடைத்துவிட்டு
மன்னிப்புக் கோரும் அந்தியோடு
நீ மேலேறிச்சென்று
முனை திரும்பிப் பார்த்தாய்
என்றோ உருவிச் சீறிய
விண்மீன் ஒன்றுன் கண்ணில் தொலைந்து
கால் கொலுசு வழி மீண்டது
இருமருங்கிலும் பள்ளத்தாக்குகள்
கட்டித் தணிக்கப்பட்ட மாடி வீதியில்
சலனமின்றி நடைபெற்றதுன் பிரிவு
எதிர்கொண்டு உயரத்திலிருந்து
வழிந்து வந்த ஒற்றைக் கண்ணீர்த்துளி
படிக்கட்டுகளில் தனியாக அலைந்து
என்னைக் கடந்திறங்கிக் காத்திருந்தது

அதனருகே அதிகாலையை எதிர்நோக்கி
துணையாகக் கிடந்துறங்கிய இரவுக் கனவில்
மோதிச் சிந்தின
ஒளிக் குமிழ்களாய்.

பார்வையை காத்திருக்கச் சொல்லி
ஏதோ நினைவாய் செருகியிருக்கும் விழிகள்
முத்தமிடும் காற்று பழுதுற்று
மெல்லிய இடைவெளியில்
ஸ்தம்பித்த இமைகள்
மூச்சின் சீற்றத்தில் லேசாக
பதறுகிறது நாசி நிழல்
கடலை நோக்கி வீற்றிருக்கிறாள்
இரண்டாய்ப் பிளந்த மடி
திரண்ட தொடைகளாய் விரிந்திருக்க
அலைகளை வரவேற்று
திறந்திருக்கிறது திரை கிழியாத யோனி
அஸ்திரமுனையாய்
ஆக்கம் பெறுகிறது அலையின் விசை
நீலரசமாகிக் கொதிக்கிறது கடல்
தோய்த் தணிகிறது சிவந்த சூரிய அப்பம்
வழிபாட்டின் துருப் பிடித்த திறவுகோல்கள்
விறைந்து எழுகின்றன பார்வையாளர்கள் விழிகளில்
சூரியன் இறங்குகிறான் சமுத்திரத் தினவுள்
அணைக்கக் காத்திருக்கின்றன
கடல் பாறைகளின் விரிந்த கைகள்
தீயாய் ஜொலிக்கிறது அவள் முகம்.

●

பனி படர்ந்த வார்த்தைகள்
உருகி நீராகி
அவசியமற்று
கசங்கிய ஆச்சரியங்களின்
புருவ மடிப்புகள் நிமிர்ந்து நேராகி
கிளிபோல் பேசி
ஒலி கழிக்கும் சுவர்க்கடிகாரம்
அயர்ந்து ஆணியில் உறங்கும்வரை
காத்திருக்க முடியாமல்
காட்சியொன்றின் பல்லாயிரம் பிரதிகளால்
கட்டப்பட்ட மட்டமான காவியமாய்
வெறுமனே என்னை விழுங்கி
உமிழும் உன் வீட்டில்
மரித்தவனின் விழிச் சாயலோடு
திறந்திருக்கும் இம்மரக் கதவுகளை
அரவமின்றிச் சாத்திவிட்டு
விலகிப் போய்விடுகிறேன்
ஒரு அந்நியனைப் போல்
பூரண நிலவின் பின்னிரவுப் பார்வையில்
பொன்னலங்காரமேற்று நீளும் இவ்வீதியில்
நீ காவல் வைத்திருக்கும் அச்சம்
மோகினியின் கொலுசு மணிகளை
கிணுக்கி முன் செல்ல
மெல்ல நடை உதைத்து
அர்த்தங்களின் வாழ்வு பூர்த்தியுறும்
அர்த்தமற்ற பயணக் கோடுகளின்
வசீகர அழைப்போடு
புவி ஈர்ப்பின் நிகர கதிகளை மீறி
நிழல்போல் நடந்து மறைந்துவிடுகிறேன்
எல்லைகளற்ற மர்மவெளியில்
சிலையின் திறக்கப்படாத விழிகளாக
நீ ஒளித்து வைத்திருக்கும்

ஜெ.பிரான்சிஸ் கிருபா

மகத்தான சிற்பக் கூடத்தின் கதவுகள்
தானாகத் திறந்து இடிகள் முழங்கி
மாபெரும் திகைப்பில் கட்டி நிறுத்தட்டும்
நானற்ற வெறுமையை
யாருக்கும் எட்டாத கவிதையாய்.
●

விழிப்பற்ற நித்திரை மேவுகிறாள்
நீருள் மோகினி
கண்ணில் கூச்சம் பூசுகிறது
முலை மேட்டுக் கோபுர இருட்டு
கண்ணுற்ற இளவரசர்கள்
நெரிந்து சாகிறார் பாறையிடுக்குகளில்
இன்னும் பலரை எதிர்பார்த்து
சுருள் கூந்தல் காற்றில் அவிழ்ந்து
கரையில் விரிகிறது நீலக்கம்பளமாய்
நுனிக்கடல் நீராடிகள்
அலறிப்புடைத்து திரும்பியோடுகிறார்

கனவின்
மூன்றில் ஒரு பங்கு சொத்தையை
கண்ட சலிப்பில் புரண்டு படுக்கிறாள்
ஜகம் குலுங்கி
நட்சத்திரங்கள் நடுங்குகின்றன
அச்சமின்றி நிற்கிறேன் அந்தரத்தில்
பேரலைகளில் சுருண்டு வரும்
மரணத்தை மறித்து முத்தமிட.
●

நட்பு பெருகும்
ப்ரிய திசை நோக்கி
காத்திருக்கப் பொறுமையின்றி
கை விரையும் அவசரங்கள்
கசங்கிக் கிடக்கிறது குப்பையில்
இரவில் நட்புடன் விருந்துக்கு வந்தவை
விடிந்ததும் அகதிகளாகிக் குறுக
முதுகு திருப்பி மனம் நடக்கிறது
வீரியம் தேடி
தாயின் காலடியில் கைக்குழந்தையின்
கழிவறையாகக் கட்டி முடிக்கப்பட்டதொன்று
திடுமென உடைந்து காணாமல் போனது
ஐந்து நிமிடம் நடந்த கனவு
கண்களைக் காலணியாக அவிழ்த்து
முகத்திலெறிந்துவிட்டு
மரியாதையுடன் கரைந்து போனது
நெடுநாளாக ஞாபகத்தில் ஒதுங்கி
மூளைப் பாறையோரம் கருக்கலில் நிற்கிறாள்
நிறையம்மணச் சிலைப்பெண் ஒருத்தியும்
சுவாசிக்க இழுக்கும் மூச்சில்
சிகரெட் நுனிகளாகக் கனலும் தீக்காம்புகள்
மதர்த்த முலைகள் இரண்டிலும்
பொருளொன்றும் பிடிபடாமல் வெற்றுப் பார்வைகளால்
சாம்பல் தட்டித் தட்டிக் கழிகிறது
பின் ஜாமாங்கள்
ஒரு வேதனையுமின்றிச் சிரித்துக்கொண்டிருக்கிறது
நினைவுக்கொடி நுனியில்
அடுத்த வரிக்காக
தலைகீழாய்த் தொங்கும் மௌனம்.

●

பசுமை படர்ந்து விரிந்த
உன் சிந்தை வெளியில்
மந்தையெனக் கலைந்து முன்சென்ற
கனவுகளை மேய்த்தபடி தொலைந்து போனாய்
புதிர்கள் புதர்களாய் அடர்ந்தவுடன்
மூடிவைத்த சுவடுகளை
ஒவ்வொன்றாய் புதையலெனக் கண்டெடுத்து
பின்தொடர்ந்து வந்து சேர்ந்தேன்
இம்மரத்தடியில்
எனை நோக்கி சத்தமின்றித் திறக்கின்றன
பசியின் கதவுகள்
நீ செரிக்கப்பட்டிருக்கலாமோ
என ஐயம்கொள்கிறேன்
மிகத் தாமதமாய்
சுள்ளிகளைப் பிரித்தெடுக்க அறியாத பறவைகள்
பழைய கூடுகளை அப்படியே விட்டு
வெகுதூரம் சென்றிருக்கின்றன
காற்றிலாடும் மரக்கிளை
கைகளை வீசி ஊமை மொழியில்
உணர்த்துகிறது புதுப்புது ரகசியங்களை
உச்சிக் கிளையின் நுனிக்காம்பில்
இலைமறை காயாக
விளைந்துகொண்டிருக்கிறது
தேவதை எனப்பட்டவளின்
ஒளித்து வைக்கப்பட்ட
ஒற்றை முலை.

*ச*துர முடிச்சுக்குள் சிக்கியிருந்த
மௌன வயலின்
முற்றிய கதிர்கள் வரவேற்று
ஸ்பரிச மொழியில் உரக்க
பேசத் துவங்கியதுன் தனிமையை

வாய்க்காலில் சலசலப்பு ஓங்கியிருந்த
குருதியின் ஓட்டம்
முறையீட்டின் வசீகரத்தில்
கெட்டிதட்டி ஸ்தம்பித்தது

ரகசியத்தின் ராட்சசப் புலன்கள்
ஊதிப்பெருக்கிய ஊழிக்காற்று
பெருமூச்சாய் சீறியடிக்க

சதுர முடிச்சிட்டிருந்த வரப்புகள்
அசுரகதியில் சுவர்களாய் எழும்பி
மீண்டது படுக்கையறை
நீ நிறுத்த மறந்துபோன
மின்விசிறியோடு

ஊர்வலத்தில் புகுந்து
கலவரம் கழற்றி எறிந்த காலணிகளாய்
எங்கும் சிதறிக் கிடந்தன
மோகத் தானிய மணிகள்

எலும்புச் சுள்ளிகள் நொறுங்க
நெஞ்சுக்கூட்டிலிருந்து எம்பிய பறவை
தின்று கிறங்கியது தாவித் தாவி

கசங்கிய படுக்கை விரிப்பின் மடிப்புக்குள்
பதுங்கியிருந்தவைகளையும் தேடிப்பிடித்து
உண்ட கணத்திலேயே செரித்தது

எஞ்சியிருந்த இன்னும் சில மணிகளுக்காக
தாவி வந்து நிலைக்கண்ணாடியை

நெருங்கி அலகு விரிக்க
திடீரென்று
உளவு பார்க்கத் துவங்கிற்று
அறையின் மற்றொரு தனிமை.
●

ஒளிரும் சமுத்திரச் சிற்பம் நீ
உன்மீது கவியும்
எண்ணங்களெல்லாம்
சுவாசக் காற்றின்
இரக்கமற்ற புறக்கணிப்பில்
பறக்கும் கானல் தோணிகள்

பளிங்குவெளி மீது
பதி வைத்துப் பாயும் விழிக்கதிரோ
பச்சை உமிழும்
பசும் புதிரின் வாசலில்
குழையும் நாய் வால்.
●

மிதக்கப் பயிலும் விழிகளுக்கு
நீந்தத் துணை புரியுமுன்
நீளக் கூந்தலை
நீண்டு கிடக்கும் நெடுஞ்சாலையின்
சாயலில் ஓசையின்றி
கால்களால் தியானித்தபடி

நீ பிறந்த நாளையெடுத்து
திருத்தமாக உடுத்திக்கொண்டு
பின்தொடரும் என் நிழலை
திரும்பித் திரும்பிப் பார்த்து
திசை யூகித்து வருகிறேன்

சலவைக்கிட்டுத் திரும்பிய கனவுகளை
மடிப்பு கலையாமல் கையிலடுக்கி
திருக்குப் படிக்கட்டில்
வட்டமடித்து மேலேறும்
கழுத்து வலியொரு பொருட்டல்ல

யாரும் தரக்கூடுமெனினும்
யாரும் தரத் துணியாததாய்
என் கையிலிருக்கிறது காம்பு அறுபட்ட
பேரழகின் ஒற்றை மலர்

அதன் இதழ்களைக் கிள்ளி
வழியின் இருமருங்கிலும் எறிவது
சவ ஊர்வலத்தை சக பயணிகளுக்கு
நினைவூட்டிப் பயமுறுத்தலாம்தான்
அதற்கெல்லாம் கவலைப்பட முடியாது இனி

ஏதேனில் இரு ஆத்மாக்களின் ஆதித் தனிமை
சபிக்கப்பட்ட மரத்தில் கனியாகத் திரண்டதை
கண்டு நெருங்கிய கவிதையிலிருந்துதான்
துவங்கினோம் நாமும்

ஜெ.பிரான்சிஸ் கிருபா

என் சார்பாக இன்று
முன்வைக்கும் இம் மூளிக்காம்பில்
தனியொருவனின் முதலிரவுக்கு
கதவுடைந்த பொதுக் கழிவறையை அலங்கரிக்கும்
நவத் தனிமையின் முகம் மலரும்

முத்தமிட்டோ முகம் சுழித்தோ
பெற்றுக்கொள்ளத்தான் வேண்டும் நீ
ஏனெனில் இது பரிசு.
●

கண்ணாடித் தாவரத்தின்
விரித்த கைகளாக
ஒழுங்கற்று விரியும்
ஒவ்வொரு இலையிலும்
வேர்களின் பயண முகங்கள்
நரம்புகளாக
விட்டு விலகிப்
போகத் தெரியாதவனிடம்
நரம்புகள் நடிக்கின்றன
வேர்களாக
வேர்கள் மற்றொன்றாக.
●

ஆழ்ந்த நித்திரையில்
கண்ணாடிச் சிறகுகள்
தாழ்ந்திருக்கும் நிலையில்
நெருங்கினால் பிடிபட்டுவிடும்
புட்டான் சூத்திரங்களோடு
வனம் இறங்கி நடந்தேன்

கை நீட்டிக் கை நீட்டி
ஏமாற
காலத்தின் மனமாய்
நழுவிக்கொண்டே போயிற்று
உன் கனவு

திருவிழாக் கூட்டத்தில்
தெரிந்தவர் முகம் தேடி
மேலும் மேலும் தொலையும்
குழந்தையானேன்

இறுதியாகக் கைநீட்டி
ஏமாந்தவன் இப்புறத்தில்

பிடிக்குத் தப்பியுன்
யோனி வழியே
வெளியேறிய வண்ணத்துப் பூச்சி
அப்புறத்தில்.

●

பூவா தலையா
போட்டு விளையாடவும் விடாமல்
சுண்டும்போதெல்லாம்
விதியின் நாணத்தில்
குப்புற விழுகிறது
வேண்டிய சின்னம்
மதர்த்த பெண்களோ
திட்டமிட்டே தெருவில் நடக்கிறார்கள்
பின்புறம் குலுக்கி
துரத்தித் துரத்தி தானமிட்டு
தாறுமாறாய்க் கழியும் அந்திகள்
காண்பதற்கும் காணப்படுவதற்குமான
இடைவெளி
துரத்துவதற்கும் துரத்தப்படுவதற்குமிடையே
மிகக் குறைகையில்
வந்தே விடுகிறது அவர்கள் வீடு
கடைசியாய் எஞ்சிய
இரண்டே இரண்டு முலைகளையும்
தானமிட்டு
அறைந்து சாற்றுகிறார்கள் கதவுகளை
மேலும் திசைகள் தீர்மானிக்கப்பட்டு
வழிச்செலவுக்கு
கையில் திணிக்கப்படுகின்றன நாணயங்கள்
மிக நேர்த்தியாக
ஒவ்வொன்றிலும் பொறிக்கப்பட்டுள்ளன
விறைத்த ஆண்குறியும்
மறுபக்கம்
பிளந்த பெண்குறியும்.

●

மர்மத்தின் முழு நிர்வாணமே நீ
தண்ணீர்ப் பாறைதான் ஆயினும்
முகம் காட்டும்
கண்ணாடி உடலில்லை உனக்கு

உன்னுள்ளும் ஒளிந்திருக்கத்தான்
வேண்டுமொரு கனிந்த குரல்

பிடிக்குள் சிக்காமல்
பிறப்பெடுக்கத்தான் வேண்டுமொரு
ரசனைச் சுழி

உடைத்துப் பிளந்து நோக்கின்
ரகசியமாய் உருகிச் சிந்தலாம்
ஒரு சொல்
....
ஓங்கி வீசும்போதெல்லாம்
துணிந்து விழுகிறது
சம்மட்டியின் தலை.

கூடல் முடிந்து உணர்வுகள்
திரேகங்களை ஊடுருவத் தொடங்கி
நரம்புகள் முறுக்கேறி
ரத்தத்திலிருந்து மின்சாரம் பாய
இடைவேளை விட்டு
உறையணியும் நேரத்தில்
மெலியும் ஆண்குறி போலன்றி –

மெல்ல மெல்ல
மெலியும் இருதயம்
தீர்ந்தே போனது விளிம்பில்

புலன்கள் திகைக்கும் ஈடுபாட்டுடன்
நிகழும் புணர்வின் உச்சத்திற்கிடையே
ஜவ்வொலியுடன் கிழிபட்ட
மலிவான ஆணுறையை வேசியின்
கன்னித் திரையெனப் பாவித்து
ஜில்லிக்கும் மூளையின்
கள்ளத் தித்திப்பல்ல

புஜதத்தைக் கவ்வி என்னையே
கடித்துத் தின்னத் தூண்டும்
வைரமேறிய மதுரம்

கண்டு கண்பட்டு
அலுத்து அழுக்காகி
பேரம் பேசும் விழிகளில்
வழியும் பழைய வெளிச்சமல்ல –

பேரொளியைத் தெளித்து
விஸ்வரூபமும் சுபாவமும்
கூடி விரிந்த ஒளிக்குருத்து

அதொன்றே அழகு
அதற்கெதிரே மற்றதெல்லாம்
அலங்கரிக்கப்பட்ட
அழகான தடயங்கள்.

தாயின் மண்டை ஓடு
காலடியில் நொறுங்க நடந்து
புதைத்திருந்த தந்தையின் கொம்பில் இடறி
குப்புற விழுந்து எழுகிறது
காயடி தப்பிய காளை

திரேகமெங்கும் அருகம்புல்லை
பச்சை குத்தி அழகேற்றிய
பாலைவனத் தேவதையின் கடைவாயில்
ஏளனத்துடன் சுழன்றெழுகிறது
மணற்புன்னகை

எழுந்த புழுதித் திரை
விண்ணை முட்டி இரண்டாய்க்
கிழிந்து சரிய
துவங்குகிறது அடுத்த காட்சி

அடிவயிற்றுப் பேரழகைத் துண்டாடாமல்
நடுவாகச் செல்லும்
ஒற்றையடி ரோமப் பாதை நெடுக
மெல்லி அரும்புகளின் அடர்த்தியான
வரவேற்பு

மசியத் திமிறும் தசைகளின் நடுவே
அசைத் தயங்கும் விழிகளின் நிலைப்பு
புலன்கள் கூடும் காந்தத் திடலில்

பொன்னிழைகளால் உயிரிசைக் குறிப்புகளை
அலைந்தெழுதி வாத்தியமுமாகும் மேகங்கள்

மீட்டலின் லயிப்பில்
நெளிந்தாடும் தந்திகள்
அறுந்து விழுகிறது தளர்ந்த காற்றில்

பிரபஞ்சத்தின் ஓரவஞ்ச தர்க்கத்தை
பாத்திரமேற்று நிகழ்த்திய மழை
ஓய்ந்து தெளிகிறது வானம்

ஈரநிலக் காட்சியின்
அடுத்த கட்டத்தை எதிர்நோக்கி
உயரே ஒரு
உலர்ந்த முழு நிலா.
●

புல்லென்று நினைத்திருந்த
ஒரு தாவரக் கீற்று
தன்னைப் பூவென்று
ஒப்புக்கொண்டதில்
நின்று நீ முலைக்காம்புகளால்
நீர் மட்டம் அளந்த நதி
நடந்தது நாணலில் கட்டுண்டு
தெரிந்தோ தெரியாமலோ
தென்றலை நெய்துகொண்டிருந்தவனிடம்
உன் உள்ளாடைக்கு
கை நீட்டியபோது
ஊசி நிமிட முள்ளாக
நெஞ்சுக்குள் வைத்து
தைக்கப்பட்டது.
●

பாத்திரம்கூட அற்ற
பிச்சைக்காரனாய்
சூரியனை எழுப்பும்
குளிர்காலங்களில்
பனித்துளிகளை
நிதானமாகத் தானமிடும்
ஒற்றை விரலே
யாரின் கையுள் நீயிருக்கிறாய்?
தூரிகையின்றி நீ வரைந்த
மகத்தான ஓவியத்தில்
நானிருக்கக்கூடுமா
வண்ணமாகவேனும்
எழுதுகோலின்றி எழுதிச் செல்லும்
இம் மாகாவியத்தில்
நான் பெறுவேனா
துளி பாத்திரமேனும்.
●

கடிதக் கட்டுகளும்
புன் சிரிப்புமாய்
நெருங்கி வந்தவன்
அன்றைய அவன் வருகைக்கான
அத்தாட்சிக் கையொப்பம்
பெற்றுப் பிரிகிறான்

தனித் தனியே செல்லவும் தெரியாமல்
பின்னிப் பிணையவும் முடியாமல்
தொட்டும் விலகியும்
தொடர்ந்து செல்கின்றன
தபால்காரனின்
சைக்கிள் தடங்கள்.
●

எண்ணும் எழுத்தும் குறிப்புகளாகப்
பொறிக்கப்படாத வானொலிப் பெட்டியின்
கண்ணாடித் திரைக்குள்
உன்னைத் தேடியலைந்த நரம்பின்
பெண்டுல யாத்திரை முடிந்துவிட்டது
எனக்கென்று செய்தியோ பாடலோ
மெல்லிசைக் கசிவோ
பொறுத்திருக்கச் சொல்லும் நீண்ட ஊளையோ
இல்லையென்பது உறுதியாகிவிட்டது
எனினும்
நிமிட வட்டத்துக்குள் சுழலும்
ராட்சச சக்கரத்தின் எல்லாப் பற்களிலும்
புன்னகையைத் தீட்ட முனைந்து
இரண்டாக முறிந்துகிடக்கும் தூரிகையை
ஏனோ அப்புறப்படுத்தத் தோன்றவில்லை
மெல்ல அணி வகுத்து
ஊர்ந்துவரும் சொற்கள் எறும்புகளாக
தூரிகையின் உதடுகளைச் சூழ்ந்து மொய்ப்பதாய்
விரிந்து நிற்கும் இக்காட்சியின்
மனசாட்சியாய் இருந்துகொண்டிருக்கிறேன்
எதேனும் மிச்சமிருக்கலாம்
வண்ணங்களும் வார்த்தைகளுமாக
திறந்திருக்கும் இச்சன்னல் சதுரத்திற்கு
வெளியே தார்ச்சாலையில் நீர்ப்புள்ளிகள்
இரைச்சலிட்டுத் தளர்த்து பெருகலாம்
எக்கணத்திலும் உன் குரலாக
ஏனெனில்
நமக்கிடையில் படர்ந்து நிற்பது
பால்வீதியின் கிரக இடைவெளியே
என்ற நம்பிக்கையோடுதான்
உன்னைத் தொட்டுணரத் துடித்த
விரலைத் துணித்துச் செலுத்தியிருக்கிறேன்
விண்கலமாக.

வெகு

அபூர்வமாய் சித்தித்த
மிக
அர்த்தம் பொருந்திய சந்திப்பில்
நம் இருப்புக்குப் பின்னே
சாய்ந்து கிடந்த நிழல்கள்
நம்முடையதாய் மாறும்வரை
அப்படியே பிணைந்திருக்க
சாத்தியப்பட்டு
எம்பித் தொடாத உச்சக்கட்டம்
நடக்கப் பயின்ற கை விரல்களின்
காலடியில் மிதிபட்டு உடைந்துருகி
அலைகளாக வட்டமடித்த உணர்வுகளின்
சிறு துணுக்குறலில்
புலன்களின் வெறும் ஞாபகங்களாய்ப் படிய
உன்னிலிருந்து என்னைக் கிழித்து
வெளியேறினேன்.

வழியில்
இடப் பக்கத்தில்
பழைய வீடு ஒன்றை
இடித்துக்கொண்டிருந்தவர்கள்
என்ன செய்தார்களோ தெரியவில்லை
வளாக மதில்மீது
தனித்திருந்த சிறு மரம்
சுவர் திருப்பங்களுக்குள்
சதுரமாய்
செலுத்தியிருந்த வேர்களை.

●

மிதக்கும் கிரகத்தில்
கனக்கும் வாழ்வை
சுமக்கும் பக்குவமற்றவனை
முற்றுகையிடும் மௌனமே
விலகிப் போ
கூச்சலிடவில்லையெனினும்
என்னை
கொஞ்சம் கொஞ்சமாக நீ
கொன்றுகொண்டிருக்கிறாய்
ஏழு ஏழு சென்டிமீட்டராய்
எவரெஸ்ட் சிகரம்
எங்கு நகர்ந்துபோனால் எனக்கென்ன
நான் எழுந்து நடக்க வேண்டும்
அங்கொரு பிட்சு நூறு வருடங்களாக
கண் விழித்திருந்தால் நான் என்ன செய்யட்டும்
நான் கொஞ்ச நேரமேனும் உறங்கி எழ வேண்டும்
கரையில் படகுகள் அடகில் இருப்பதாய்
குமுறும் கற்பனை என்னுடையதல்ல
கடவுளுக்கு ஆள் தேடும்
கனவுகளுக்கு அஞ்சி
புயலாடிய ஏழுகடல் நடனங்கள்
கண்டு பிதுங்கிய விழிகள்
கைகளுக்கு எட்டாத தூரத்தில்
எண்ணிக் கொண்டுதானிருக்கிறேன்
திருட்டுப்போய் நான் மீளாத
ஏழாவது அதிகாலை இது.
●

அழகான கனவு அபூர்வமாய் சித்திக்கிறது
ஆயிரத்தில் ஒருவருக்கு

சர்ப்பத்தின் நாவாக அச்சத்தைத் துருத்தி
நெளிந்து நீள்கின்றன கெட்ட கனவுகள்

கலையும் தறுவாயில்தான்
கண்டுகொள்கிறேன் நல்ல கனவுகளை

இரவுக்கு வெளியே
கனவுக்குக் காவலிருக்கும்
தேவதைகளும் உறங்குகிறார்கள்

அவர்கள் கனவுகள்
நாம் நுழைய முடியாத
நீர்க் குமிழியாகப் பூட்டியிருக்கின்றன

வெளியிலிருந்து பார்த்தாலும்
தெளிவாய்த் தெரிகிறது கபடமற்ற கனவுகள்

திரும்பத் திரும்ப வரும் கனவுகளில்
திருத்தங்களே இருப்பதில்லை

இறுதிக் காட்சியாக விரிந்து
கண்ணைக் கொத்தும் இரக்கமற்ற கனவுகளில்
செத்துச் செத்து அலுத்துப்போனது

இறப்பதுபோல் எல்லோரும் காண்கிறார்கள்
ஏறக்குறைய இரண்டு கனவுகளேனும்

பிறப்பதுபோல் வந்திருக்குமா
யாருக்கேனும் ஒன்று.

●

ஜெ.பிரான்சிஸ் கிருபா

அது
மீள்வதும் ஆழ்வதுமாய்
இருக்கிறது
அலைகள் உள்ளேறும்
ஞாபகப் பரப்பில்
நிமிர்த்தி நேர்செய்ய
ஏலாததாய் சுழிந்திருக்கிறது
அதன் கேள்விக்குறி

அது ஒரு மழைக்காலமாக
இருந்திருக்கலாம்
எந்த மனக்கடிதத்திலும்
குறிப்பிட முடியவில்லை துல்லியமாக
விருந்தாட வந்தவர்கள்
முகங்கள் பதிந்து கிடக்கின்றன
உறவுமுறைகளில் தெளிவில்லை
விளக்குக் குழியில் துட்டு துழாவியபோது
தேள் கொட்டியது என்னை
இடக்கையிலிருந்த ஓமத்திராவக
பாட்டில் நழுவி விழுந்து
இரவு சிதறியது
எல்லோரும்
ஓடிவந்து சூழ்ந்தார்கள்
நீ தாமதமாகத்தான் வந்தாய்
சிம்னி விளக்கை வாங்கி
தேளைத் தேடி கையில்
எடுத்தாள் பாட்டி

மத்தியானம்
குளமீனைக் கழுவி
குடல் நீக்கும்போது கண்டெடுத்து
தம்பிக்கு விளையாட ஆகுமென்று
பத்திரப்படுத்தியதாய் சொல்லிவிட்டு
போனாய்

அனைவரும் வாங்கி
தனித்தினியே பார்த்தார்கள்
லேசாகத் துருவேறிய
தூண்டில் முள்ளை!
●

யாரொருத்தியும் வாய்க்காமல்
சுய முடிவெடுத்து
செத்தும் தொலையாமல்
நம்பிக்கையோடு இன்னும்
பெண் தேடிக்கொண்டுதான்
இருக்கிறது அது என்பதே
இத்தரப்பதிலிருந்து
எல்லோருக்குமான தலைப்புச் செய்தி
இதே நாளில்
பிரிந்து போனதற்காக
நாளிதழில்
குடும்பத்தோடு வருந்துபவர்கள்
தயவுசெய்து தவிர்த்து விடுங்கள்
இளம் பெண்களின் புகைப்படங்களை

முதற்பார்வையில் தாவும் மனம்
மறுபார்வையில்
வேதனையில் துவள்கிறது

இறந்தவர்களிடம்
எப்படி
மன்னிப்பு பெறுவது.
●

உலையில் போட்ட சிலுவை

அதனினும் புனிதமான
அதனினும் பரிசுத்தமிக்க
அதனினும் எளிமையான
அதனினும் பாவங்களற்ற
அதனினும் பழிகளற்ற
அதனினும் பலிகளற்ற
சிலுவை உலகிலொன்றுமில்லை
பிரேத பரிசோதனைக்குப் பின்
அந்த சடலத்துக்குச் செய்யும்
உபகாரங்களில் பெரிதும்
ஞாபக அழுத்தம் கொள்ளவேண்டிய
சிலுவை அது
அவனினும் வக்ரமான
அவனினும் அயோக்கியமிக்க
அவனினும் நீசனுமான
அவனினும் கல்லுள்ளம் மிக்க
அவனினும் காதல் துரோகியான
அவனினும் பொய் மலிந்த
கவிஞன் உலகிலொருவனுமில்லை
எனினும் அவன் இறந்துவிட்டான்
அவன் பாவங்கள் அனாதையாகிவிட்டன
மோட்ச விளக்கொளியில் கல்லறைக்குள்
அவன் இருதயத்தை மண் தின்னும்போது
மேலே காவல் நிற்கும் சிலுவைக்காக
பச்சை மரத்தையோ பளிங்குக் கல்லையோ
வானவில்லையோ துன்புறுத்தவேண்டாம்
கல் களைந்த அரிசியைக் கொட்டும்முன்
ஈரக்கைகளால் மறக்காமல் அவன்
அம்மா உலையில் போட்ட சிலுவைகளில்
ஒன்றை அங்கே நிறுத்துங்கள்
ஏனெனில்...

●

தூரத்துப் பார்வையிலிருந்து

இரவு வானத்தின் மேலே
கவிழ்ந்து படுத்துக்கொண்டு
யாரோ உறுத்துப் பார்த்தபோது
நடுங்கிய உயிரின் சுருள் வில்
இன்னும் அதிர்கிறது

அருகருகே இமைக்காமல் திறந்திருந்த
இரு விழிகளில்
கூர் தீட்டி குறிதப்பாத பார்வைகள்

அச்சத்தின் முதுகில் தைத்த
பார்வையின் முதலாம் அஸ்திரத்தில்
பற்றியெரிந்தது அநாதை வன்மம்

இரண்டாம் அஸ்திரத்தில்
குருத்து மாமிச இச்சையோடு
அஸ்தமன சூரியனை துரத்தித் தோற்ற
வெறிநாயின் பசி

மூன்றாம் அஸ்திரத்தில்
தன்னை நோக்கி ஏந்திய பிச்சைப் பாத்திரத்தில்
வெற்றிலை எச்சில் துப்பி
நாச்சிவப்பை விசாரித்தவளின் ஆணவம்

நாலாம் அஸ்திரத்தில்
செத்துப் புழுவைத்த சினைப்பன்றி நாற்றத்தை
உதட்டிலூட்டி உறக்கம் கலைக்கும்
துர்தேவதையின் காமம்

ஐந்தாம் அஸ்திரத்தில்
தோளில் பல்லக்கின் வடுவோடு பிறந்த இளவரசனை
பிரசவ மாடத்து கட்டிலில் கண்ட
அரசனின் கோபம்

ஆறாம் அஸ்திரத்தில்
மிஞ்சும் பறவையின் கதறலில்
காரிருள் மூடிய வனத்தை
தீயிட்டுத் திறந்துகாட்டும்
மூங்கிலின் காட்டு முத்தம்

ஏழாம் அஸ்திரத்தில்
அன்பின் முறை வந்தபோது
எழுந்தது சூரியன்.
●

துயரம் மின்னும் விழிகளுக்குக்கீழ்
காலம் தள்ள
மெல்லச்செல்லும் பொன் நிலா
குஷ்டரோகியும் பேரழகியும்
நிர்வாணமாய் விழித்திருக்கும் இரவில்
நீரில் நித்திரை கலைந்த மீன் குஞ்சு
விளிம்பில் கடித்திழுத்து
கிணற்றுக்கு வெளியே எறிகிறது
அதே நிலவை.
●

துயர் விடு தூது

நகம் வெட்டுவதுபோல்
மரம் வெட்டுகிறார்கள்
பழம் காய்க்கும் மரங்களுக்கும்
மலடு தட்டியதும் கதியிதுதான்
முன்பின் சரிந்து பழக்கமில்லா மரங்களை
திடீரென்று சாய்த்துவிடுகிறார்கள்
சாய்ந்தாடி சாய்ந்தாடி
வளர்ந்த கிளைகள்
படீரென ஓய்ந்துவிட்டது
கண்டதும் மாரடிக்கத்
தோன்றியது என்கிறாய்
மரமேஜை மீதிருக்கும்
மாதிரி புவியுருண்டையை
சுழலவிட்டபடி
விழி தாழ்த்தியிருக்கிறேன்
வெட்டவெட்ட வளர்ந்த
தளையெது தலையெதுவென
உன்னைத் தின்னும் கவலைகளை
கலைக்கும்பொருட்டு
உன் மார்மீது எறிய
என்னிடம் பூவேதுமில்லை
உன் வருத்தங்களை முத்தமிட்டால்
ஆற்றாமையின் வெப்பத்தில்
இதழ்கள் சாம்பலாகி
மூச்சுக் காற்றில் பறந்துவிடும்
அகலைப்போல
எனக்குள் ஆங்காங்கே
தீயின் ஓரிலைத் தீவாகி
தள்ளாடத் தொடங்கிவிட்டாய்
சரிந்து கிடந்த மரத்துக்கடியில்
நசுங்கிக்கொண்டிருந்த நிழலில் கொஞ்சம்

உருவியெடுத்து வந்திருந்தால்
உதறி விரி
உலகம் அழியும் முன்
உறங்கிவிடுவோம்.
●

கடலுக்குப் பெயர் வைக்கவேண்டும்

நீரால் சீரணிக்கமுடியாத
சிப்பிகள் புரள்கின்றன
கர்ப்பத்தின் வேதனையை
கரைக்க முடியாமல் கடல்
தடுமாறுகிறது
ஆமையின் பின்னங்காலில்
மிதிபட்டு அழும்
தானே பிறந்த குழந்தைக்கு
வேறொரு பேர்தான் பொருந்துமா
கடலே போதுமா?
●

உறவுக்கு எட்டாத முத்தம்

நிகழ் காலத்தின்
நிழல் படிந்திராத
தொன்மையுடன்
மேலிருந்த பரிகாசத்தை
அண்ணாந்து பார்த்தேன்
அறிவின் ஏணிப் படிக்கட்டில்
திமுதிமுவென
குதித்து இறங்கியது
இருள்
வெளிச்சங்கள் பணிந்து
மேகங்கள் இருட்டியது
காற்று ஊளையிட்டது
காடுகளின் தொப்புளிலிருந்து
சூறாவளிகள்
அகன்று சென்றன
வெண்கலத் தரைமேல்
புள்ளிமான் துள்ளுவதுபோல்
மின்னல்கள் குதித்தோடின
உறவுக்கு எட்டாத
முத்தம் பெயர்ந்து
என்மேல் விழுந்து
முகம் நொறுங்கிப் போனேன்
வராமலே
திரும்பிப் போய்விட்டது
இடியின் சப்தம்.

வெளியில் கொட்ட இடமேயின்றி
கைக்கடிகாரத்துள் உதிர்ந்து கிடந்த
பழைய நொடிகளைத் தொகுத்து
சில நிமிடங்கள் செய்திருக்கிறேன்
இறந்த காலத்தின் மிக எளிய பிறந்தநாளாக
பிணைந்திருந்த ஒரு முழு இரவையோ
பின்னித் திரிந்த வெதுவெதுப்பான பகல்களையோ
மணி நேரத்துக்கும் சிறிய இந்நாளுக்கு நீயருள வேண்டாம்;
பிறந்தநாள் பரிசாக திரும்பிப் பார்த்தாலே போதும்
அந்தக் காலம் ஆவலோடு கை நீட்டும்
உன்னைப் பின்தொடர்ந்த நிமிடங்கள்
உன்முன் கூசி நெளிகிறது
பழம்பெரும் நிமிடங்களில்
நம் சந்திப்புக்கும் முந்திய உன்
பாவனையற்ற முகம் லட்சணமாக மிதக்கிறது
பள்ளிப் பேருந்தை துரத்திவிட்டு
நடுவழியில் உன்னை அழப்படுத்திய
அந்த மூன்று நிமிடங்களைப் பார்த்தாயா
மன்னிப்புக் கோருமுகமாக எப்படி மலர்ந்து சிரிக்கின்றன
பதில்கள் தீர்ந்தும் கேள்விகள் மீதமிருந்த
கல்லூரி பரிட்சை மேஜையில் வைத்து
உன் நகங்களை சுவைத்துத் துப்பிய நிமிடங்களோடு
இப்போது என்ன பேச விரும்புவாய்?

●

பேருந்து பூக்காரி

இரவுக்குள் நுழைகிறது பேருந்து
பயணிகள் களைப்பிலிருக்கிறார்கள்
பலர் இருக்கையில் இறந்திருக்கிறார்கள்
சிலருக்கு நின்ற நிலையிலேயே உயிர் பிரிந்திருக்கிறது
நடத்துனர் விளக்குகளை எரியவிடுகிறார்
வெளிச்சம் எல்லோர் முகத்திலும் பரவுகிறது
ஜன்னலோர இருக்கையில் அமர்ந்தபடி
பூக்கட்டும் ஒருத்தியைப் பார்க்கிறேன்
வெண்ணிறச் சரங்கள் மடியில் முயங்கி வட்டமடிக்கின்றன
உதிரிப்பூக்களின் வாசம் கடைசி இருக்கைவரை அலைகிறது
பூக்கட்டும் விரல்களில் காட்டுமான்கள்
கொம்பைச் சிலும்புகின்றன
இணைந்து சுழலும் இரண்டு பற்சக்கரங்களாக
கை மணிக்கட்டுகள் மாறுகின்றன
பேருந்து செல்கிறது செல்கிறது செல்கிறது
ஒலியெழுப்பானில் ஓட்டுனர் சாலையில் உரையாடுகிறார்
முன் கண்ணாடிச் சதுரங்களுக்கு வெளியே
மலைமலையாக இருள் மறைகிறது
புறக்காட்சிகள் அழிந்து குகைப் படலத்தில் வேகம்
படபடக்கிறது
காற்றில் புரளும் சேலையாக நெளிந்து ஓடும் பாதையை
ஓட்டுநர் துரத்துகிறார்
பற்கள் நெரிபடும் சப்தம் கேட்கிறது –
கவிழ்ந்த முகத்துடன் பூக்காரி அடிக்கடி புன்னகைக்கிறாள்
அவள் கைகள் நூல் கண்ணிகளை சுறுசுறுப்பாக
இறுக்குகிறது
மெதுவாக நான் கேட்கிறேன்
ஒரு முழம் பூவுக்கு எத்தனை கிலோமீட்டர் வேகத்தில்
இந்தப் பேருந்து செல்கிறது அல்லது
ஏழு மைல் தூரத்திற்கு எத்தனை முழம் சரம் வளர்கிறது?
யாரோ தெளிவுபடுத்திய பதிலை சீழ்க்கையொலி கிழிக்கிறது
நிறுத்தத்தில் இறங்கி நடக்கிறேன்

பரிசோதகர் மறித்து கையை நீட்டுகிறார்
பையிலிருந்து பயணச்சீட்டை எடுத்துத் தருகிறேன்
அதை வாங்கி முகர்ந்து பரிசோதித்த மாத்திரத்தில்
பரிசோதகர் நாய்க்குட்டியாக மாறி பேருந்தைத் துரத்துகிறார்
கவிழ்ந்த முகத்துடன் பூக்காரி அப்போதும் புன்னகைக்கிறாள்
இப்போது நான் பேருந்துக்குள் இல்லை.

கடவுள்-கடல்-பரிசு

தனக்கென்று முடைந்திருந்த சின்னஞ்சிறு மரப்படகை
எனக்கென்று பரிசாகக் கொடுத்தார் கடவுள்
உன் பாதைகளை வரைந்துவிட்டோம்
நீ பயணப்படலாம்
வன்மம் மின்னும் உப்பு விழியுருட்டி கடல்
தன் பிரமாண்டத்தை உருவி பரிகாசமாகச் சிரித்தது
நான் மிரண்டு என்னுடல் பயத்தில் நடுங்குவதைக் கண்டு
கடல்மேல் திரும்பி பரிகசிக்கும் பற்களை
பிடுங்கி எறிந்தார்
'அவை இறுகிய கறும்பாறைகளாகக் கடவது' என
எழுந்தது ஒரு கட்டளைக் குரல்
அப்படியே ஆயிற்று
திடுக்கிட்ட கடவுள் முகத்தைக் கடுமையாகத் திருப்பி
என்னிடம் கேட்டார் 'யார் நீ'
கண்களால் அவர் பார்வையை அதட்டியபடி
பணிவாகச் சொன்னேன்
இந்த சின்னஞ்சிறு மரப்படகுக்குச் சொந்தக்காரன்.

அவளது வாசனை

நுரை படர்ந்து கலங்கியிருந்த தண்ணீர்
ஸ்படிகமாகத் தெளிகிறது
கரைந்து பரவிய துகள்கள்
திரும்பி வந்துறைந்து
துணித்த ஒரு நாவாக
வடிவமைகிறது
இழந்த உடலின் வாசனையில்
இச்சை முறுக்கேறி
நீரை நக்கி நக்கி
காதலோடு நீந்தி வருகிறது
நீரின் மேற்பரப்பையடைந்ததும்
ஒரு மீனைப்போல துள்ளி
கிணற்றின் படிக்கட்டில் அமர்கிறது
கைவிட்டவளைக் காணவில்லை.

பசியின் சருகு

ஒளியைத் துவைக்கும் காற்று
உன்மேல் உலரப் போடுகிறது
என் நிழல்களை
பதறும் சுடரைக் கண்டு
அதிரும் உயிரில் தீட்டப்படுகிறது
கருகும் விட்டில்களின் சருகான பசி
தனிமையின் விரலிடுக்கில்
புகைந்து கொண்டிருக்கின்றன
தத்தெடுக்கப்பட்ட கனவுகள்
என் உதடுகளுக்கு மிக அருகிலிருந்தும்
என் முத்தங்களுக்கு எட்டவில்லை
என் கன்னம்.

நட்சத்திரத் திருவிழா

சூரியனைத் தலையில் சுமந்து தெருக்களில்
அலைந்து திரிந்த நட்சத்திர வியாபாரி ஈடாக
மானெனத் துள்ளியோடும் இந்நாளை
உயிரோடு பிடித்துவரும் நிபந்தனையோடு
எனக்கிட்ட கட்டளையின் விளிம்பில்
கங்கு தகதகக்கும் பாலைவனத்தையள்ளி மேலே விரித்து
மாலையோடு உன் விளையாட்டு முடிந்து மறைகிறாய்
ஒட்டகங்கள் சட்டென கறுத்து காட்சி கலைகிறது
புள்ளியாகுமுன்னே பயணிகள் மறைகிறார்கள்
அறுத்துப் பிளக்கமுடியாத இருளை
சிறு பார்வையில் உடைத்து விழிக்கிறது முதல் வெள்ளி
ஒவ்வொன்றாய் பார்வைகள் புறப்படுகின்றன
ஒன்றுதொட்டு ஒன்றென சொட்டுச் சொட்டாக அவை
முதிர்கின்றன

பகலில் சுமையெனக் கருதிய ஓடம்
இப்போது துணையாக நதிக்கு மாறுகிறது
இரக்கமற்ற இரவின் கருணை துடிக்கும் தருணம்
நிலவும் பொங்கிற்று இளைத்த கீற்றுடன்
பாதை சுருண்டது என் கால்களுக்கடியில்
அவிழ்ந்த பாவனைகள் கைகளிலிருந்து கழன்றன
சிரிக்கப் பழகிக்கொண்டிருப்பது துல்லியமாகக் கேட்டது
கடவுள் நட்சத்திரம் கவிஞனின் விண்மீன்
வளர்ந்தவர்களின் வெள்ளி குழந்தைகளின் மெள்ளி
வெண்ணீல வொளியில் எல்லாம் முளைத்திற்று
பிஞ்சு நட்சத்திரமொன்று
குஞ்சுப் பறவையாக சிறகுகளைச் சிலும்பியது
நிச்சயமற்ற பச்சை நிறத்தில் கன்னக் குழியென
கள்ளச் சிரிப்பு சிரித்தது ஒன்று
யோசனையோடு நான் என் தாடையை வருடியதற்காக
நாணப்பட்டு சிலிர்த்தது ஒரு நட்சத்திரம்
மறந்து வைத்துவிட்ட என் மரணத்தை எடுத்துவர
விரைந்து சென்றது வெறியோடு ஒன்று

இங்கே வைரத்தோடுகளுக்காக
காது மூக்கு துளைத்த வலியில் யார் யாரோ விவரமில்லாமல்
என்றோ எழுதிய அழுகைகளின் தொகுப்பு ஓலமாகப்
பெருகியது
பீதியும் கொண்டாட்டமுமாய் பிரிவினையுண்டாகி மனம்
பித்துற்றது
இப்படித்தான் அடிக்கடி நான்
வானத்தில் நடக்கும் திருவிழாவில் வழிதப்பி
தொலைந்து போகிறேன் பூமியில்.
●

குற்றம்

என்னைச் சூழ்ந்திருந்து நான்
மதுவருந்தும் புகையோவியக் காட்சியில்
யாருடைய தந்திரமோ ஊடுருவியிருக்கிறது
மதுக்கிண்ணத்தில் நிரப்பப்பட்டிருக்கிறது
ஓடுதலை வீசப்பட்டவனின் சுடும் குருதி
கிண்ணத்தில் மிதக்கும் பனிக் கண்டுகளைப்போல்
எனக்கும் தெரியாது அவன் யாரென்று
அவன் புரிந்த குற்றத்தை
அறுதியிட்டுக் கூறிவிடமுடியாது
இப்போது இங்கே என்னால்
சில மிடறுகள் பருகியபின்
போதை மைற்கற்கள் பல தாண்டி
அக் குற்றத்தைக் கண்டுபிடித்து
ஒருவேளை நான் சொல்லலாம்
அல்லது செய்யலாம்.
●

என் உடைவாள் இங்கே நிற்கட்டும்

துக்கத்தில் சிவந்துவரும் விழிகள்
மீசை முளைத்து கரப்பான் பூச்சிகளாகி
முகத்தில் ஊர்ந்து அலையு முன்னே
உன்னிடமிருந்து நான் விடைபெற்றுக்கொள்ள வேண்டும்
ந நேசித்து மயங்கும் நிஜங்களும்
கலைந்து மறையும் கணம் மீளும்போது
நெடியதொரு கோடையில் வறண்டு
யாசிக்க நீண்ட உள்ளங்கையாக உன் நதி
படுகையின் குறுக்கே பறக்கும் நிழலை
பிடித்து நிறுத்தத் துடிக்கும்
அச்சோகத்தை மத்தியானத்து மைனாக் குருவி
மொட்டைப் பாறைத் திட்டு மேலிருந்து பாடி
அதன் கால்களில் மஞ்சள் பூக்கள் நடந்து செல்லச் செல்ல
உலர்ந்த பாசி ஓவியங்கள் ஒவ்வொன்றாய் உனக்கு விளங்கும்
அப்போது நிராதரவாய் விம்மி வெடிக்கும் உன்னைத் தேற்ற
மண்ணில் முளைவிட்ட மின்னல்கொடியாக
என் உடைவாள் இங்கே நிற்கட்டும்
வரவேற்புக் கொடிகளாக அதோ அசையும்
திசைகள் சோர்ந்து விடுமுன்
நான் புறப்பட வேண்டும்
ஆரத்தித் தட்டில் சூரியனை ஏற்றி
பூமியோடு என் புரவியையும் சுற்றி
நெற்றியில் திலகமிடு.

காமத்தின் தற்கொலைக் காடு

காமத்தின் தற்கொலைக் காடு
மர்மங்களின் எளிமையுடன் காணப்படுகிறது
காமத்தின் தற்கொலைக் காட்டின் வரைபடம்
திரைப்படம் போன்று சலனமுடையது
காமத்தின் தற்கொலைக் காட்டின் சுற்றளவு
சாவுக்கு சாவு மாறுபடுகிறது
காமத்தின் தற்கொலைக் காடு
ஒற்றையடிப் பதைகளால் இறுக்கிக் கட்டப்பட்டிருக்கிறது
காமத்தின் தற்கொலைக் காடு தன் முகத்தை
மூன்று சீட்டுகள்போல கவிழ்த்து வைத்திருக்கிறது
காமத்தின் தற்கொலைக் காடு
உடல்களை எரித்து காலத்தை உருக்குகிறது
காமத்தின் தற்கொலைக் காட்டின்
காவல் தெய்வ வேலை காலியாகவே இருக்கிறது.

●

பெண்ணைக் கண்டு
பேரிரைச்சலிடுகிறாயே மனமே
பெண் யார்?
பெற்றுக்கொண்டால் மகள்
பெறாத வரையில்
பிரகாசமான இருள்
வெறொன்றுமில்லை.

●

பூமியை எடை போட்டு விட்டீர்கள்
விற்பனை சௌகர்யமாகிவிட்டது
என் எடையும் இங்கேதானிருக்கிறது
நல்லபடியே நானும் விற்கப்பட்டு விடுவேன்
என்னை நான் வாங்கிக்கொள்ள
எங்கே வரவேண்டும்
என்ன தரவேண்டும்?
●

எதிர்மிச்சம்

அறுந்துகிடக்கும்
செருப்பிலிருந்து வளரும்
பிரிவின் துயர வாசனையை
முகர இயன்றபோது
சுளை சுளையாக
தின்னக் கிடைத்தது என்
சாவு
ஆகாயத்தில் பறவைகளை
விதைத்துவிட்டு
அறுவடைக்காகத்தான்
காத்து நிற்கிறது
ஆலமரமும்
இனியேன் அஞ்சவேண்டும்
என் வாழ்வை
நான்
மிச்சம் வைக்க!
●

கடவுளைக் கடந்த...

உன்னை உன்னிடம் கேட்பேன்
ஏழு முறையல்ல எழுபது முறையல்ல
எல்லா முறையிலும்
உன்னை உன்னிடம் கேட்டு
மண்டியிடுவேன்
மன்றாடுவேன்
பச்சைத் தண்ணீரும் பருகாது
மருகிக் கரைவேன்
பிரியமே
உன்னை உன்னிடம் மட்டுமே கேட்பேன்
கடவுளிடம்கூட அல்ல.

●

இரண்டே இரண்டு விழிகளால் அழுது
எப்படி இந்தக் கடலை
கண்ணீராக நான் வெளியேற்ற முடியும்
என் கனவும் கற்பனைகளும்
என் இதயமும் குருதியும்
கிழிந்த மிதியடிகளாக மாற்றப்படும்போது
எப்படி நான் அழாமலிருக்க முடியும்
கண்ணீரின் ஒரு துளியை
அவித்த முட்டையைப்போல்
இரண்டு துண்டாக அறுத்துவிட முடியவில்லை
அன்பும் இங்குதான் தொலைகிறதோ என்னவோ
நண்பர்களே தோழிகளே துரோகிகளே
ஆறுதலுக்கு பதில்
ஒரு ஆயுதம் தாருங்கள்
கடலை
கப்பலின் சாலையென்று
கற்பித்தவனை கொன்றுவிட்டுப்
போகிறேன்.

●

ஜெ.பிரான்சிஸ் கிருபா

புகையும் நிழல்

நறுக்கிக் கழுவி சீராக அடுக்கப்பட்ட
பால் கட்டிகளைப் போலிருந்தன
பியோனா கட்டைகள்
தவிட்டு நிறத்து நிலவை
உடைமரக்கிளையில் கவிழ்ந்து வைத்திருந்தது
புறா
கருமணிகளற்ற இருவிழிகள் கூட்டுக்குள்
பகலாக விழித்திருந்தது
என்னைக் கண்டும் காணாத அக்காட்சி
இப்போதும் காட்டுக்குள்தான் இருக்கிறது
வீட்டுக்குள் காட்டை விருந்துக்கழைத்தேன் என்று
குற்றம் சாட்டின பியானோ கட்டைகள்
எனது முதற் தீண்டலிலே
அந்தக் கட்டைகள் மாறின
மாடிக் கட்டடத்தின் படிக்கட்டுகளாக
இறங்கவோ ஏறவோ என்னால் முடியவில்லை
மொழியின் உடலிலிருந்து வழிந்து
குருதி இசை இங்கொரு
பொய்கையாகிவிட்டது
என் உடல் அதில் சிறு
தக்கையாகத்தான் மிதக்க முடிகிறது
வெளியின் விசாலம் விரிந்து
இசை இன்னும் அங்கெல்லாம் நிரம்புகிறது
பாயும் பறவையின் சிறகிலிருந்து
விடுபடும் இறகாக
கடவுளேயென்று கடைசியாக மண்டியிடாமல்
ஊஞ்சலில் ஆடிய மயில்கள்
குதித்திறங்கிப் போனபின்
தம் இடங்களுக்குத் திரும்பிவிட்டன
பியோனா கட்டைகள்.

●

புகைப்படப் பிழையில் கடல்

காற்றை முறுக்கிக் கட்டிய அலைகள்
கரையில் அறுபட்டு
விம்மித் தெறிக்கிறது பேரோசை
பௌர்ணமிக் கனியை
அரவமின்றிச் சீவுகிறாள் தேய்பிறைக் கிழவி
உளவாளியைப் போல
பதி வைத்து வருகிறான் குடிநீர் வியாபாரி
பிரிப்கேஸ் மறைவில் முத்தமிட்டு
காதலிக்கிறார்கள் சாயங்கால அகதிகள்
வர்ணங்கள் மீது பிரியமுள்ள பித்தன்
அலைகளிடமிருந்து பலூன்களைப் பிடுங்கி
குழந்தைகளென நெஞ்சிலணைத்துத் திரிகிறான்
மணலில் புதைந்து வயதாகி நிற்கும் படகில்
மதுவை கிண்ணங்களில் வழியவிடுகிறார்கள் குடிகாரர்கள்
பாடுபாடென்று போதையில்
வெறும் போத்தலை வதைக்கிறான் குரூபி
தணிந்த குரலில் தன் விலைப்பட்டியலை சேவை
விவரத்துடன்
மல்லி வாசனையோடு வாசித்து நடப்பவளின் பாதை
சாய் கோணத்தில் வளைந்து அந்தியைத் திருப்புகிறது
தள்ளுவண்டிக்காரன் வாணலியில்
கடந்த காலத்தை வறுத்து
கூறு பிரித்து நீட்டுகிறான் எல்லோருக்கும்
எதேச்சையாய் நட்சத்திரங்களுக்கு நீட்டிய கையை
மடக்கிக் கொள்கின்றன
குச்சி ஐஸ் குளிர்ச்சியோடு குழந்தைகள்
கரைமேல் நகரும் காட்சியொன்றின்
பிழையாகத் தோன்றியிருக்கிறேன் நான்
தாழப் பறந்து வந்து
என் தோளில் காலூன்றி அமர்கிறது இரவு
நியான் விளக்கு வெளிச்சத்தில்
ஈரக் கூந்தலை முடிந்துகொண்ட பருத்தியுடைக்காரி

கைக்கேமிராவுக்கு பின்னேயிருந்து
என்னையும் இரவையும் சேர்த்துக் கண் சிமிட்டுகிறாள்
புகைப்படக் காகிதத்தில்
கால்மேல் காலிட்டு மணல் நாற்காலியில்
கம்பீரமாக சாய்ந்திருக்கிறது கடல்.
●

போதும்

ஒரு துண்டு பூமி
இரண்டு துண்டு வானம்
சிறு கீற்று நிலவு
சில துளிகள் சூரியன்
ஒரு பிடி நட்சத்திரம்
கால்படிக் கடல்
ஒரு கிண்ணம் பகல்
ஒரு கிண்ணிப்பெட்டி இருள்
மரக்கூந்தல் காற்று
நூலளவு பசும் ஓடை
குடையளவு மேகம்
ஒரு கொத்து மழை
குட்டியாய் ஒரு சாத்தான்
உடல் நிறைய உயிர்
மனம் புதைய காதல்
குருதி நனைய உள்ளொளி
இறவாத முத்தம்
என் உலகளவு எனக்கன்பு.
●

ஒரு முழு நீள இரவு
நிராகரித்த பனிக்காலத்து பிஞ்சு நிலவு
நீர் முடிச்சுக்குள் ஒடுங்கியிருந்து விம்மியது
கண்ணீர்த்துளியை பனித்துளியாக மாற்றமுடியாமல்
பச்சைப் புல்லின் நீள் கன்னத்தில்
அது பருவாகி
வைரக்கல்லின் கனவாகக் கலையும் நேரம் நெருங்கியது
மண்டியிட்டு குனிந்து நிலத்தை முத்தமிடுவதாக நினைத்து
பருகிவிட்டேன் அந்தப் பனித்துளியை
பல்லிடுக்கில் இன்னும் கூசிக்கொண்டிருக்கிறது
பரிவற்ற ஒரு இரவு.

பசியின் ரசவாதம்

நிரந்தரமாக
எரிந்துகொண்டிருக்கும் ஆதிப் பார்வையில்
ஒருத்தி இறந்துமிருக்கிறாள்
பறந்துமிருக்கிறாள்
என்னைப்பெற்று என்னிடம் நீட்டிய
அன்னைக்கும் பிதாவுக்கும்
இப்போதுதான் சொல்லத் தோன்றுகிறது
நன்றியும் நல்ல கெட்டவார்த்தையும்
கனவுமணிகளின் சுமை தாளாமல் வளைந்து
வரப்பில் சாயும் மஞ்சள் கதிர்கள்மேல்
பறந்து செல்கிறது பருந்து நிழல்
உயரத்திலிருந்து பார்க்க
உறங்கும் வெள்ளைக் கோழிக் குஞ்சென பதுங்கியிருந்தது
இறங்கி வருவதற்குள்
வளர்ந்து கோழியாகிவிடுகிறது
கோபுரக் கலசத்திலிருந்து பருந்து
தலைசாய்த்து சலிப்போடு பார்க்கிறது
திரும்பிப் போகவேண்டிய உயரத்தை.

பேசியெடுத்து நீ பரிசளித்த வார்த்தைகள்
உரிய வண்ணங்களோடு இருக்கைகளிலும் படுக்கையிலும்
கையலம்பும் பீங்கான் தொட்டியிலும்
சிதறிக் கிடந்தது
நாம் உடல்களை
உயிருள்ள பொம்மைகளாக மோதி விளையாடி
உறக்கத்தைக் குடித்து உதடுகள் வீங்கிக் கிடந்தோம்
செல்லிட பேசியில் பொங்கிய நீலநிற வெளிச்சம்
உன்னை அழைத்துக்கொண்டு போனது
உன் பிரிவால் சோர்ந்து சரிந்த அறையின்
நான்கு சுவர்களும் என்மேல் சாய்ந்து கிடந்தன
வீரியத்தின் குழப்பத்தால்
திசை சிதறிச் சீறிய விந்துத் துளிகளுக்காக
தரையில் கூடி பரபரத்தது சிற்றெறும்புக் கூட்டம்
உலகத்தின் காமம் மொத்தமும்
என் உடலில் பொங்கியது
விரல்களில் நகங்கள் நாவாக வளர்ந்து
வெறுமையை நக்கித் தவித்தன
வெறியோடு உன் பெயரைக் கூவினேன்
அறையதிர்ந்து மின் விளக்குகள்
ஏவாமல் எரிந்தன
வெளிச்சமிருந்தும் வெளியேற முடியாமல்
திணறித் திணறித் திரும்பியது
வாசலைவிடப் பெரிய ஒரு வார்த்தை.

அகம்

புத்தகத்தின் அட்டையைத் திருப்புகிறேன்
வாசல் கதவு அறையைத் திறக்கிறது
முதல் பக்கத்தைப் பார்வையிடுகிறேன்
நீ படிக்கட்டுகளில் ஏறி வருகிறாய்
முதல் வரியை வாசிக்கிறேன்
சுவர்க் கடிகாரத்தில் மணியொலிக்கிறது
அடுத்த பக்கத்தைப் புரட்டுகிறேன்
சாய்வு நாற்காலியில் நீ மல்லாந்திருக்கிறாய்
இடைப்பட்ட ஒரு வரியுள் நுழைகிறேன்
ஊதுவர்த்திக் கனலில் பூக்கருகும் வாசனை
அடைப்புக் குறிக்குள் பாய்கிறேன்
உன் ஆடைகள் அலங்கோலமாய்க் கலைந்திருக்கின்றன
அடுத்த பக்கத்தைப் புரட்டுகிறேன்
ஓடியொளிகிறது திருட்டு மழை
அவசரமாக துரத்திக்கொண்டு கடைசிப்பக்கம் வருகிறேன்
சமையற்கட்டு பூனை கண்ணில் சொட்டுகிறது பால்
பின்னட்டையில் நிர்வாணமாகத் திரும்பி நிற்பது யார்?

●

இருளுக்குள் மறைந்திருந்து
ரகசியமாய்
தரம் பிரித்துக் கொண்டிருக்கிறாய்
தீயை.

●

ஜெ.பிரான்சிஸ் கிருபா

திரும்பி போ மௌனமே

திரும்பிப் போ மௌனமே
உயிரினங்களின் விழி இமைகளெல்லாம்
மெல்லிசைக் கருவியாக
ஆசீர்வதிக்கப்பட்டுவிட்டது
இமைத்து இமைத்து இசையால் நிரம்பி
இவ்வுலகம் நடனத்தில் திளைக்கப் போகிறது
உன் கூடு வனையப்பட்ட கிளை
முறியப் போகிறது
விரைந்து உன் குஞ்சுகளை காப்பாற்று
வாழ்வு முடிவற்றதொரு முத்தமென
உணர்ந்த கணமே
என்னிதயம் விண்மீனாயிற்று
துக்கங்களுக்கு மேலே துயரங்களுக்கப்பால்
தோல்விகளற்ற நாள் முடிவில்
உறக்கமற்ற இரவுகளுக்கு நேர் துணையாக
அது அடர்கிறது
அதன் வெளிச்சத்தில் வழிகளில் திரும்பு
இளம் காதலியின் கர்ப்பக் கொடியில்
பூத்திருக்கும் சிசு திருடிய
இளம் காதலன் குரலைத் தேடியடைந்து
பாடலாகிறேன்
என்னை வழி நெடுக
பாடிக்கொண்டு போ.

வானத்தைத் தோற்றவன்

பறவையொன்றிடம் நான் இன்று
பந்தயம் கட்டி தோற்ற வானத்துக்கு
வரவில்லை நிலவு
நூல் பிறையளவு கொடையுமில்லை
எட்டிக்கூடப் பார்க்கவில்லை
யாதொரு நட்சத்திரமும்
இப்படிப் பாழடைந்த வானம்
பார்த்ததேயில்லை இதற்கு முன்
அவமானம் மிகுந்த இரவு
இதுவே கடைசியாக இருக்கட்டும்
சூதாடக்கூடாது இனி
வானத்தை பூமியில் வைத்து.

●

முத்தமிட்டு என்னை
சாம்பலாக்கித் தந்துவிட்டு
கவலைப்படும் பூக்களாக
உன் கண்களை மாற்றிக்கொள்ளும்போது
இலக்கின்றி நடக்கத் தொடங்குகிறேன்
கொலை வாள் நீட்டி
மன்னித்துக் காட்டிய வழியில்.

●

ஜெ.பிரான்சிஸ் கிருபா

முத்தமிட

உண்மையுமல்ல பொய்யுமல்ல ஒரு முத்தம்
முத்தமற்ற உறவு போலியானது
முத்தத்திற்கு இடமற்ற நெருக்கம் புழுக்கம் நிறைந்தது
முத்தம் உருக்கமானது
நிறமற்ற உணர்ச்சிகளின் ஓவியம்
உயிரின் முதல் ஒத்திகை
முத்தத்தை நடிக்கும்போது ஒருவர் கழிவறையாகிறார்
மற்றவர் கல்லறையாகக்கூடும்
தயாரிக்க முடியாத குற்றங்களில் ஒன்று
ஒரு முத்தம் திருடு போவது
முத்தங்களை மாடுகளைப்போல
மந்தை மந்தையாக மேய்க்க முடியாது
மான்கள்போல துள்ளித் திரிபவை முத்தங்கள்
ஒரு முத்தத்தை இன்னொரு முத்தமே முத்தமிடமுடியும்
சிற்பி செதுக்கும் சிலைகளின் எல்லாக் காயங்களையும்
ஆற்றிடும் உளியின் ஒரு தன்னலமற்ற முத்தம்
இப்படியே எழுதிச் செல்வதைவிட
இப்போதே எழுந்து செல்லவேண்டும்
யாரையேனும் முத்தமிட.

●

நிலத்துக்கடியிலிருந்து
பொங்கித் திமிறும்
நீர் ஊற்றென
நெஞ்சை உறுத்திக்
கொண்டிருக்கிறாய்
கடைவாய் நுனியில் கசக்கிறது
காயத்தால் அழியாத
காதலின் ரெத்தம்.

●

குளிர் வாதையில்

ஒருவன் தனிமையில்
விரல்களைக் குவித்து தீ மூட்டி
பனிக்கலத்தை சமைத்துக்கொண்டிருக்கிறான்
யாருக்கென்று தெரியாமல்
சிரிப்பு எரிந்து சுருள்கிறது
புன்னகை உருகி வழிகிறது
தன் கைகளை நீட்டி விரிக்கிறான்
வெறுமையை மடக்கிக் கசக்குகிறான்
பனிக்காலத்தை பாத்திரமின்றி சமைப்பவனிடம்
ஒருவர் சொல்கிறார்
நெருப்பை நம்பி பாவனைகளை வளர்க்காதே
உன் குருதி நெய்யாகி வழியும்முன்
ஞானத்தின் நடுப்பகலுக்கு வந்துவிடு என்று
பனிக்காலத்தை சமைப்பவன் பணிவோடு
பதிலுக்கு எதையோ சொல்ல எழுந்ததும்
எதையுமே சொல்லமுடியாமல்
சூரியனாகிறான்.
●

உள்ளங்கையில் ஆடும்
உன் பம்பரத்தில்
இன்னும் எத்தனை சுற்றுகள்
மீதமிருக்கிறது?
இருக்கட்டும்.
●

ஜெ.பிரான்சிஸ் கிருபா

அனுதின
தண்டனையன்பளிப்புகளின்
இன்றைய கொடையாக
தரப்பட்டிருக்கிறது இந்தக் கடிதம்
அதன் முடிவில்
கடைசி வரியைக் காணவில்லை
மாறாக
ஊர்ந்த நிலையில் ஸ்தம்பித்து
நிற்கிறது ஒரு கருநாகம்
பருவமடைகின்றன
என் பயங்கள்
கடிதத்தை மடிக்கவே
முடியாமல் தொடங்குகிறது
தண்டனையின் இலவச இணைப்பு
முகர்ந்து பார்த்து
காற்றைத் தேர்ந்து சுவாசிக்கிறேன்;
ஆழ்ந்தல்ல
பிழிந்து பால் வடித்த
தேனீகுஞ்சிகள்
நெடியடர்த்தி நெஞ்சையடைக்கிறது
உடல் நடுங்காமலிருக்க
மனசுக்குள்ளே தும்முகிறேன்
என் தோட்டத்திலோ
நாளைய பூக்களை
ஏந்தியாடுகின்றன
இன்றைய செடிகள்.
●

பெயர் மழலை

பின்னிரவை இன்னும் பின்னுக்குத் தள்ளி
துளிர்க்கின்றன தளிர்கள்
எழுத்து மேஜைமேல்
எழுத்துபோல் சுழற்றி ருசித்து
மேய்ந்துகொண்டிருந்தன விரல்கள்
விரிப்புகள் கசங்கிக் கிடந்த
என் கட்டில்மேல்
கால்களுக்கிடையில் கைகளைத் திணித்து
சுருண்டு படுத்திருந்தது உன் பெயர்
அறைவிளக்கு அரைத் தூக்கத்தை
இன்னும் சோம்பலோடு தாண்டும்போது
ஒலித்தது மெல்லிய விசும்பல்
திரும்பிப் பார்த்தேன்
படுக்கையில் எழுந்தமர்ந்து கண்களைக் கசக்கி
அழ முயற்சித்தது உன் பெயர்
தனியே செல்ல அஞ்சினாலும்
கொல்லைப்புறத்தில்
துணைக்கு வந்தவனை தூர நிறுத்தி
நிலா வெளிச்சத்து நிழல் தேடி
மூத்திரம் கழித்துவிட்டு வந்து
மீண்டும் சுருண்டு படுத்துக்கொண்டது
வெள்ளை காகித வெளியில் ரகஸியமாய்
மலம் கழிவதுபோல் மசி கழித்து
அசிங்கம் செய்வதாக அருவருப்பு தோன்றிற்று
எனினும் இரண்டொரு வரிகளை எழுதென்று
இடது கையை நீட்டியது இரண்டாம் ஜாமம்
“சின்னப் பிள்ளையில் இட்டதாலோ என்னவோ
உன் பெயர் இன்னும்
மழலையாகவே இருக்கிறது.”

●

அந்தப் பூனைகள்

சூரியனை வெளியே தள்ளி
சாற்றப்பட்டது இரவு
புதிய நாளின் கதவிடுக்குகளில்
கசிந்து வழிகிறது குருதி
இரவை மடித்துத் தங்கள்
நிழலில் வைத்துக்கொண்ட
கர்வத்தோடு பார்க்கின்றன
பூனைகள்.
●

உன்னை அணிய

மஞ்சள் நிற இசைத்தட்டில் நிலா
மவுனமாகச் சுழல
பூக்களுக்கு விசிறும் வண்ணச் சிறகுகள்
நடனக் குறிப்புகளால் நிரம்புகிறது
வெயிலேறி மினுமினுக்கும் காட்டு நதிகள்
குருதிக்குள் பாய்ந்து கலக்கிறது
வெண்சிகப்பு கூழாங்கற்கள் பாதையடைகின்றன
அலை நெளிக்கும் நடனச் சுவடுகளில்
காலம் தன் பாதங்களைப் பணிவாக வைக்கிறது
நடனமிடும்போதெல்லாம் நான்
யாரையோ அணிந்துகொள்ளத் தவிக்கிறேன்
முடிவுவரை என்னைக் களைவதே நடனமாயிருக்கிறது
நடனமிடும்போது
கெட்ட கனவுகளின் விஷம் முறிகிறது
முத்தமிடும்போது கடல்
மீனின் நடனமாகிறது.
●

முள்ளெனத் தைத்த முத்தம்

இறந்துபோன கடலின் கைகளில்
கடைசி அலை உப்பு மேடாகி
நிற்கிறது
தொட்டுத் தொட்டுக் கழுவப்பட்ட
கரைகளின் வெட்கம்
சுத்தமாகி பின்தொடர்கிறது என்னை
மனதின் மிகப் பழைய வரைபடத்தின்
வரம்புக்குள்ளேயே மலர்கின்றன பூக்கள்
நடக்கவே பழகாத குழந்தையின் கால்களுக்கு
நசுக்கப் பழகித் தருகிறேன் கவலைகளை
உள்ளங்காலில் முள்ளெனத் தைத்த முத்தம்
உடைமரமென வளர்கிறது உடலெங்கும்
வேதனை தாளாமல் மாமிச உடலிலிருந்து
வெளியேறுகிறது ரத்தம்
வெட்கம் பாராமல் விடியலுக்காக
கோழைகளின் ரத்தத்தையும் தொட்டெடுக்கிறது
விடியல்
காலையென்பது நாளின்
கவலையில்லா குழந்தையாக இருக்கிறது
பொட்டுவெடி வெடித்தால் செத்துப்போகும்
சின்னஞ்சிறு குருவி தன் அலகை
கொளுத்திக்கொள்கிறது மத்தாப்பு சிரிப்பால்
என்றாலும்
உயிர்த்தெழவில்லை அலைகள்.

கிளிகளின் தொலைபேசியில்

மழை தேடியேங்கும் நிலச் சதுப்பு
வெடித்துப் பிளக்கும் தொனியில் பேசினாய்
பாலில் செய்த ஆணிகளாக
பன்னீர்ப் பூக்கள் பார்த்தேனென்றபோது
கண்களில் நீர் இறங்கும் அரவம் கேட்டது
தோளில் சாய்ந்துகொள்ள முயன்றாய்
விஸ்கி நிறைந்த கிண்ணத்தருகே நின்றெரிந்த
மெழுகுவர்த்தி வெளிச்சம் சுவர்களில் தள்ளாடியது
மீண்டும் ஒருமுறை உறுதிசெய்ய நேர்ந்தது
என்னுடைய அறையை
உன் புத்தகத்தையும் ஜன்னலையும் ஒரே நேரத்தில்
                                        திறக்கிறேன்
தெருவின் வெறுமையும் உன் கவிதையும் ஒன்றாக இருக்கிறது
மஞ்சள் நிற இசைத்தட்டில் நிலா நானா
ஆமென்றால் பொய்; இல்லையென்றால் துரோகம்
காற்றோட்டமான சொற்களால் விழிகளை உலர்த்தினேன்
குரலின் மிருதுவான விரல்களால் இருதயத்தை வருடினேன்
அந்தக் காலத்திலும் எந்தக் காலத்திலும் வலியுறும்
காயங்களிலெல்லாம் என் குருதி வழிகிறதே
பாடலைப் பாடத் தொடங்கினேன்
துளி தெறிக்கும் தூரத்தில் நானிருந்து
மழை பறிக்கும் பூக்களில் முகம் வரைந்து
வரிகளைப் பாடும்போது
சிறகுகளின் சடசடப்பை கடைசியாகக் கேட்டேன்.
●

பட்டுப்பூச்சிகளிடம் கேள்

எல்லோர் முன்னிலையிலும் யாருக்கும் தெரியாமல்
முதன்முதலாய் நீ திரும்பிப் பார்க்க –
பிறந்தநாள் பரிசு
குளிர் விலகாத பாதையில் விரல் பற்றி விரைந்த
நிழல் பயணங்கள்
உன் பனித்துளி கடிகாரத்திலிருந்து
முகத்தில் தெறித்த நேரச் சாரல்கள்
தனிச்சுற்றுக்கு மட்டும் கதைத்த கதைகள்
மடியில் குடியேறித் தந்த
பழுப்புச் சூரியவொளி படாத முத்தம்
சிலந்தி வலைகள் வடிவில்
விரிந்து கிடக்கும் உன் குரல்கள்
அனைத்தையும் ஒப்படைத்துவிடுகிறேன்
இரவு பகலிழந்து கூட்டுக்குள்
சிறகு வளர்க்கும் ஜீவனிடம்.
●

குரலின் விரல்களால்
உன்னை
வருடவேண்டும் போலிருக்கிறது
எங்கிருக்கிறாய்
இப்போது?
என்னிடமிருக்கும் தொலைபேசிப்
பசியை
எண்களால் பிசைகிறேன்.
●

ஜெ.பிரான்சிஸ் கிருபா

பாம்பின் மேல் ஊர்ந்து...

பழைய கசங்கிய புன்னகைகளால்
நிரம்பிவிட்டது குப்பைத் தொட்டி
சிரிப்பில் வெளிச்சம் குறையாத
ஒரு புன்னகையைப் பின்தொடர்ந்து
இத்தனை தொலைவு வந்துவிட்டவனை
மேலும் நடுவழியில் நள்ளிரவில்
எதிர்கொண்டு கிழித்தெறிய வேண்டாம்
வலிந்து சிரித்து வருத்தங்கள்
வாய்ப்புண்களாகப் பெருகி வலிக்கிறது
வாக்குறுதிகள் வழி தப்பிவிட்டன
உன் நாவில் எழும் சொல்
இரண்டாகப் பிளந்து தெறிக்கிறது
துண்டங்களிரண்டும்
வேறுவேறு அர்த்தங்களால் நிரம்புகிறது
வாக்கியங்களின் கரையோரங்களில்
மஞ்சளும் நீலமும் பின்னிப் பாரித்த
அடிக்கோடுகள் நெளிகின்றன
ஸ்படிக மணியென கோர்த்த
புகைமொழி மாலைகளை
விரலிடுக்குகளில் எண்ணி
மூளை முற்றி தலை நெற்றாகும் முன்
தைத்துப் புதைந்திருக்கும் வார்த்தைகளை
ரத்தமும் வெப்பமும் கசிய
உடம்பிலிருந்து பிடுங்கி எறிகிறேன்
வார்த்தைகள் இருந்த இடத்திலேயே
வைத்துவிடுகிறேன் வார்த்தைகளை
அடியில் பாம்பும் அதன்மேல் நீயும்
ஒரேயொரு தலையோடு
ஊர்ந்துவரும் அடுத்த சந்திப்பில்
சொற்களுக்கு இடமின்றி
உரையாடலாம்.
●

புகைச் சித்திரம்

நீ பரிசளித்த மலைகளின் அடிவாரத்தில்
வெறுமையோடு நீண்டு கிடக்கும்
குருதி நிறப் பாதையை
எதிர்பார்ப்புகளோடு எட்டிப் பார்க்கின்றன
மலைமேல் ஏறிநின்று மரங்கள்
காம்போடு கிள்ளித் தரப்பட்டு
கையில் பத்திரமாக இருக்கிறது
ஒரு பூவேறி வந்த
உன் தேகம்
பிறப்பிடம் நோக்கி
அலையலையாய் திரும்பிக்கொண்டிருக்கிறது
அதன் வாசனை
பொறுக்க ஏலாமல்
அகதியான நாளின் நுனியில்
கூடடைந்த மலைத் தேனீக்களாய்
இதயத்தை மொய்த்துக் குமையும்
ஆயிரமாயிரம் வார்தைகள்
ஒரு சந்திப்புக்கோ
குறுமுரையாடலுக்கோ
இடமளிக்காத இடைவெளி
புகைச் சித்திரங்கள்மீது
எழுவதும் அமர்வதுமாய்
தேனறைகளில் மேலும் மேலும்
உன்னைச் சேமித்து சுறுசுறுப்படைகின்றன
தலை நிறையப் பூத்த
ஒரு மரத்தின் சிகையிலிருந்து
இரண்டு மலர்கள்
வெள்ளை நிறத்தில்
உரையாடத் துவங்குகின்றன
நப்பாசைகளின் சுமையோடு
மிதந்த செல்லும்
உப்புக் கப்பல் குறித்து.

நானிருக்கும் யாருமற்ற வீடு

நானிருக்கும்
யாருமற்ற வீடு
இமைப்பதில்லை
நானிருக்கும்
யாருமற்ற வீட்டிற்கு
கதவிலக்கம் கிடையாது
நானிருக்கும்
யாருமற்ற வீட்டின் உள்ளறைகள்
புழுக்கத்தால் செய்யப்பட்டது
நானிருக்கும்
யாருமற்ற வீட்டின் சுவர்கள்
தொலைந்துபோன
காலடிச் சத்தங்களையடுக்கி
எழுப்பப்பட்டுள்ளது
நானிருக்கும்
யாருமற்ற வீடு
துருவங்களைப் பிணைக்கும்
வழிமேல் கட்டப்பட்டிருக்கிறது
நானிருக்கும்
யாருமற்ற வீடு
தியானத்திலிருக்கிறது
நானிருக்கும்
யாருமற்ற வீடு
கல்லறையிருளால் நிரம்பியிருக்கிறது
நானிருக்கும்
யாருமற்ற வீடு
யாருக்கோ விற்கப்பட்டு
விட்டது.

●

தீயின் இறகு

நீயழைத்துப் போய்
சீர்திருத்தப் பள்ளியில் சேர்ப்பித்த
ஆசைக் கொழுந்துகள்
குழந்தை மொழியில் எழுதி
பிரிவுத் துயரை விளக்கும் வரிகளென
எங்கோ செல்கிறது
இந்த சிற்றெறும்புக் கூட்டம்
கண்மை தொட்டெழுதி நீயளித்த
கனாக்களின் உயிர் தேடி
காற்றில் தொடர்ந்து வரும் தூதில்
அதிர்ந்து கலைகிறது
இச்சிறிய கறிவேப்பிலை மரம்
அழுது களைத்த சாயலோடு
உதிரும் பழுத்த இலைகளில்
ஏக்கப் பார்வைகள்
கழன்று தரையிறங்கி
மயங்கியடங்குகின்றன
பகலிலும்
உன் பூஜையறை அகலில்
துறவியின் அங்கி நிறத்தில்
காட்டுத்தீயின் ஒற்றை இறகு
நெருப்பைத் தத்தெடுத்து
வளர்ப்பதும் நீ.

●

ஆளொழிந்த வீட்டில்

எத்தனை காலமாக
எத்தனை பசியோடு
முட்டை வடிவ நிலைக்கண்ணாடியில்
ஒற்றைக்காலில் நிற்கிறது
இந்த எட்டுக்கால் பூச்சி
பெரிதினும் பெரிதாக
அழகினும் அழகாக இரைகள்
தன் காலடியில் வந்து
விழுமென்ற நம்பிக்கையோடு

ஒரு சிரிப்பையோ
உதட்டுச் சுளிப்பையோ
கூர் தீட்டிய சிறு முறைப்பையோ
துப்பட்டாவின் கருணைத் துல்லியத்தையோ
சீர் பார்த்து நேர் செய்து
நீங்கினால் என்ன
பின்தொடர ஊர்ந்து
இடம்பெயர ஏதுவாய்...
●

கணங்கள்தோறும்
என்னை நானே
தண்டித்துக்கொண்டிருக்கும்
போது
ஏன்
நீயேனும் கொஞ்சம்
என்னை மன்னிக்கக்கூடாது!
●

விடுபட்ட சிறகுகள்

கொத்தி கொத்தி அல்லது
செதுக்கிச் செதுக்கிச் சலிக்காமல்
தன் பிம்பத்தை நிலைக் கண்ணாடியில்
பொறித்துவைக்கப் போராடும்
சிட்டுக்கருவி
தேங்கல் நீரில் தன்னைத்தானே
போதும் மட்டும்
துரிதமாக அருந்திவிட்டு
பறந்துசெல்லும் நேரங்களில்
வியப்போடு பார்த்திருக்க
ஞாபகமாய் தன் சிறகுகளைத் தேடி
சிறிது தூரம் ஓடி ஏமாந்து
நடந்து திரும்பும் நாய்
குதித்து இறங்கத் தெரியாது
வீட்டுத் திண்ணைகளிலிருந்து
பறந்து இறங்கும் கோழிக் குஞ்சுகளை
துரத்திப் பயமுறுத்துவதை நிறுத்தி
வானத்தில் செக்கிழுத்து
வட்டமிட்ட பருந்தை
நிமிர்ந்து பார்க்க சிந்தித்தபோது
துளிர்க்கத் துவங்கின
விடுபட்ட சிறகுகள்.

●

குட்டிச் சிறுமியின்
கூந்தல் பூ உயரத்தில்
தரையை நெருங்கிப்
பறக்கும் தட்டான்கள்
மழைக்காலத்தில்
விரித்துக் காட்டிவிடுகின்றன
விடுமுறையின் சிறகுகளை
இரண்டு சக்கர பிரபஞ்சமாக
நீ தனியே விரையும்போது
உனக்குப் பின்னேயிருந்து
எரிபொருள் திரவத்தின்
ஒரு துளி தூரம்
பயணிக்க விரும்பித்தான்
உதடுகளை உரசி
சிரிப்பைப் பற்ற வைத்தேன்
இரக்கமின்றிச் சென்றுவிட்டாய்
மறுபடியும் மறுபடியும்
எரிகிறது மனம்
சாம்பலான பின்னும்
சாயம் போகாமல்
மீள்கிறது ஆசை.

●

மரம்

நள்ளிரவில் அறுத்தோம்
நித்திரை பிரியாமல்
பெரும் சப்தத்தோடு அது
சரிந்து விழுந்தது மற்றொரு உறக்கத்தில்
காலையில் கண் விழித்த
இலைகளெல்லாம் கண்டன
ஒரு கனவுபோல
காணாமல் போன மரத்தை.

●

அச்சத்தின் வெளிச்சம்

கொடிகளைத் தீண்டி
விஷமூட்டி
காலத்தைக் கொன்ற வண்ணம்
நெளியாமல் செல்லும்
முள் சர்ப்பங்கள்
நிறைந்த காடு அது
பைத்தியமடைந்த சிரிப்பொலிகள்
எல்லாத் திசைகளையும்
கிழித்தொழுக
மிதக்கும் பாதைகளை
கால்களில் பற்றியபடி
வெளியேறிவிட்டன
சாரல் மழைகளுக்கு
மிகப் பிடித்த
சந்தன நிறத்துப் பறவைகள்
கதிரை ஊன்றி நடக்க சூரியனே தள்ளாடும்
பச்சை இருளில்
மிச்சமிருக்கிறது
காலடியில் கிடைத்த
கடைசிப் பதவியும்
பறிபோன
ஒற்றை வெள்ளி மணி.

மீன்கள் ஊமைகள் அல்ல

மீன்கள் ஊமைகள் அல்ல
அவை பேசினால் உங்கள் செவிகள்
பாறைகளாகிவிடும்
பாடினால் இசைத்தட்டுகளுக்கு பைத்தியம் பிடிக்கும்
மீன்களால் நிற்க முடியும்
படுக்க இயலும்; பாயும் திறமையுண்டு
சிறு வார்த்தையின் தயவுமின்றி
எரியும் விளக்குகளைவிட
பிரகாசமானவை மீன்கள்
வீரமான கடல்களின் நுரை மீசைகளுக்கும் மேல்
துள்ளிக் குதிப்பவை
வலைப் பொறிகளுக்குள் மீன்கள் நுழைவது
பிற பசிகளைத் திருட
தேவதூதர்களின் கண்கள்
மீன்களின் வாழும் சின்னம் பொறிக்கப்பட்டவை
தூண்டிலின் மறுநுனியில் ஒரு இளம் பெண்ணையும்
தோணியின் மத்தியில் சில கன்னியாஸ்திரிகளையும்
கற்பனையில் நீந்தி வரைகின்றன
விடலைப் பருவ மீன்கள்
பூட்டப்பட்ட நம் குளிர்சாதன அறைக்குள்
கைகுவித்துப் பிராத்தித்துக் கொண்டிருக்கின்றன
மீனின் கடலைவிடப் பெரிய கனவுகள்
உங்கள் நண்பர் வீட்டில ஒரு மீன் தொட்டியிருந்தால்
உற்றுக் கவனியுங்கள் காஃபி ஆறினாலும் கவலையின்றி
ஒவ்வொரு கணமும் வெவ்வெறு மொழியில்
நாம் கற்றக்கொள்ள முடியாத வகையில்
பிடிவாதமாக உரையாடிக்கொண்டிருக்கின்றன
மீன்கள்.

வெற்றுத் தீப்பெட்டிக்குள் விழும் அருவிச் சத்தம்

வெற்றுத் தீப்பெட்டிக்குள் விழும் அருவிச் சத்தம்
திறந்து பார்த்ததும் வற்றிப்போகிறது
சரியும் நீரை நூலில் கட்டி இரவு நேரங்களில்
தீப்பெட்டியின் பின்புறம் இணைப்புத் தரும் யாரோ
நான் பதட்டமடைந்ததும் துண்டித்து விடுகிறார்கள்
வேடிக்கையை
திரும்பத் திரும்ப திடுக்கிட்டு ஏமாறுவதை தவிர்க்க
தீப்பெட்டிகள் வாங்குவதை
நிறுத்திவிடத் தீர்மானிக்கிறேன்
தேவைகள் எல்லாச் சமயங்களிலும்
காலைப் பிடித்து தூக்கி விடுகின்றன
பலவீனமான தீர்மானங்களை
தீக்குச்சிகள் தீராமலிருப்பதில் மிகுந்த விழிப்போடிருந்தாலும்
யாராவது வந்து சேர்கிறார்கள்
உதட்டில் சிகரெட் தொங்கும் புன்னகையில்
கடைசிக் குச்சியை வேண்டி
புகை பிடிப்பது உடல் நலனுக்கு எவ்வளவு கேடோ
அவ்வளவு தீவிரமாக எச்சரிக்கிறேன்
மறுக்கவிடாதபடி மறுபடியும் புன்னகைக்கிறார்கள்
பெரும் திட்டத்தின் நிறைவேற்றமாக
பயமின்றி தனியாக கடைசித் தீக்குச்சியின்
வெளிச்சத்திலிருந்து வெளியேறிவிடுகிறார்கள்
உடனே புறப்படுகிறேன் கடைக்கு
புது தீப்பெட்டி வாங்க
கதவைத் திறக்க நெருங்கும்போது
அருவியில் குளிக்கும் இருவர் பேசிக்கொள்கிறார்கள்
"வீடுகளைவிட தெருவில்தான்
வெற்றுத் தீப்பெட்டிகள் அதிகம்"

●

கதிர் ரோமங்கள் கருகும் மெழுகுவர்த்தி

நான் காணாமல் தொலைவதை
கண்ணிமைக்காமல் பார்த்தபடி நானே
மணிக்கு சில மில்லிமீட்டர் வேகத்தில் கரைகிறேன்
எல்லா மொழிகளுமறிந்த அந்த தீயிலை
என்னை மௌனமாக நக்கிக் குடிக்கையில்
கடைவாயில் வழியும் துளிகளில்
பதுங்கியுறைகிறது சோகமில்லாக் கண்ணீர்
பெருஞ்சிரத்தையோடு வடிகட்டிய வெளிச்சத்தில்
பிச்சைப் பாத்திரம் நிரம்பிய பின்னும்
குருடனாகக் கெஞ்சும் உன் அறையைவிட்டு
வெளியேறவே முதலில் விரும்புகிறேன்
புன்னகைகளின் மெழுகு முட்டைகள்
விரைவில் உடைந்து விழும் அபாயத்தில்
கதவுகள் திறந்திருப்பதுபோல் நடிக்க
ஜன்னல்கள் பறக்காத சிறகுகளாக ஓய்ந்திருக்கின்றன
எரியுமொரு மெழுகுவர்த்திக்கடியில்
எவ்வளவு இருளுள்ளதென்று
ஏற்கனவே அவை மறந்திருக்கின்றன
சினத்தில் சிவந்தெரியும் விழிகளிடம் கை நீட்டி
நீ குளிர் காயும்போது
அங்கேயே அப்போதே வெளிச்சங்கள் முடிவடைகின்றன.

ஓநாய்கள்

குருத்து மாமிச இச்சையோடு
அஸ்தமச் சூரியனை
துரத்திச் சென்று தோற்ற இடத்தில்
களைத்து கால்கள் நீட்டி
உறங்கும் ஓநாயிலிருந்து
விழித்தெழுந்து வெறியோடு
கிழக்கை நோக்கிப் பாய்கிறது இன்னொன்று
ஒரு ஓநாயை இரண்டாக்கி
ஒரே நேரத்தில்
தூங்கவும் துரத்தவும் விடுகிறது
விடிந்து விழும் நாள்.

●

மன்னியுங்கள்
உங்களை மன்னிக்க முடியாமைக்கு
கொலை செய்திருக்கிறீர்கள்
தண்டனையைக் கொண்டுவந்திருக்கிறேன்
பிடியுங்கள்
படித்து மடித்து வைத்த
செய்தித்தாள் மேல்
செத்துக் கிடக்கிறது சிற்றெறும்பு
கழுவாத தேனீர்க் கோப்பை வாயிலிருந்து
ஒருமுறை உற்றுப் பாருங்கள்
தன் மரணத்தின்மீது
ஒருக்களித்துப் படுத்திருக்கும் சிற்றெறும்பை
இனி
உயிரை விட்டு ஊர்ந்து வெளியேறுங்கள்.

●

விரித்த என் பாயில்
மீதமிருந்த இடத்தில்
படுத்து ஒடுங்குகிறது குளிர்காலம்
பூக்கள்
ஒரு புன்னகையின்
தொடக்கமா முடிவா
என்றுதான் நான் கேட்டேன்
அது என்னைக் கட்டியிறுக்கி
காலோடு கால் பின்னிக்கொண்டது
அடுப்பில் விறகு அணைந்திருக்கிறது
எழுப்பிவிடட்டுமா
என்று கேட்டேன்
கைகளையும் பின்னிக்கொண்டது
இரவு தீர என்னோடு
உறங்கிக் கிடந்தது
சூரிய சாட்டையிலிருந்து
மஞ்சள் ரத்தம் பரவியபோது
ஒரு முத்தத்தை உடைக்கமுடியாமல்
இரண்டு உதடுகள் திணறின
காட்டுக்கு வெளியே.
●

இப்போது சதுப்பு நிலத்தில்

நீராடுகிறாள் அவள்
ஒவ்வொரு நீர்த் துளிகளிலும்
பதிவாகிறது அவள் நிர்வாணம்
வெட்கத்தில் நெளியவிடுகிறாள்
எல்லா அலைகளையும்
விரிந்த பாவாடைக் குடைக்குள்
மீன்கள் நுழைகின்றன
அவளின் பணிவற்ற முலைகளின்
குவடுகள் நடுவே மீன் குஞ்சுகள்
ஒளிந்து விளையாடுகின்றன
இனியதும் மிக நெடியதுமான மனப்பாடலை
தனக்குள்ளே முணுமுணுத்து அலைய விடுகிறாள்
அதைக்கேட்டு அவள் யோனியின் உதடுகளை
கவ்விக்கொண்டு செவுள்கள் சிலிர்க்க
நடனமிடுகிறது பருத்த மீனொன்று
பொறுமையிழந்து
தனது படிக்கட்டுகளில் நடந்து
வெளியேறுகிறது கிணறு
அவள் இப்போது சதுப்பு நிலத்தில்.

கதவு தட்டும் உளிச்சத்தம்

சிருஷ்டி உன்மத்தத்தில்
தெறிக்கும் கையுளிச் சத்தம்
அகாலத்தில் அவர்கள் வீட்டுக் கதவுகளை
தட்டுகிறதாம் ஓயாமல்
கோணத்திசையில் பந்தையுதைக்க
முன்னங்கால் ஒன்று மடித்திருக்கும் பூனை
ஆள் மாதிரி தட்டிவிட்டு அமைதியாக நிற்கிறதாம்
ஆளில்லாத வீட்டு வாசலில்
தோளில் ஆட்டுக்குட்டியும்
கல்லுக்குள்ளிருந்து
களைத்துத் திரும்பும் சிறுமி
கதவைத் தட்டும்போது குரலும் கொடுக்கிறாளாம்
எல்லாக் குழந்தைகளும் வீட்டுக்குள்ளிருக்கும்
வீட்டு வாசலில் அம்மா அம்மாவென்று
வலியில் துவளும் நிறைமாத கர்ப்பிணியின்
புடைத்த வயிறு செதுக்கிய சத்தம்
சாவித்துவாரத்துள் நுழைகிறதாம்
சிசுவின் வீறலாக கன்னியாஸ்திரிகள் விடுதிகளில் –
உளிசசத்தத்தின் உபாதைகளுக்கு
வடிவ நிச்சயங்கள் ஏதுமில்லையென
முறையீடுகளை முடித்துக்கொள்கையில்
தெளிவுபடுத்தவில்லை
திறந்திருந்த கதவுகளையா
சாற்றியிருந்தவைகளையா என்று
மண் புழுதி குப்பைக் கசடுகள் கலந்து
சூறைக்காற்று தெருவைப் பிசைந்து
கூடு வனையும்போது
கதவுகளைத் திறந்து வைத்திருக்குமா
வீடு?
●

உண்டு தீர்த்துவிட்டாய்
உன் பசியமிழ்ந்துவிட்டது
மீதமிருப்பது பாத்திரங்கள் மட்டுமே
வினை நரம்புகளை
மீட்டி மீட்டி நூடுல்ஸ் துண்டுகளாகத்
துணித்த வேளை முடிந்துவிட்டது
கையலம்பி எழு காதலே
படுக்கச் செல்
விரித்து உறங்கு
தூக்குதண்டனை கைதியின்
தலையணைகளை விடுதலை செய்
காணிக்கைப் பெட்டிகளின்
புண்ணிய வாசல்களைத்
திறந்து வைக்க
வேலையாட்கள் தேவைப்படாது
வீதியில் சென்ற மழையை
வீட்டுக்குள் விருந்துக்கழைத்து
கரையப்போகிறேன் நான்.

முன்னேறு

அப்பாவித் தீக்கொழுந்துகளை
அணைத்து விளையாடிச் சலித்துவிட்டாய்
உன் உதடுகள் மிகச் சரியான இலக்கில்
குவிந்திருக்கின்றன இப்போது
எரிந்து எழுவது எதிரே
மிகப் பெரியக் காடொன்று
பின்வாங்க நினைக்காதே
முறியடிக்க முடியாத முத்தத்தின்
சரி பாதி நீ.

தோல்வியைப் பாடுகிறான்

சத்தமின்றி என் செவிகளை அரிந்து
பத்திரமாக கைகளில் பொத்திப் பிடித்திருக்கிறேன்
குருதியும் பாடலும் வழிந்து எதிர்கொள்கிறது
குருதி சூடாக; பாடல் பயமாக
"பூனைகள் வாயில் உன் காதுகள் மறையும்போது
பால் கிண்ணங்களை என் பூனைகள் வாலில் தட்டி
விளையாடும்
காலம் குழந்தையாக மாறும்போது
உன் நிலைக் கண்ணாடிகள் நிறைமாதக் கர்ப்பிணிகளாகி
வலியில் துடித்துடையும்
தூண்டில் புழுவை விழுங்கிய மீனாக
சற்று முன்தான் ஒரு பெருந்தோல்வி தவித்தடங்கியிருக்கிறது
அதற்குள் இன்னொரு பாடலைப் பாடத் தொடங்கிவிட்டான்
கரையான் அரித்த குரலில் என் எதிர்வீட்டுக்காரன்
வெகுண்டெழுந்து அவனைத் தேடி
வெறியும் வெட்டரிவாளுமாக நுழைந்து
இது அறையா குகையா என திகைத்துத் திரும்பியிருக்கிறேன்
என் வருகையையும் ஏமாற்றத்தையும் அடுத்த வரிகளில்
புகுத்திப் பாடுகிறான் முன்பைவிட அலட்சியமாக
பெருக்கெடுத்தோடும் குருதியை நக்கித் தரையில்
தாளமிடுகின்றன எலுமிச்சை இலையளவு நாவுகள்.

பாத்திரத்தில் மாறும் நாள்

சொற்களிலிருந்து அர்த்தங்கள்
மௌனத்துக்குத் திரும்பும் வழி இது
வெளிச்சம் துளிர்த்திருக்கிறது
மற்றெந்த நாளைவிடவும் நிதானமாக
இளங்காலைக்குள் திணிக்கப்படுகிறேன்
சுகம்போல் இருக்கிறது
நிற்கும் புறப்படும் பேருந்து வாசல்களில்
படிக்கட்டுகளைப் பார்க்க முடிகிறது
பெரியவர்களும் குழந்தைகளும்
எதிரெதிர் உலகங்களிலிருந்து
கைகளைப் பற்றியவாறு நடக்கிறார்கள்
பயணங்கள் வரப்புகளில்
முன்னே கூடை பொருந்திய சைக்கிள்
செலுத்தும் பெண் எவ்வளவு சிறுமியாக இருக்கிறாளோ
அவ்வளவு அழகான வண்ணத்துப்பூச்சி
அவளைப் பின்தொடர்கிறது
வழியோரத்து மரங்களிலிருந்து
உதிர்கின்றன இன்றைய தாளங்கள்
அதிகரித்து வருகிறது முன்னறிமுகமில்லா
ஒரு புன்னகைக்கான நிச்சயம்
நீரில் வனைந்த பாத்திரத்திலிருந்து
இந்நாளை இன்னொரு பாத்திரத்தில்
ஊற்றி மாற்றுவதுபோல் கொட்டத் துவங்குகிறது
மழை.
●

ஜெ.பிரான்சிஸ் கிருபா

முத்தத்தின் அகராதியில்

ஆதியிலே ஒரு வார்த்தையிருந்தது
ஒரு முத்தமாக அது தனித்திருந்தது
வேறொரு முத்தத்தில் தொடங்கியது
இந்த உலகத்தின் கதை
மற்றொரு முத்தத்தில் நிறைவடைகிறது
முத்தங்களின் வரலாற்றின்
கடைசிப் பக்கத்திற்கு வந்துவிட்டோம்
முத்தாய்ப்பாய் எஞ்சியிருப்பது
இன்னும் ஒரேயொரு முத்தம்
யாராலும் யாருக்கும் இதுவரையில்
தரப்படாத இறுதி முத்தம்
முற்றுப்புள்ளியாக அது இடப்படும்போது
நிலம் நடுங்கி
பூமி இரண்டாகப் பிளந்துவிடும்
எச்சரிக்கையாக இருப்போம்
யாரும் யாரையும் முத்தமிடாமல்
விஞ்ஞானம்
இன்னொரு பூமியைக் கட்டலாம்;
முத்தத்தை முடியாது
எனவே காதலர்களே
பூங்கா விளிம்பின் கருக்கலில்
மரிக்கத் துணியாதீர்கள்
மனைவியாரே
வேலைக்குப் புறப்படும் கணவனின்
முத்தங்களுக்கு தூரமாயிருங்கள்
குழந்தைகளே உங்கள் கன்னங்களை
கவனமாகக் காத்து
சுத்தமாக வைத்திருங்கள்
கேளிக்கைப் பிரியர்களே
முலைகளின் பிரிவினை
துவங்கும் நுனியில்
நிதானமிழந்து விடாதீர்கள்

சீடனே வெள்ளிக்காசுகளின் மினுக்கத்தில்
மீண்டும் மயங்காதே
பின் நவீனத்துவ ஏற்பாட்டின்
தற்கொலையில் நீ
தனியாக சாகப்போவதில்லை
மணமக்களே முதலிரவை
முத்தமின்றி செலவழியுங்கள்
மண்மேல் மனிதாபிமானமுள்ளவர்கள்
இப்போதே நறுக்கிவிடுங்கள்
பறக்கும் முத்தங்களின் சிறகுகளை
ஏனெனில்
முத்தத்தின் அகராதியில்
இறுதி முத்தத்திற்கு
ஊழியென்று பொருள்.

ஒரு குடை

தேநீர் நிறத்து மணலில்
யாருடையதெனத் தெரியாமல்
தன்னைத்தானே பிடித்துக்கொண்டு
நிற்கிறது குடை
தனிமைத் துயரம் தீட்டிய நிழலை
என்னிடம் நீட்டச் சரிகிறது சூரியன்.

ஒளிப்பிழைகள்

இரவுபகலாக இதுகாறும்
இக்கிரகத்தில் பொழியப்பட்ட
ஒளியின் மொத்தப் பிழைகளையும்
ஒற்றைப் பார்வையில்
திருத்தித் தந்துவிட்டு
மறைந்து போகிறாய்
குத்திருட்டின் படுகுழியில்
புதைகிறது என் நகரம்
இருளைக் கட்டியணைத்துக் கதறுகிறேன்
கண்ணீரிலிருந்து உண்டாகவில்லை வெளிச்சம்
உறங்கப் போகும் முன்
அணைத்து மீதம் வைத்த
படுக்கையறை விளக்குகளில் ஒன்றை
அவசரமாகத் தேடுகிறேன்
வீதிகள் தட்டப்படுகின்றன
வீடுகளைக் காணவில்லை
தெறித்துத் தீர்ந்துபோன
மத்தாப்புப் பொறிகளை
என் கைகளுக்கே துள்ளி வர அழைக்கிறேன்
காற்று வழியில் கந்தக நாற்றம்
பதைத்தோடி வருகிறது
தெருக் கம்பத்தில்
பிழையில்லாத ஒளியேற்ற
தியானத்தில் சமைகிறேன்
நான் நுழையமுடியாத வழியில்
என்னை நோக்கி
அடித்தல் திருத்தல்களோடு
வந்து கொண்டிருக்கிறது
ஒரு மின் மினி.

நேற்று ஞாயிற்றுக்கிழமை வந்திருந்தது

கழுத்துக்கும் கீழே கூந்தல் வளர்ந்திருந்த ஒருவன்
ஒரு கிழமையை தோளில் தூக்கிக்கொண்டு வந்திருந்தான்
சவரக் கத்தியைக் கழுவுகையில் நிலைக்கண்ணாடியில்
எனக்குப் பின்னே தோன்றி காலை வணக்கம் சொன்னான்
'ஞாயிற்றுக்கிழமை வியாபாரியா' என்றேன்
'எல்லாக் கிழமைகளும் விற்பவன்தான்
ஒரு நாளுக்கு ஒரு கிழமை விற்பது என் வழக்கம்'
'இன்று ஞாயிற்றுக்கிழமை
இதை வாங்கி நான் என்ன செய்யட்டும்'
தாடையின் வழுவழுப்பை வருடியவாறு கேட்டேன்
'மன்னியுங்கள் பரிவுள்ள வாடிக்கையாளரே
உங்களிடம் வானத்தைத் தந்தால் என்ன செய்வீர்கள்?'
'உன் கேள்வி பதிலுக்கெட்டாத
உயரத்துக்குப் போய்விட்டது' என்றேன்
'மன்னியுங்கள் பரிவுள்ள வாடிக்கையாளரே
உங்களிடம் இந்த பூமியைத் தந்தால் என்ன செய்வீர்கள்?'
'சின்னக் குழந்தையிடம் கொடுத்துவிட்டு
பொரி உருண்டை பெற்றுக் கொள்வேன்'
'உங்களிடம் சூரியனோ சந்திரனோ சிக்கிவிட்டால்'
'வழியில் எதிர்ப்படும் முதல் பிச்சைக்காரிக்கு அளிப்பேன்'
'உங்கள் முன் ஒரு கடவுள் வந்து தோன்றினால்'
'என்னைக் கட்டிப்போட்டுவிட்டு திருடிச் செல்ல
                                   அனுமதிப்பேன்'
'உயிர்ப்புடன் துள்ளும் ஒரு முத்தம் என்றால்'
'கருணையுள்ள விபச்சாரியிடம்
குறைந்தவிலைக்குத் தள்ளிவிடுவேன்'
'மன்னியுங்கள் பரிவுள்ள வாடிக்கையாளரே
உங்களிடம் ஒரு தேவதையின் முகவரி தந்தால்'
'முடிந்த அளவு இறந்து பார்ப்பேன்'
ஈரமான வறுமை விழியோரம் பளபளக்க கெஞ்சலாகக்
                                   கூறினான்

'மன்னியுங்கள் பரிவுள்ள வாடிக்கையாளரே
ஆசைகள் மேல் இத்தனை தெளிவும்
வாழ்க்கை மீது இவ்வளவு அன்பும் கொண்ட நீங்கள்
இந்த ஒரே ஒரு ஞாயிற்றுக்கிழமையை
ஏன் வாங்கிக்கொள்ளக் கூடாது?'

மழை நூலகம்

மழை நூலக ஊழியர்
அடிக்கடி தவளை முகத்தை நிமிர்த்துவதும்
மறைந்திருந்து கண்காணிப்பதும்
எரிச்சலாகத்தானிருக்கிறது
புத்தகங்களை கவனமாக எடுப்பதும்
கசங்காமல் புரட்டிவிட்டு
முனைகள் மடங்காமல் திரும்பவும்
தண்ணீர் சட்டங்களில் அடுக்குவதும்
அலுப்பாகத்தானிருக்கிறது
வெட்டும் மின்னல் வெளிச்சத்தில்
விட்டுவிட்டு பக்கங்களை வாசிப்பது
சிரமமும் தலைவலியுமாகத் தானிருக்கிறது
இருந்தாலும்
இரண்டு பூனைகள் சேர்ந்து
ஒரு கப்பலில் ஏறி
மீசையை முறுக்கிவிட்டவாறு
மீன் பால் குடிக்க
கடலுக்குள் விரையும் கதையை
பாதியில்விட யாராலும் முடியவில்லை.

வலியோடு முறியும் மின்னல்

கூர் செதுக்கிய மேகங்களைச் சீவி அம்பாக
நாணேற்றிய வில் பூட்டி
பல்லாயிரம் கரங்களில் கடவுள் மழையால்
பூமியை ஆசீர்வதிக்கிறார் என்றுதான் நினைத்தேன்
பாதுகாப்பு கருதி தலையின்றி மனிதர்கள்
தெருவில் உரையாடித் திரிந்தது கண்டு திகைப்புற்றேன்
சிறு குடையை நம்பி
அலுவலகம் சென்றிருந்த உன்னை
பழுதின்றி எப்படி
வீடு திருப்புவதென்று பரிதவித்தேன்
உன் அன்பென பாய்ந்த வெள்ளம்
என்னை பத்திரமாக திருப்பியனுப்பியது
விஷத்தையெல்லாம் புற்றில் கொட்டிவிட்டு
உன்னை முத்தமிட விரும்பி
அடை மழைக்குள் அலைந்து வந்த பாம்பை
முற்றத்தில் அடித்து பிரம்பால் கொல்கிறார்கள்
சற்றே அண்ணாந்து பார்
வானத்தில்
வலியோடு முறியும் மின்னல்.

ஜெ.பிரான்சிஸ் கிருபா

பயணத்தில் பிறந்த கடவுள்

பருவத்திற்கு
முந்தி வந்து கன்னம் தொட்ட
முதல் பருவுக்கு மஞ்சள் முகம்
முதல் பரிசு தந்திருக்கும் பேரழகே!
இரவும் பகலும் திரண்டிரு நாட்களாக
புருவங்களுக்கடியில் குளிர்ந்து மிதக்கும்
விழிகளின் நடுஜாமத்திலிருந்து பாயும்
உன் ஓரப்பார்வைகளின் கதிர்விரல்கள்
கழற்றியிழுக்கின்றன காமத்தின் கபட கவசங்களை
காத்துக்கொள்ளச் சிரமப்படுகிறேன்
வீடியோவில் கரையும் திரைப்படக் காட்சி தெளிக்கும்
வண்ண ஒளயில்
அபாயச் சங்கிலியாக துப்பட்டாவை பிடித்திழுத்ததும்
நின்று புறப்படுமட் பெரு மூச்சு ரயில்களில்
ஏறவோ இறங்கவோ நிர்பந்திக்கக்கூடாது என்னை நீ
உன்னை முன்னிட்டு
பிறந்தநாள் சிரிப்புடன் எல்லாப் பயணிகளையும்
அன்புடன் வரவேற்ற ஓட்டுநர்
பயணச் சீட்டின் பின்புறம்
மிச்ச பாக்கியை ஹைக்கூவில் எழுதி
நீட்டிய நடத்துனர்
ஜன்னலோரம் சாக்கிட்டு நின்று
குண்டுமல்லிக் கூடையை
புஷ்பக விமானமாக்க சிந்தித்த
பூ வியாபாரி
இவர்களில் ஒருவனே நானும்
இருப்பினும்
உறக்கத்தைப் புடைத்துப் புடைத்து
இமைகள் துவண்ட இளம் பெண்ணே
முச்சந்தியிலிருக்கும்
நெடுஞ்சாலைக் காவல் மாடனுக்கு
காணிக்கை நாணயத்தை

இருக்கையிலிருந்தே எம்பி
என் நெஞ்சில்தான் எறிந்திருக்கிறாய்
மறக்கக் கூடாது
என் இறக்கம் வரை உன் அருளால்
கடவுளாயிருக்கக் கடமைப்பட்டிருக்கிறேன் நான்.

வண்ணத்துப் பூச்சியாகிவிட்டேன்

கடந்த காலம்
இரண்டு சிறகுகளாக வளர்ந்து
என் தோளில் அசைகிறது
நான் எழுதுகிறேன்
வானம் சிறு குழந்தையாகி
என்னெதிரே துள்ளித் துள்ளி இறங்குகிறது
நல்லவேளை
நான் ஒரு வண்ணத்துப் பூச்சியாகியிருக்கிறேன்
நன்றி கடந்த காலமே
இனி என் உண்ணாவிரதம்
ஒரு புன்னகையால் முடியும்.

ஜெ.பிரான்சிஸ் கிருபா

கோபத்தின் முகம்

கோபத்தை என்மீது துப்பிவிட்டுப் போகிறாய்
எச்சில் துளிகள் துப்பல் தொகுப்பில் இயல்பாக உலரும்
அதைத் துடைத்தொழிக்க அவசரப்படமாட்டேன்
கோபங்களை யாரும் காட்டியிருக்கிறார்கள்
நானும் பார்த்திருக்கிறேன்
குடைக் கம்பிகளால் குத்தி
கொலை செய்யமுடியாத பருவ மழைகளாக;
வானத்தின் தண்டுவடத்தை முறுக்கி
சர்வத்தையும் உடைத்துப் பார்த்து
தோற்று மறையும் மின்னலாக
உணர்ந்துமிருக்கிறேன்
மழை விட்டுவிட்டுப் போனபபின்
வீட்டுக் கூரை விளிம்புகளிலிருந்தும்
பச்சை இலைகளின் நுனியிலிருந்தும்
வெள்ளைத்தாள் ரோஜாவின் புரளாத பக்கங்களிலிருந்தும்
மழை ஓய்ந்துவிட்டதென்று சொல்லில் வடிய
மிகத் தயங்கி நீர்த்துளிகள் உடைய விழுவதையும்
மடியிலிருந்து தொட்டிலுக்கு தோணியாய்
கிளம்பிச் செல்லமுடியாத குழந்தைகளை
கடலில் மேல் கிடத்தி அம்மாக்கள்
தட்டித் தட்டித் தலாட்டும்போது
திக்கித் திக்கி அலைகள் ஓய
திறந்துகொள்ளும் நித்திரையின் கதவுகளாக
விழித்துக்கொண்டிருக்கிறது உன் கோபம்
சுலபமாக
அதைத் துடைத்தழிக்க நான் அவசரப்படமுடியாது.

நிராகரித்துக்கொண்டு வருகிறேன் வெளிச்சங்களை
இந்த வீதி நான் நடக்க நடக்க இன்னுமின்னும்
நீளமடைந்துவிடுகிறது
சூரியனை நம்பக்கூட தயக்கமாக இருக்கிறது
சந்தேகம் எப்படிப் புலருமென்று தெரியாதபட்சத்தில்
இழையிரும்புக் கொடியில் மடிந்துகிடக்கிறது
ஒளியும் முலைகளின் பால் நிற உடைகள்
எண்ணற்ற கைகளுடைய தேவி
எந்தக் கையால்
ஒரு துளி கண்ணீரைத் துடைப்பாள் என்று
என்னால் நிச்சயிக்க முடியவில்லை
தெருவிளக்குகள் விக்குகின்றன
திடீரென ஒரு தீக்குச்சி பற்றவைத்துக்கொள்கிறது
பயங்கரமான மரணத்தை
தீக்குச்சியின் ஆன்மா
எப்படி சாந்தியடையும் என யோசிப்பதுபோல்
நெளிந்து புகைந்துகொண்டிருக்கிறது
என் விரலிடுக்கில் ஒரு சிகரெட்.
●

பார்வை

ஆளற்ற கூடம்
அங்கே அந்த மர நாற்காலி அமர்ந்திருந்தது
அதன்மேல்
வயலினை சாய்த்து வைத்துவிட்டு
வெளியேறியிருக்கிறான் இசைத் தொழிலாளி
என்னிலும் நாலு தந்திகள் முறுக்கி
செல்லமாக தோளில் ஏந்தி வைத்து
ரம்பத்தால் வருடினால் என்ன
என்பதுபோல் யாரையோ
பார்க்கிறது மர நாற்காலி
எதிரே திறந்திருக்கிறது
இசைக் குறிப்பு புத்தகம்.
●

ஜெ.பிரான்சிஸ் கிருபா

மழை விருந்து

புகைபோக்கி வழியே வெளியேறி
வெகு தொலைவு வந்து எனக்குமேல்
பந்தல் கட்டி நிற்கிறது நீ சமைத்த மேகம்
காதல் மயக்கத்தில் காலம் மறந்து
தாமதமாய் கூடு திரும்பும் பறவைகளின் குரல்
என் நெஞ்சில் விழுந்து தவித்துப் புரள்கிறது
கண்களின் திரண்ட கருமுகிலை
ஆவி பறக்க காப்பி கோப்பைகளில் நிரப்பியபோதும்
கல்பொறுக்கி உலையில் கொட்டிய மனசை
குழையுமுன் பக்குவமாய் வடித்து இறக்கியபோதும்
உன் கைகள் நடுங்கியிருக்கின்றன
மின்னல் இடியாக நடுநடுங்குகிறது
வெடித்த கடுகும் பொரிந்து மருகிய
கறிவேப்பிலைக் கருகலுமாக தாளித வாசனையில்
அறைச் சுவர்களை விளாசுகிறது அறிமுகமில்லாத காற்று
உன் பார்வையைப்போல்
மின்னலும் வானத்தைக் கிழிக்கிறது
மழை வரும் போலிருக்கிறது
நான் வரமுடியாததால்.
●

கடல் பகலாகவும்

தூரத்தே நிற்கும் பயணிகளின் கப்பலில்
பல ஜன்னல்கள் திறந்திருக்கின்றன
ஒரு மனிதன் எல்லா ஜன்னல்களின்
இடைவெளிகளிலும் உலவுகிறான்
இடதுகையை வலதிலும் வலதை இடதிலும்
தொடர்ச்சியாக மோதிக்கொண்டு
காற்று விசையில் கப்பல்
கடலில் முகம் பார்த்து
நிலையற்ற நீலக் கண்ணாடியில்
தன்னை அலங்கரித்துக்கொள்கிறது
நீர் மேல் அசையும் நிழலை
துரத்தி மொய்த்த குஞ்சுகளை
கடிந்தழைத்துச் செல்கின்றன
தாய்மீன்கள்
அப்போது
கடல் பகலாகவும்
கரை இரவாகவும்
இருக்கிறது.

●

பருவத்தின் கர்ப்பம் நிறைந்து
கனியத் துவங்கும் பனிக்காலத்தின்
முதற்துளியாய் அறிமுகமானாய் எனக்கு
நெஞ்சைப் பிசையும் சோக நாடகங்களின்
வேதனைச் சாரங்கள் உலர்ந்து மறைந்தன
நீரெனினும்
காய்ந்துபோக அஞ்சி
கோடையை வென்று எஞ்சும்
ஒரு சொட்டு வைரம்
உன் அன்பு.

●

தேவதூதன்

நான்தானென்று உறுதி செய்யப்பட்டதும்
தேவாதி தேவனால்
இரண்டு சிறகுகள் தேர்ந்தெடுக்கப்பட்டன
யாரும் பறக்காத சிறகுகள்
எள்ளளவும் பழசாகாத சிறகுகள்
எப்படிச் சுமந்தாலும் சுகமான சிறகுகள்
பறத்தலை நடித்துக் காட்டத் தெரியாத சிறகுகள்
எனக்கு அவற்றைப் பிடித்திருந்தது
எனினும் என் வழியில் எதிர்நுனியிலிருந்து யாரோ
தொலைவை துணிபோல் மடித்தது எனக்குப் பிடிக்கவில்லை
பறப்பை நிறுத்திவிட்டு நடந்தேன்
சிறகு முளைத்தபின் ஒரு தேவதூதன்
எவ்வளவு தொலைவு நடக்க அனுமதிக்கப்படுவான்
என்பது எனக்குத் தெரியவில்லை
கொன்று நரகத்தில் தள்ளப்படும்
அபாயமும் இருக்கலாம்
எனவே ஒரு நதியின் கரையிலிருந்து
மீண்டும் பறக்க ஆரம்பித்தேன்
என் வசிப்பிடம் நோக்கி
கொடிகளும் செடிகளும் படரும் வேகத்தில்.

நகைக்கும் போதி

ஆம் நெடுங்காலமாக எனக்குள்
தனியே நின்றிருந்த தூக்குமரத்தில்
இன்று ஒரு மனிதன் பூத்திருக்கிறான்
தீவிர நட்போடு
திறந்த இருதயத்தோடு
தீரா அன்போடு
ஒரு மனிதன்
மோனத்திலிருக்கும் அவன் மூளித் தோளில்
புணர்ந்த களைப்பில் உறங்கும் ஈக்களை
இரண்டு சொட்டு தியானங்களென்று
கண்களால் பருகுகிறேன்
பழுத்த இலைகளை சிரிப்பொலியுடன் சிந்துகிறது
வெளியில் நிற்கும் போதி.

●

பிரியமே...

அதுதான் உன் கனவா
நிலவு வியர்த்து நிலத்தில் வழிந்த
மின்மினித்துளிகள் என்மேல் தெறித்ததே.

●

ஜெ.பிரான்சிஸ் கிருபா

சிறகுகளிலிருந்து பூமியை
விடுவித்துச் செல்லும்
ஒரு வரிப் பாடலில் விடிந்து தொனிக்கும்
அதிகாலைக்குப் பிறகு
புற்பனிப் பாத்திரங்களில்
தன்னைப் பிட்டு தானமிட்டு
தானேயுண்டு பசியாறும் சூரியனுக்கு எதிரே
நிலைக்கண்ணாடியில்
ஒரு புன்னகையை வரவேற்க
காத்திருக்கிறது அதே புன்னகை.

●

ஒருத்தியை
உயிரோடு புதைத்திருக்கும்
இரண்டு
கல்லறைகளாகவும் பார்க்கலாம்
முலைகளை.

●

பச்சைச் சூரிய வெயிலில்

உடலைச் சுருட்டி
கூடைப்பந்தென எறிந்து
துல்லியமாக சுவரில்
அமர்ந்திருக்கிறது பூனை

புகைப்படங்களிலிருந்து சற்றே
கலைந்திருக்கும் மனிதர்களில் ஒருவனை
தன் தீர்க்க பார்வையால் சீவி
ஒரு புகைப்படக் கருவியாக்குகிறது
மிகப்பெரும் மீன் வலையென
விரிந்து முன் விழுந்தாழ்கிறது
மின்னல் வெளிச்சம்

அவன் கைகளை அவனுள் செலுத்தி
சிகப்பு அமிலத்தில் கழுவப்பட்ட
பூனையின் புகைப்படச் சுருள்
வெளியிலெடுக்கப்படுகிறது

புகைப்படங்களில் பூனை
பச்சைச் சூரிய வெயிலில்
பியானோ கட்டைகளின்மேல் நடந்து
ஒலியிலான வீட்டினுள் நுழைகிறது.

கடந்து செல்ல

தர்மத்தின் இடைவெளியை
இப்போதுதான் கண்டுணர்ந்தாய்
தணிந்து ஏறுகிறது வெயில்
பாதையோரமிருக்கும் மனிதனின்
பிச்சைப் பாத்திரத்துக்கு வெளியே
சுருண்டு படுத்து உறங்குகிறது
அவனுடைய நாய்
புதிய இருளுக்குப் பதில்
பழைய வெளிச்சங்கள் தரும்
கனவு வியாபாரி அலைந்து வருகிறாள்
இறந்தவர்களின்
சும்மா கிடக்கும் இரவுகளை
எல்லாக் கதவுகளையும் தட்டுவதாக
எழுகிறது காலடியோசை
கால்களைத் தவிர
எல்லா அவயங்களாலும்
நடந்துகொண்டிருக்கிறேன்.

நன்றியும் நானும் எங்கள் நிழல்களும்

இடறியதும் விழுகிறேன்
பாதாளத்தில் என்னை
தாங்கிப் பிடிக்கிறது ஒரு அலறல்
அது உங்கள் குரல்
சுருள் கதவென இறங்குகிறது
சொற்படிக்கட்டுகள்
ஒவ்வொரு வார்த்தையையும்
பற்றியேறி வந்து சேர்கிறேன்
பழைய பரப்பிற்கு
ஆழ மூச்சிழுத்து ஒரு தரம்
தீர சுவாசித்து நிமிர்கிறேன்
அங்கில்லை நீங்கள்
வேறாருக்கும் பொருந்தாத
உங்களுக்கான நன்றியானது
என்னிடமே தங்கிவிடுகிறது
நன்றியும் நானும் எங்கள் நிழல்களும்
ஒன்றாகவே நடக்கிறோம் நிற்கிறோம்
அலைகிறோம் தேடுகிறோம்
படுக்கிறோம் எழுகிறோம்
ஒரே கனவைப் பகிர்ந்து காண்கிறோம்
கனவுகளில் எப்போதாவது
எரிபொருள் திரவத்தின்
இருதுளி தூரத்தில்
கருக்கலின் தெருவில்
முன்னே நடந்து செல்கிறீர்கள்
விழித்துப் பார்த்தால் அங்கில்லை நீங்கள்
நாள்போக்கில்
என் விழிகள் நிறம் மாறி
பார்வை பழுதேறி வருகிறது
கருப்பு வெள்ளையில் மட்டுமே
காட்சிகள் தெரிகின்றன
இப்போது வெளியே பொழிவது

பழுப்பு நிற மழையாகவுமிருக்கலாம்
நானோ நாங்களோ காண்பது
வெள்ளை நிறத்தில் நீர்த்துளிகள்
கருப்பு நிறத்தில் இடைவெளிகள்
சாம்பல் படர்ந்த துவானங்கள்
சாயம்போன வானவில் வளைவுகள்
எங்கே போய் ஒளிகிறீர்கள்
ஒரு உதவிக்கு கைமாறாக
இங்கே தொலைந்து கொண்டிருக்கின்றன
சக மனிதனின் சுய அடையாளங்கள்.

உதவி

கண்ணைக் கசக்கி அழுதபடி
கரையில் நடந்து வரும்
பேசப்பழகாத குழந்தையை எதிர்கொண்டு
'அம்மா' எங்கே என்று
அன்பொழுக வினவுகிறார்கள்
அது தன் இடது கையை
ஆற்றின் மேல் நீட்டுகிறது
அந்தக் குழந்தையை தூக்கி
ஓடும் நீரில் வீசிவிட்டுப் போகிறார்கள்
இடது கை செய்தது
வலது கை அறியாது.

இன்னும் யார் வரவேண்டும்

திராட்சை ரசம் நிரம்பிய குடுவை முன்
வெறும் கோப்பைகளாக ஆவலோடு நிமிர்ந்திருக்கிறோம்
உருக்கமானதொரு மன்றாட்டின் மீது முழந்தாளிட்டு நிற்கும்
இம்மாலைப் பொழுது கரம் கூப்பியிருக்கிறது
எதிர்பார்ப்புகளின் கன்னங்களில் ஏமாற்றத்தின்
எச்சில் வழிய கசப்பான முத்தங்களின் முத்திரை
பெருகுகிறது

சூரியன் தணியத் தணிய புழுக்கத்தின் அங்கியுள்
முழுவதுமாகப் போர்த்தப்படுகிறோம்
பகின் வெறி வெளிச்சம் வரிவரியாக மறைந்து
இரவின் அடிக்கோடுகளில் மந்தகாசம் நிரம்புகிறது
ஏற்பாட்டு ஒளிமீது எம் நம்பிக்கை
லாந்தரின் எண்ணைபோல் வற்றி வருகிறது
பரவசம் பாரமாகிக் கனக்கிறது
நடனம் கரையாத குருதி பரபரப்படையவில்லை
மீட்பரின் மீட்டுதலுக்கேங்கி மடியமர்ந்த 'கிடார்'
உம் தயக்கத்தில் சாய்ந்து உறங்கிவிடக்கூடாது
பாழும் கிணற்றில் மாள குதித்தவர் உடல் சிதறும்
சத்தத்தில் உட்சுவர்களிலிருந்து சடசடத்து வெளியேறும்
மாடப் புறாக்களுக்கொப்ப உம் உதடுகளிலிருந்து
புறப்பட்ட பழைய பாடல்கள் எம்மேல் மீள்
வட்டமிடுகின்றன

காயங்களுக்கப்பால் சோகங்களை நிரவியபடி
நெளிந்தோடி நதியாய் வரும் உம் குரலில்
குளித்துக் களைத்துவிட்டன நினைவோட்டங்கள்
மனம் திரும்பிய மகள் வீட்டில்
நாம் கூடியிருக்கும் அறைச்சுவர்கள்
சுருங்கி விரிந்து இதயம்போல் இயங்கத் துவங்கிவிட்டது
தளர்த்த ஏலாத இறுக்கத்தோடு முறுக்கியும்
முறுக்கேற்ற முடியாத வழியில் துண்டித்தும்
'கிடார்' நரம்புகளோடு சேட்டையாடும் சாத்தானே
ஒதுங்கிப்போய் ஒரு ஓரத்தில் நகம் கடித்தபடி

அந்த பாடலுக்காக
திரைச் சேலையொதுங்கி திறந்திருக்கும் ஜன்னல் வழியே
உம் கைகளையே வெறித்திருந்த நட்சத்திரம்
பசித்த குழந்தையின் கண்களாகிக் கலங்குகிறது
மெல்ல வளர்ந்து கூட்டைவிட்டு வெளியேறிய
சிறகு முதிராத குஞ்சுப் பறவையாக
வந்து விழுந்த ஒரு வார்த்தை தத்தளிக்கிறது
பாட லாக!

கனவின் பிணம்

இரவின் ஜன்னல் வழியே
எட்டிப்பார்க்கின்றன கனவுகள்
நேரம் காலமறியாமல்
விடிந்துவிடுகிறது பொழுது
முகத்தை சுளித்துத் திருப்பிக் கொள்கின்றன கனவுகள்
காலையில் ஏந்தும்
முதல் காப்பிக் கோப்பையில்
கனவுப் பிணங்கள் இறந்து மிதக்கின்றன
ஈயைப்போல் எடுத்துத் தூரப் போடவோ
அல்லது புகாரோடு
அந்த காப்பியை நிராகரிக்கவோ
முடியாமல் தவிக்கும்போது
ஆறிப்போகிறது அன்றைய சூரியன்.

உமைக் குயவன்

ஊமைக் குயவன் அவன்
மண்ணோடு வார்த்தைகளைப் பிசைந்து
பாத்திரங்கள் வனைந்து பிரியமாக அடுக்கி உரையாடுபவன்
ஊமைக் குயவன் வாயில் எப்போதும்
ஒன்றுக்கிரண்டு சிரிப்புகளிருக்கும்
அவன் இமைக்கும் நிதானம் இலையுதிர்காலத்தை
நினைவூட்டும்
கலைந்து படபடக்கும் நீண்ட கேசம் காற்றுக்கு வழி நீட்டும்
உங்களிடம் ஒரு வார்த்தை இருந்தால் தாருங்கள்
உங்கள் காதலியின் பெயரை சிவந்த மூக்குடன்
கிளியாகப் பிடித்துத் தருவான்
உலகத்தின் எந்த மொழியிலும் எழுப்புங்கள் ஒரு கேள்வியை
பதிலுக்கு தயக்கமின்றி அவனிடம் ஒரு பாத்திரம்
உண்டாகிவிடும்
மூடியற்ற பாத்திரங்கள் முதற் பயனாய்
கழிவறைக்குள் தள்ளப்படுகின்றன எனினும் கவலையில்லை
இருதய வடிவிலான பாத்திரங்களுக்கு அவன்
மூடிகள் செய்ய முனைவதில்லை
ஒரு பாத்திரமானது செவிப்பழுதற்றவர்களுக்கு மகா
வாக்கியம்;
விழிப்பயனுள்ளவர்களால் துரத்தப்படும் நெடுங்கனவு;
கையாளத் தெரிந்தவர்களுக்கு மிகமிக உறுதியான
வாக்குறுதி
தலையிலிருந்து சரிந்தோ கை நழுவியோ காலில் மிதிபட்டோ
கவனக்குறைவின் கடைசியில் ஒரு பாத்திரம் உடைந்து
நொறுங்க
மன்னிப்பு கோரும்போது சிரித்த முகத்துடன்
மணல் பூவாகச் செய்து நீட்டுவான் உங்களுக்கான
மன்னிப்பை
மூன்று வார்த்தைகளோடு நான்கு நிற மண் சேர்ந்து
வானவில்லும் செய்யத் தெரியும் அவனுக்கு
ஊமைக் குயவனின் மனைவி பாக்கியவதி

உலகில் எவளும் அவ்வளவு பாத்திரங்கள் புழங்கியதில்லை
ஊமைக் குயவனின் பிள்ளைகள் மழைக்காலங்களில் படிக்க
பாத்திரங்களில் ஏறிப் பள்ளிக்குச் செல்வார்கள்
ஊமைக் குயவனின் மனைவி சமீபத்தில்தான்
                              மரணமடைந்தாள்
அவன் ஊமையான கதையின் ஒரே சாட்சி அவள்தான்
எப்போதும்போல் இப்போதும்
எல்லோரையும் மகிழ்ச்சியோடுதான் வரவேற்கிறான்
ஊமைக் குயவனின் ஒரே துயரம்
அவன் பசியோடு சோற்றைப் பிசையும்போது
அது நெற்பாத்திரமாகி விடுவதுதான்.

●

துயிலும் மிதியடிகள்

அருகருகே படுத்து கனவில் லயித்திருக்கும்
இரண்டு சிறு குழந்தைகள்போல
ஆழ்ந்த உறக்கத்திலிருக்கின்றன
அவிழ்த்து வைத்த இடத்தில்
இரண்டு மிருதுவான மிதியடிகள்
பாதமளவு பருத்த மீனொன்று
நீர்நிலையைத் தேடி
நிலத்தில் துள்ளிச் சென்றதுபோல்
குருத்து மணல் பரப்பில் சுவடுகள்
புதைந்து பதிந்து கிடக்கிறது
மிதியடிகள் வரை
மிதியடிகளுக்கு சொந்தக்காரரை எதிர்பார்த்து
அங்கேயே தங்கிவிட்டான்
தூக்கத்துக்கு ஒரு தொந்தரவும் தராத ஒருவன்
மற்றொரு மிதியடிபோல
தொலைவில் மிதக்கும் பாய்மரம்
வந்தும் நின்றும் சென்றும் கொண்டிருக்கிறது.

●

இங்கே வந்துவிட்டேன்

அங்கே போயிருந்தேன்
அங்கே என்றால்
இங்கிருந்து சற்று தள்ளி
நடந்தா பறந்தா மிதந்தா?
இருக்கட்டும் இப்படியே இந்தப் பாலம்
அங்கே
எல்லோரும் தங்கள் கண்ணாடிக் கோப்பையில்
மஞ்சள் நிறத் திரவங்களை நிறைத்திருந்தார்கள்
காற்று இளமையோடு அதன் விளிம்பில்
நடுங்கியது முடிவின்றி
சந்தனம் போல் கரைத்து
சிலர் அந்திகளையும்
சிலர் அதிகாலைகளையும்
ஊற்றி வைத்திருந்தார்கள் மதுவென்று
அவர்கள் அருந்துவார்கள் என்ற நம்பிக்கை
என்னருகில் நின்றிருந்தது
'அமருங்கள் நம்பிக்கையவர்களே' என
உபசரித்ததும்
என் பெயர் அவநம்பிக்கை என்று
தன்னை அறிமுகப்படுத்திக்கொண்டது
மங்கள வெளிச்சத்தில்
தங்கள் தாகத்தைத் தேடிக்கொண்டு தள்ளாடினார்கள்
ஏமாந்த பிறகு
திரும்பிப் போக விரும்பினார்கள்
ஆமோதிக்கும் முன்
முரட்டுக் கரங்கள்
மதர்த்த திராட்சைக் குலைகளெனக் கனிந்து
தொங்கிய இரவைப் பறித்துப் பிசைந்து
சாறு நிரப்பியது அத்தனை பாத்திரங்களிலும்
மதுமேல் மிதந்தது சூரியன்
என்னால் பருக ஏலவில்லை
எல்லோரும் வயிறு நிறைய சிரித்தார்கள்

ஜெ.பிரான்சிஸ் கிருபா

எழுந்து இங்கே வந்துவிட்டேன்
இங்கே என்றால்
அங்கிருந்து சற்று தள்ளி...
●

பிரியத்தெரியாத ஐந்து விரல்களையுடைய
என் கரத்தை பிரியத்தோடு நீட்டும்போது
பற்றிக் குலுக்கிவிட்டுப் பிரிகிறீர்கள்
காய்ந்த விறகுகளாக நுழைந்து
செவியில் எரிந்து கொண்டிருக்கின்றன
கனிவான வார்த்தைகள்
புதைக்கும்வரை தவித்துக்கொண்டிருக்கின்றன
இறந்தவரின் விறைத்த உதடுகளில்
பறக்கத் தெரியாத மௌனம்
என்னைப்போல் வெம்பி வெடித்து
குழிக்குள்ளிருந்து இறந்தவர் சிரிக்கும்போது
பூமி நடுங்குகிறது
தேனீர் பாத்திரங்கள் காரணம் தெரியாமல் உடைகின்றன
விழிகளைத் தோணிகளாகச் செலுத்தி
பகல் கனவுகளைக் கடத்தி வந்தவாறு
முகத்தை அலங்கரித்து நின்ற பேரழகியின்
காலடியில்
நொறுங்கி விழுகிறது
நிலைக்கண்ணாடியின் சிதறல்கள்.
●

படுக்கையறையை பல்லியோடு பகிர்ந்து கொள்ளல்-

‘தொலை பேசியில் வந்தது யார்?’
‘யாரோ தூக்கம் கெட்ட சனியன்’ என்றது
‘யாரைக் கேட்டது?’
‘உன்னைத்தான்’ என்றது
‘என்ன சொன்னாய்?’
‘இல்லை’ என்றேன்
‘ஏன் அப்படிச் சொன்னாய்?’
‘அகாலமாகிவிட்டது’ என்றது
‘ஆணா பெண்ணா?’
‘பெண்!’
எரிச்சலோடு தன்னிடத்திற்கு திரும்பிப்போனது
படுக்கையில் சுருண்டு படுத்துக்கொண்டேன்
கண்ணீர் நாறிய தலையணையுறைக்குள்
பன்றிக்குட்டிகள் சிரித்துப் புரண்டன
மின்னல் கொடியிழுத்து
மேக ரதம் செலுத்தும் கற்பனையை
மூட்டைப் பூச்சியைப் போல நசுக்கினேன்
நேற்றிரவு ருசித்த நித்திரையில்
கீழுதட்டோடு தொண்டையையும் கிழித்த
நிலைக் கண்ணாடித் துண்டுகள் இன்று மழைத்தன
கனவுகளுக் கஞ்சி கண்களை இறுக மூடிக்கொண்டேன்
தெலைபேசியில் மீண்டும் மணியடித்தது
நாற்காலியில் அமர்ந்து ‘போரும் அமைதியும்’
புத்தகம் வாசித்துக் கொண்டிருந்த மரப்பல்லி
போராவேசத்தோடு எழுந்துசென்றது
தொலைபேசியை எடுத்து அமைதியாகப் பேசியது
இந்த முறை நான் உறங்கிவிட்டதாகத் தெரிவித்தது
நான் வழித்திருப்பதை நிரூபிக்க முயன்று
போர்வையை கோபத்துடன் உதற
அது கிழிந்து இரண்டு சிறகுகளாக விரிந்தது
சாம்பல் நிறக் கண்ணையுருட்டிய மரப்பல்லி
அருகில் சீறி வந்து நின்ற பூச்சியை எடுத்து
வாயிலிட்டு மென்றவாறு பேச்சைத் தொடர்ந்தது.

●

நீ மாலையிலிட்ட வாசற் கோலங்களின்
மாப்புள்ளிகளில் உயிருக்குக் கெஞ்சிய
நட்சத்திரங்களின் இறுதி வெளிச்சத்தில்
வீட்டினுள் நுழைந்து
முட்செடி வளர்த்து மரமாக்கிய பசியை
வேரோடு பிடுங்கியெறியக் கோரியபோது
புன்னகைக் கொத்தில் ஒரு கனி பறித்து
என்னிடம் தருகிறாய் கண்களால்
பசி ஆறிவிடுமென்ற ஒப்பற்ற கற்பனையை
கடைவாயில் சாறுவடிய
மென்றுகொண்டிருக்கிறேன்
நீலநிறத்தில் ஒரு குருட்டுப் பறவை
கானகங்கள் பல தாண்டி வந்து
காற்றில் படபடக்கும் பட்டத்தின்
மெல்லிய சட்டங்களில் அமர்கிறது.
●

யோனியின் கன்னத்தில்
உனக்கொரு மச்சமிருப்பது
கேள்விப்பட்டு
சலிப்புற்றேன்
ஒரு மனிதன் இப்படியெல்லாம்
மச்சத்தைவிட
கேவலமாக இருக்கக்கூடாது
என்பதற்காகத்தான்
வேறொன்றுமில்லை.
●

பள்ளிக்குச் செல்லும் கடவுள்
பைக்கட்டுக்குள் பொதியவிடாமல்
மதிய உணவுக்கான பாவங்களை நிராகரித்து விடுகிறார்
கூடத்தை நோக்கி வேகமாக நடக்கிறார்
காலடி ஓசையுள் விழ ஏலாமல்
பூக்கள் உதிர்ந்து ஏமாறுகின்றன
துணையற்ற தனிமையைப் பிட்டுக்கொள்ள
உதவுவதாயில்லை இன்னொரு தனிமை
வாடுவதற்கான காரணங்களை ஆசிரியர்
எழுதிக் காட்டுகிறார்
கண்களை வழித்து சூடான நீர்த்திவலைகளை
கரும் பலகைமேல் உதறுகிறார்
வகுப்பறையில் எல்லா கரும்பலகைகளும்
தார்ச்சாலையில் அடுக்கப்பட்டு விடுகின்றன
தள்ளாடியபடியும் திண்டாடியபடியும்
கடவுள் போராடுகிறார்
கற்பனைப் பாதையில் நடக்க.

●

கூந்தல் சத்தியங்கள்

மாராப்பு நிழலும்
மத்தியான வெளிச்சமும்
கூடிக்குலுங்கும் இடுப்புச் சதை கண்டு
தீயில் உயிர் வாட்டி
மத்தளங்கள இறுக்கிக் கட்டி
மனத்தாளங்களுக்காக
பின்தொடர யாருமில்லை
யெனினும்
பிருஷ்டத்தின் பட்டுக் கன்னங்களில்
செல்லமாக தட்டித் தட்டி
நீளக் கூந்தல்கள் செய்யும்
சத்தியங்கள் எதற்காக

●

அவர்கள் மெதுவாகச் சொன்னார்கள்

அஸ்தமனத்தைவிட வசீகரமானது கிரகணம்
அது சூரிய கிரகணம்
நெளுநெளுவென்று ஜனங்கள்
தெருவில் கூடியிருந்தார்கள்
அதற்கு சற்று முன்தான்
வெற்றிகரமான தற்கொலையை
நான் செய்து முடித்திருந்தேன்
இறந்த களைப்பைப் போக்க
பழக்கமான மதுவிடுதிக்குச் சென்று
குளிர்ந்த பீரை தனியாக அருந்திக்கொண்டிருந்தேன்
தீப்பெட்டி கேட்டுத் திரும்பியபோது
எனக்குப் பின்னே
மூன்று தேவதூதர்கள் நின்றிருந்தனர்
நான் அவர்களுக்கும் மதுவளிக்க குரல் கொடுத்தேன்
வாயில் கைவைத்து மறுத்தபடி
அவர்கள் மெதுவாகச் சொன்னார்கள்
"வேகமாகக் குடியுங்கள்
கிரகணம் துவங்கப் போகிறது
இருட்டும் முன் நாம் மோட்சத்திற்குப் போகவேண்டும்."

நட்சத்திரத்தின் இருக்கை எண்

ஒரு ஒளிரும் நட்சத்திரம்
குரலுக்கெட்டாத தொலைவிலிருக்கும்
உங்களிடம் கேட்கிறது
பெயரையோ வயதையோ இருக்கை எண்ணையோ
உணவையோ தண்ணீரையோ வழித்துணையையோ
நிரம்பியிருக்கும் ஒரு கோப்பை மதுவையோ
ஒற்றைக்கால் செருப்பையோ ஓய்ந்த ஊஞ்சலையோ
ஒரு காதலையோ சிறு கை விசிறியையோ
ஒளித்து வைத்திருக்கும் ஒரு பிடி இருளையோ
பெயரிடப்பட்டதையோ பெயரிடாமல் புறக்கணித்ததையோ
உங்களிடம் கேட்கிறது
ஒரு ஒளிரும் நட்சத்திரம்
அது கண்களையும் உதடுகளையும்
ஒரு புள்ளியில் குவித்துப் பேசுகிறது
அதிகாலை ரயிலில் புறப்படும் பிரயாணியைப்போல்
சுடர் கரங்களை பாவனையோடு அசைக்கிறது
ஒரு ஒளிரும் நட்சத்திரம்.

●

நடைபடும் வழிகள்
கடைகள் வரை நினைக்கின்றன
பிள்ளைகள் பற்றிக்கொள்ள
ஒருவிரல் போதுமென்று
ஒற்றை விரலுக்குப் பின்னே
முழுசாய் ஒரு மனுஷி ஒரு மனிதன்
வீணாயிருப்பதை
விளக்க முயல்கிறது வீதி
முயன்றாலும்
நான் மட்டும் நீயின்றி நடந்தால்
ஏனென்றே தெரியாமல்
வலியில் துவள்கிறது நிலம்.

●

ஜெ.பிரான்சிஸ் கிருபா

மரணத்தின் நிறம்

உலகம் விடிந்து பூமியொளிர்ந்ததும் பச்சோந்தி
என் வீட்டு ஜன்னலை வருடி நிற்கும்
மரக்கிளையின் நுனிக்கு வந்துவிடும்
வாரத்தின் பல நாட்கள் நான்
அதிகாலையே எழுந்துவிடுவேன்
அல்லது எழுப்பப்பட்டுவிடுவேன்
புதன் என் கிழமை
அன்று நான் பகலின் மீதும் படுத்துறங்குவேன்
மதியத்தில் மாலையில் அல்லது
இரவில்கூட காலை காப்பியை அருந்துவேன்
அந்த புதன் கிழமைகள் மீதுதான்
பச்சோந்திக்கு அலாதி காதல்
பசி பட்டினியோடு அது
என் பதிலுக்காகக் காத்துக் கிடக்கும்
குறிப்பாக எந்நாளும் ஒரு கேள்வியைத்தான் கேட்கும்
"இப்போது நான் என்ன நிறத்திலிருக்கிறேன்?"
கண்ணை மூடிக்கொண்டு நான் சொல்வேன்
எனக்குப் பிடித்த நிறக்களை நம்பிக்கையூட்டும் தொனியில்
பெரும் மகிழ்ச்சியோடு திரும்பிச் செல்லும் பச்சோந்தி
ஒரு புதன் கிழமையில் நான் தாமதமாக விழித்திருக்க
கவலையோடு அதன் நிறத்தை கம்மிய குரலில் கூறினேன்
திருப்தியின்றி திரும்பிச் செல்ல விரும்பாமல்
அது அங்கேயே இருக்கிறது
ஜன்னலை மென்மையாகச் சாற்றிவிட்டு
உங்களிடம் உண்மையைச் சொல்கிறேன்
எல்லா நாளும் பச்சோந்தி என் நிறத்தில்தானிருந்தது
●

தாங்கமுடியாத பரிசு

நீ கடித்துத் துப்பிய
நகத் துணுக்குகள் தானே வளர்ந்து
நான் வாழும் நகரமாகிய பின்
உனது இரண்டாவது வருகை இது
கூச்சத்தின் வாள்கள் சுழலும்
மஞ்சள் நிறச் சுவர்களில்
சிகப்பு ரோஜாக்களின் அடியிதழ் வாசமும்
வண்ணமும் படர்கிறது
உன் விரல் நுனியில் ஆரம்பித்து
உன் விரல் நுனியில் முடிவடையும்
ஏதோ ஒரு பாதையில்
உன் வலம் துவங்கிவிட்டது
கழுத்து பட்டையிட்டு நாய்போல
கடலை வீதியில் நடத்திவந்தாய்
போனமுறை
உன் கர்வ பாவனைகளுக்கு பணிந்து
அது விசுவாசத்தோடு வாலைக் குழைத்தபோது
புயல்கள் என்னையள்ளி
எங்கென்று தெரியாமல் எறிந்தன
காட்சிகள் தொடர்பறுந்து போயின
என்னைக் காணாமல்
நகங்களைக் கடித்து
இன்னும் கொஞ்சம் துப்பியிருக்கலாம் நீ
இந்த வருகையாவது எனக்காக இருக்கட்டும்
இல்லையேல்
கடிக்கும் நகங்களை மென்று விழுங்கப் பழகு
உனக்கே உனக்கென்று தனியொரு மனிதனுக்கு
இத்தனை பெரிய மாநகரம் தரப்பட்டிருப்பது
தாங்கமுடியாத பரிசு.

●

ஜெ.பிரான்சிஸ் கிருபா

கதறியழுகின்றன கனவுகள்

விளையாட்டு பொம்மைகளை
கையாடிப் பதுக்குகின்றன கனவுகள்
கனவுகளை பந்தாடிவிட்டு
குழந்தைகளிடமே திரும்புகின்றன பொம்மைகள்
கனவுகள் அழுகின்றன
குட்டிச் சைக்கிள்களை
பறித்துக்கொண்டு வேகமாக
ஓட்டிச் செல்கின்றன கனவுகள்
குழந்தைகள் கைதட்டிச் சிரிக்கின்றன
சுவர் மூலையில் மோதிச் சரிந்து
கனவுகள் கண்ணீர் விட்டு அழுகின்றன
கலர் பந்துகளை குறுக்காக அறுத்து
இரண்டு துண்டுகளாக்கிவிட்டு
துள்ளுகின்றன கனவுகள்
ரப்பர் கிண்ணங்கள் ஏந்தி
பண்டம் கேட்கின்றன குழந்தைகள்
கத்திக் கதறியழுகின்றன கனவுகள்
விளையாடிக் கொண்டிருக்கும் கத்தியைப் பிடுங்கி
இடுப்பில் சொருகிக்கொண்டு
குறுக்கும் மறுக்கும் நடக்கின்றன கனவுகள்
கிழிந்த மத்தளத்தில் உடைந்து கிடக்கும்
தாளங்களை அள்ளி மெல்லுகின்றன குழந்தைகள்
பற்களைக் கடித்தபடி அழுகின்றன கனவுகள்
கைகளைப் பிடித்து இழுத்துச் சென்று
பள்ளியில் தள்ளி கேட்டைப் பூட்டுகின்றன கனவுகள்
புத்தகங்களை விரித்து
உறங்கிவிடுகின்றன குழந்தைகள்
கட்டிப் புரண்டு கதறுகின்றன கனவுகள்
காட்டாற்றை கட்டவிழ்த்து
வீட்டுக்குள் திருப்புகின்றன கனவுகள்
கால்களுக்கிடையே முதுகில் ரெண்டு போடு போட்டு
மூத்திரமாக்கிவிடுகின்றன குழந்தைகள்

கதறி கதறியழுகின்றன கனவுகள்
குழந்தைகள் உலகத்தில் கதவுகளே கிடையாது
அது பற்றியொன்றும் கனவுகளுக்குத் தெரியாது.
●

மழை வந்து கேட்கும்போது
மறுக்கவா முடியும்
மருதாணிச் சாந்து பூசிய
கைகளை வெளியில் நீட்டி
மழையோடு விளையாடுகிறாள்
விரும்பியழைத்த பின் வீட்டுக்குள்
அவளை மறுக்கவா முடியும்
வெளியெங்கும் பொழிவை நிறுத்தவிட்டு
வெப்பம் துளிர்க்கும் அவளுடலை
அணைத்துக்கொண்டு
கட்டிலில் படுத்துறங்குகிறது மழை
மறுகால் திறக்க ஆளற்ற குளங்கள்
கரையை மீறி
உயர்த்துகின்றன நீரிமைகளை...
●

ஜெ.பிரான்சிஸ் கிருபா

அகப்புறம்

நீ வேறு நான் வேறு

இருள் வேறு இரவு வேறு

இருள் ஒரு பொருள்போல
இரவோ இன்னொன்றின் மனம்

ஒளி வேறு பகல் வேறு

ஒளி ஒரு பொருள்போல
பகல் எதனொன்றின் உடல்?
●

மன்றாடல்

முன்னிரவின் மத்தளத்தில்
மெல்ல துள்ளிக் குதித்தோடும்
நாயின் கால்களில் காமத்தின் தாளம்
வழியில் மோகத்தின் நடனம்
கடைவாயில் கடித்தபடி
நிலவை இழுத்துக்கொண்டு
தன்னை ஒளிக்க இடம் தேடி
அலைந்து வரும் நாயை
அலைக்கழிக்கும் மார்கழியே... போதும்.
●

'ஒரு மரத்தடி நிழல் போதும்'

நீரின் தண்மையோடு நிலத்தில்
விரிந்து கிடந்த நிழலெடுத்து
மரத்தின் இடையில் சுற்ற
அது சேலையாய் முடிந்தபோது
எங்கிருந்தோ பறந்து வந்து
கிளைவிட்டுக் கிளைதாவி
நெற்றியில் பொட்டாக வந்தமர்ந்தது
குங்கும நிறத்துப் பறவை
கழுத்தெல்லாம் முத்து முத்தாக
மலர்ந்து மின்னி மின்னி மணத்தன
மணியாரமாய் மஞ்சள் பூக்கள்
கனியாய்க் கனிந்த உதட்டோரமிருந்து
மெல்லக் குரலெடுத்துக் கூவியது மச்சம்
கிளைகளினூடே முகமாய் ஒளிர்ந்த
சூரியனைப் பார்த்த கண் கூச;
மரத்தடி வெயில்
கானல் மொழியில் நாணிக் கூறிற்று
"ச்சீ போ"

●

பாறையை உண்டு பசியாறியவன்

உறுதியின் அழகையெல்லாம்
குவித்து வைத்தாற்போல்
கம்பீரமாக முதிரும் இந்தப் பாறை
மண்ணில் குப்புறப் புதைந்து
அமிழும் மாபெரும் வீணையின்
குடம்போலத் தோன்றுகிறது

இது நிரந்தரமற்ற உண்மைக்கும்
தற்காலிகப் பொய்க்குமான
காட்சி தர்க்கமாக மாறுகிறது

இது ஒருவகையில்
மாத்திரையின் நிறத்தைக் கொண்டு
காய்ச்சலின் நிறத்தைக் கற்பனை செய்யும்
குழந்தைத்தனம்

பாறைகள் பேசி வாயாடி
கற்சதை குலுங்கச் சிரித்துப்
பார்த்ததுண்டா யாரேனும்?
பாறைகளெல்லாம் எப்போது
ஊமைகளாயின யாருக்குத் தெரியும்!

உறக்கத்தில்கூட உளறாத
இந்தப் பாறையின் வெடித்த உதடுகளில்
அபூர்வமாக துளிர்த்த சொல்
மொழியைத் தொட்டு விலகிச்
செடியாகி நிற்கிறது
கனத்த மௌனத்தின் ரேகையாக
வேர்கள் ஆழந்து எங்கே செல்கின்றன?

நாளை இது மரமாகும்போது
அதன் கிளைகளில்
கோடையின் ஒளித் துகில்கள் நழுவலாம்

அதன் இலைகளில்
மார்கழி அமுதம் மதுவாக வழியலாம்
அதன் மலர்களில்
காதல் புன்னகைக்கலாம்
அதன் காய்களில் சாத்தான் புளிக்கலாம்
அதன் கனிகளில் கடவுள்கூட இனிக்கலாம்

அவற்றுள் அடக்கமில்லை
இந்தப் பாறையின் ருசி

பாறையை உண்டு பசியாறியவன் என்ற தகுதியில்
இதன் ரசியை என்னால் கூறமுடியும்
அப்போது
நான் மீண்டும் பிறந்தால்...
அன்றும் இந்த மரம் இருந்தால்...
●

யாரவன்?

அலகில் காலம்
காலில் பூமி
வாலில் வானம்
தோளில் சிறகு
நாவில் இசை
கண்ணில் ஒளி
சின்னஞ்சிறு கிளையில்
மின்னல் தனிமையில்
பறவைபோல் ஒருவன்
ஏறக்குறைய இறைவன்.
●

எங்கும் எரிகிற கிறுக்கு

முன்னொரு காலத்தில்
ஒரு தும்மல் அண்மையில்
நின்றிருந்தாய் நீ

நெற்கதிர்களில் பால் குடிக்க
இறங்கி வந்தன தேன் சிட்டுகள்
அப்போதுதான் கொக்குகள்
நரைக்கத் தொடங்கின
மழை தன்னை
துளித் துளியாகப் பங்கு பிரித்தது
வில் வானத்தின் வரலாற்றை
வண்ணங்களில் சுருக்கியெழுதியது

பின்னொரு காலத்தில்
பாறைகள் இறுகி
உறைந்து மௌனம் பூண்டன
காற்றின் சிறகுகள்
பறக்கவியலாத பக்கங்களாகி நிலைத்தன
எங்கும் எரிகிற கிறுக்கு
வெயிலுக்குப் பிடித்தது

பார்வை தீண்டும் தூரத்தில்
இன்று இங்கே நின்றிருப்பது நீயன்று.

திணை மயக்கம்

தீரத்தீர கூழாங்கற்கள
கூடைகூடையாக
தேவதைகள் கொண்டுவந்து அவனருகே வைக்கிறார்கள்
படித்துறையில் பகலிரவாய் அமர்ந்திருக்கும் கிழவன்
ஒவ்வொன்றாய் எடுத்து நீருக்குள் எறிகிறான்
அமைதியான ஆறு காயங்கள் பற்றிய
கவலை ஏதுமின்றி மெதுவாக நழுவுகிறது
கூடைகூடையாக கூழாங்கற்கள்
மேலும் மேலும் வந்து சேர்கின்றன
லட்சோப லட்சம் நீர்ச்சுழிகள் நாட்களாக
நிறுத்தமின்றித் தெறித்துக்கொண்டிருக்கின்றன
புனல் வற்றி நதி மெல்ல மெலிகிறது
நீர் தணியத் தணிய எழுகிறது கூழாங்கல் மாளிகை
அதன் நடைவாசலில் தூக்கக் கலக்கத்துடன்
மழலைச் சிறுவன் ஒருவன் கால் நீட்டி அமர்ந்திருக்கிறான்
கரையிலிருந்தவர்கள் கேட்கிறார்கள்
'யார் நீ?'
சோம்பல் முறித்துக் கொட்டாவி
விட்டபடி சிறுவன் கூறுகிறான்
'ஆறு'
●

உயிரியற்கை

அவர் வீட்டில் இல்லை
என்கிறார் இல்லத்தரசி
எந்த வாசலையடைந்து
குரல் கொடுத்தாலும்
கதவைத் திறக்கிறாள் கடவுளின் மனைவி
முக்காலத்திலும் கதவுகளுக்கு பின்னேயிருந்து
அவளே வெளிப்படுகிறாள்
ஒரே பதிலைச் சொல்லி
குறுஞ்சிரிப்புக்குள் மறைகிறாள்
கோவில் குளங்கள் கோடானுகோடியிருந்தும்
வீடு வீடாகத்தான் அலைந்து திரிகின்றன
பிச்சையெடுக்கும் பிசாசுகள்
அருவருப்பான வாலைக் குழைத்து
அடிவயிற்றுக் குரலெடுத்து
அப்பாவித் தோரணையில்
அது கெஞ்சுகிறது
'அம்மா தாயே'
அதன் நீளமான குரல்
அடிமனம் தொட்டு எதிரொலிக்கிறது
'அன்பே... ஆருயிரே...'
●

அகந்தையின் அளவு

கரையை விட்டிறங்கிக் கடலுக்கருகில் சென்று
இரண்டு கைகளையும் இடுப்பில் குத்திக்கொண்டு
எடுப்பான முகத்துடன் நான் நின்றபோது
குடுகுடுவென்று ஓடிவந்து ஒரு குஞ்சு அலை
என் கணுக்காலை வளைத்துச் சுற்றி
அளவெடுத்துவிட்டு திரும்பிச் சென்று

கடலுக்குள் அவசரமாகக் குறிப்பெழுதியது;
கடல் எனக்கொரு செருப்பு தைத்துத் தர
விரும்பியதை நானறிந்தேன்

அடுத்த அலை வந்து
என் முழங்காலை வளைத்துத் தழுவி
அளவெடுத்துக்கொண்டு திரும்பிச் சென்றது;
அந்தச் செருப்பு சராசரியானது அன்று
அரச லட்சணமுடையது என்றறிந்தேன்

இன்னொரு அலை வந்து
என் இடுப்பைத் தழுவிவிட்டுக்
குறிப்புகளுடன் திரும்பியது;
இடுப்பில் ஆடையில்லாத ஒரு அரசனை
யார்தாம் நினைத்தும் பார்க்க முடியும்!

அடுத்து அந்த அலை
ஆளை ஒரு குலுக்குக் குலுக்கி
மார்பை அளந்துவிட்டுப் போனது;
கவசத்திற்கான கட்டாயத்தை
நானும் உணர்ந்துகொண்டேன்

கிரீடத்துக்கான அளவுகள்
மிக நுட்பம் வாய்ந்தவைபோல
அதற்கென்று வந்த அலை
தலையைத் திருகியெடுத்துக்கொண்டு போயிற்று.

ஜெ.பிரான்சிஸ் கிருபா

காற்றில் கலந்த முத்தம்

ரயில் நிலையத்துக்கு தலைதெறிக்க ஓடுகிறேன்
வழியில் தொந்தரவடைந்தவர்களின்
கெட்ட வார்த்தைகள் கொத்தும்முன் தூரத்தைக்
கடக்கிறேன்
பயணச் சீட்டுக்காக நீளமான வரிசை நெளிகிறது
உடுப்பிலிருக்கும் எல்லாப் பைகளையும் சோதிக்கிறேன்
ஏமாற்றத்தைத் திடமாக மாற்றிக் கொள்கிறேன்
என் முறை வருகிறது
மணிக்கட்டுகள் வரை மட்டும் தெரியும்
இரண்டு உள்ளங்கைகளில்
ஓர் இருதயத்தை சூடாக எடுத்து வைக்கிறேன்
பந்துபோல அது மெலிதாகத் துள்ளுகிறது
அப்பாலிருந்து அவர் மரணச் சீட்டைக் கிழிக்கிறார்
எனக்கான சீட்டைப் பிடுங்கிக்கொண்டு ரயிலுக்கு
ஓடுகிறேன்
ரயில் சொர்க்கத்தின் மேம்பாலத்தை சத்தமின்றிக்
கடக்கிறது
பாலத்துக்கடியில் நரகத்தின் சாலைகள்
சிலுவை வடிவப் பாதைகளாய் விரிந்து செல்கின்றன
ரத்தமாய்ப் பெருகி வழிகிறது
வாகனங்களின் ஒளி
என்னைக் கண்டதும் அவள் முகம் தளர்ந்து போகிறது
அவள் தன் நெற்றியையும் நெஞ்சையும் தோள்களையும்
சிலுவையாய்த் தொட்டு
கடவுளுக்கு ஒரு முத்தம்
கடன் மாதிரி காற்றில் கொடுக்கிறாள்
"பணமில்லாதவனைக்கூட நான் காதலிப்பேன்
மூளையில்லாதவனைக்கூட நான் காதலிப்பேன்
இதயமில்லாதவனை எப்படி... எப்படி..."
விம்மியபடி குனிகிறாள்
ஒரு விளிம்பிலிருந்து
மஞ்சள் வண்ணப் பயணச் சீட்டு
நிறம் மாறத் தொடங்குகிறது.

ஊஞ்சல் வீதி

இரவின் திகிரி சுழலத் தொடங்கி
ஓரிரு நட்சத்திரங்களே விழித்திருக்க
வராந்தா ஊஞ்சலை அரை ராட்டினமாக்கி
மிக வேகமாக ஆடுகிறாள் இளம்பெண்
பருவத் துள்ளல் தாளாது
கத்தும் ஊஞ்சல் அறுந்து
தெறித்து விழுவாளோ என
அஞ்சி வாய்பிளந்து வாசல் முன் நிற்பவனைக்
குரைத்து எச்சரிக்கிறது வளர்ப்பு நாய்
வானத்தில் புள்ளிவைத்து
கோலத்தில் மேகம் வரைந்து
சரியும் அந்திமேல் சாய்ந்து நின்றவளா
இவளென்று வியக்க முனைகையில் தைத்தது
ஆட்டம் நிறுத்தித் திரும்பியவளின் முதற் பார்வை!
கணத்தில் முளைத்துக் கிளைத்து அடர்ந்து ஆல் ஆனது
அண்ணலும் நோக்கினான்
விழுதுகளாக வழிந்தன நேசக்கொடிகள்
அவளும் நோக்கினாள்
சந்தேகத்தின் கல் தெறிக்க
பறந்து மறைந்தன கனாக்கிளிகள்
திடுக்கிட்டு விலகி நடந்தவன் காலுக்கடியில்
சரசரக்கென்றில்லாமல் ஏளனமாய்
கிறீச்கிறீச்சென்று சிரித்தது வீதி.

●

மீந்து விடும் சொற்கள்

துளித்துளியாக இப்போதுதான் பெருகும்
மழைக்குள் நுழையும் சரக்கு ரயிலின்
முகடற்ற பெட்டிகளில் நிலக்கரித் துண்டுகள்
நனைந்து ஒளிரும் கருமையுடன் சில எழுத்துகள்
ஊர்ந்து சேர்ந்து வரிகளாகி வாக்கியங்களாகி
இங்கே செல்கின்றன...
மனதுக்குள் சுருண்டிருந்த தண்டவாளம்
நீண்டு படுக்கிறது பாதை வடிவில்
குபுக் குபுக்கென்று வலியில் துடித்து
தலையில் முனகுகிறது வேகமுற்ற உன் சொற்கள்
சிலைத்து நின்றுகொண்டிருக்கிறேன்
கண்கள் புறக்கணித்த கண்ணீர்த் துளிகளாக
தூறித் தூறி மழைக்கிறது தூர வானம்.
●

முத்தத்தின் மணம்

அழகாகத்தான் என்றாலும்
ஒரு முற்றுப்புள்ளியை
தொட்டு நிற்பதா அன்றி
தொடங்குவதா முத்தம்?

கருக்கலில் உதிர்கிறது மலர்
உறக்கத்தில் சிரிக்கிறது மரம்.
●

ஏக்கத்தின் இசைக் குறிப்புகள்

காதல்
கடவுள் மனிதருக்குத் தந்த
கடைசிப் பரிசென்று சொன்னோம்
ஆதி முதல் அந்தம் வரை அவர்
ஒரே பரிசைத்தான்
திரும்பத் திரும்பத் தந்துகொண்டிருக்கிறார்
கடவுள் எவ்வளவு ஏழையென்று
இப்போது நீ விளக்குகிறாய்; வலிக்கிறது
அந்த வலியை வானில் எறிந்து விடுகிறேன்
யாரையும் காயப்படுத்தாமல் அது
காற்றில் சுழன்றுகொண்டிருக்கட்டும்
காற்றின் மனம் துயரத்தில் விரியும்போது
காலத்தின் தாளத்துடன் தாவரங்கள்
தங்கள் இசைக்கருவிகளை மீட்டுகின்றன
அவ்வழியே விழிகளற்ற ஒருவர் செவி ஓர்மையில்
ஒளியை நோக்கிக் கனவில் நடந்து செல்கிறார்
அவர் தன் கைக்குச்சியால் தரையில்
வழிக் குறிப்புகளை மட்டுமே எழுதவில்லை
இலை கிளைகளெல்லாம் குறும்புக் குழந்தைகளாகி
காற்றின் கிறுகிறுப்பில் தாவித் தழைந்து விளையாடுகையில்
கட்டுப்படுத்த இயலாமல் திணறும் மரம்
அவர் இதழோரம் ஒரு புன்னகை விழித்துக் கண்மூடுகிறது
கண் பார்வையற்றவர்களைத் தீண்டும் காற்று
அதிகதிகமாக அவர்களுக்குள்
ஆடும் மரங்களையே வரைகிறது
மரங்கள் பல அடரும் அளவுக்கு
நிலம் எனக்குள்ளும் விரிந்துவிட்டது
இனி நான் கடவுளின் கடைசிப் பரிசை
யாரிடமும் நீட்டிக்கொண்டு இங்கே நிற்கமாட்டேன்.

●

ஜெ.பிரான்சிஸ் கிருபா

எண்ணத்தில் ஓராயிரம் மின்னல்கள்

மின்னலே
உன்னை மிகவும் பிடித்திருக்கிறது எனக்கு
கருமுகில்களின் பெரும்போரை
அநித்தியத்தின் விரல்களாய் பின்னுகிறாய்
பிரார்த்தனை விளக்கில் மறுகும்
சுடரிலாடும் பாடலை
விழிமடுத்துணர முடியாத உயரத்தில் படபடக்கிறாய்
ஒவ்வொருமுறையும் உன் உடைவாள்
வானத்தின் கோபத்திலிருந்தே உருவப்படுகிறது
அண்டத்தை வெளுக்கும் பேரொளி
நடுங்கிப் பதறிப் பாய்கிறது
பவளம் விளையும் நீர்க்கடல் மீது
வெள்ளிச் சாட்டையாய் விளாசுகிறாய்
துடித்த மீன்கள் கவ்வும்முன் குருடாகிப் போகிறாய்.
●

நகரில் சிக்கியவன்

மிளகிலுள்ள மேடுபள்ளங்கள்
கடுகில் இல்லை
கடுகிலுள்ள கள்ளச்சுவை
மிளகில் இல்லை
குலையில் தொங்கும் திராட்சை
ஒரு கூட்டுக்கனவு
அதிகாலையில் உதிரும் நாவற்பழங்கள்
இரவின் துளிகள்
இதில் எதுவுமில்லை எலியின் கண்கள்
வளையிலிருந்து வெளியே வந்து பகலில்
நகரச் சாலையோரம் திடுக்கிட்டுத் திடுக்கிட்டு
இரை தேடும் எலியின் கண்கள்
அச்சத்தின் மச்சங்கள்.
●

மஞ்சள் வாசனை

உன் வாசனை
காற்றில்
இதோ என்னைக் கடந்து செல்கிறது
கனிந்த மஞ்சள் மாம்பழங்களில்
இன்று குதிரை முகங்கள் தோன்றுகின்றன
மனத்தில் முளைத்த சிறகின் வன்மைக்கு
கனவின் திசைகள் போதவில்லை
சுவடுகள் பறந்தோடும் புழுதிக்காட்டில்
என் பாதையில் நடந்தே வருகிறேன்
மாமரங்கள் லாயங்களாகி
குதிரைகள் எல்லாம் வாலில் தொங்கும்
அபூர்வக் காட்சி நின்று ரசிக்க வேடிக்கையானதுதான்
எதிர்த்திசையில் புலப்படாத தொலைவில்
நீ வந்துகொண்டிருக்கிறாயா
சென்றுகொண்டிருக்கிறாயா?

●

எங்கும் ஒரே மொழி

உன்னை நான் நேசிக்கிறேன் என்று
உலகின் எந்த மொழியிலும் சொல்வேன்
இன்றே பிறந்த பிஞ்சு மொழியிலும்
இன்னும் பிறக்காத ஒரு மொழியிலும்
உன்னை நான் நேசிக்கிறேன்
தமிழில்தான் சொல்ல வேண்டுமென்று
கண்களிடம் கேட்க முடியுமா?

●

கடல்புறா - மீன் - அவள் - கடல்

காற்று நீவி விரித்த மணல் ஏட்டில்
மௌனத்தின் படபடப்போடு கடல் புறா ஒன்று
தன் அலகைச் சுழித்து எழுதுகிறது

முற்பகல் சிரிப்பு பிற்பகல் மறைய
அன்புக்கு ஏங்கித் துன்பத்தில் உழலும்
பெண்ணொருத்தி தூரத்தில் நின்று வாசிக்கிறாள்

புள்ளி வைக்கவேண்டிய இடத்தில் புறா
அலகு நுனியால் மண்ணைக் கொத்தும்போது
கண்ணிலிருந்து அர்த்தமிழந்த புள்ளியாகத் துளிர்த்து
எங்கெங்கோ சிதறித் தெறிக்கிறது அவள் துயரம்

புறாவின் உருக்கமான வார்த்தைகள்
உடைந்த இருதயத்திலிருந்து கலைந்து வருகின்றன
சற்றுமுன் ஒரு ருசியற்ற வாழ்வின் கசப்பான முடிவு
பஞ்சபூதங்களையும் வளைத்துவிட்டது கேள்விக்குறிகளாக

மீனொன்று அதோ தொலைவில் தாவி வருகிறது
ஆழம் முதல் அகலம் வரை ஒரு கடலை
உப்பு முதல் முத்துவரை அறிந்த மீன்!
மருதாணிச் சிவப்பில் அலங்கரித்த மணப்பெண்ணின்
உள்ளங்கை போன்ற அழகான மீன்!

தன் வாழ்வின் கடைசி அலையேறிக் கரைக்கு வந்த மீன்
மலையிலிருந்து குதிப்பதுபோல் அலை உச்சியிலிருந்து
தலைகீழாகக் குதித்து
இப்போது நிலத்தில் நீந்திக்கொண்டிருக்கிறது
சுடுமணலில் இடுப்பு வரை புதைகிறது

காளான் புடைக்கும் மொழியில் தரையில்
மீனொரு தாவரமாயிற்று
கிளைகளாய் வெளித்தெரியும் வால் மட்டும்

நிலையற்றுத் துடிக்கிறது
மீனின் கண்ணெல்லாம் மணல் கனவுத்துகள்...

உண்ட முத்தங்களையெல்லாம் ஒன்றுவிடாமல் கக்குகிறது
கடைசி முத்தத்தில்
மரணத்தின் மின்னல்கள் வட்டம் உடைந்து
ஒளியின் வேர்களாக பூமிக்குள் ஊடுருவியோடுகிறது

வேரின் வரிகளை மேற்பரப்பில் புறா
தன் அலகுகளால் எழுதிக்கெண்டே செல்கிறது

தூரத்தில் நிற்கும் அன்புக்கு ஏங்கும் பெண்
பொறுமையாகக் குனிந்து தன் நிழலை எடுத்து
இரண்டு துண்டுகளாக முறித்து கடல்மேல் எறிகிறாள்

விரல்களின் ரேகைகள் விருட்டென்று திரும்ப
மின்னல் வேர்கள் அவிந்து மண் இருள்கிறது

இருளுக்குள் நின்று உரக்கச் சிரிக்கிறாள்

முன்னிரவுச் சிரிப்பு பின்னிரவில் மறைய
புறா சிறகடித்துப் போகிறது

காறித்துப்பி வாயைத் துடைத்துக்கொண்டு
விம்மி வெடித்து மீண்டும் மீண்டும் சிரிக்கிறாள்.

●

ஜெ.பிரான்சிஸ் கிருபா

ஞாயிற்றுக்கிழமைகளில் டீச்சராகும் சிறுமி

அம்மா கவலையின்றி துணி துவைப்பாள்
அப்பா கவனமாக நாளிதழ் வாசிப்பார்
அண்ணன் கடன்பட்டவன்போல் டிவிபார்ப்பான்
அவளோ சலிப்பின்றி வகுப்பெடுப்பாள்
மாடத்துத் தொட்டிச் செடிகளில்
குட்டிப் பூக்கள் அவளை எட்டி எட்டிப் பார்க்கும்
ஜன்னல் திரைச்சீலைகள் கெக்கலித்து நெளியும்
வாசலில் நுழையும் வெயில்
அவள் காலில் விழுந்து பாடம் கேட்கும்
கைகளைத் தூக்கி தூரப் போடுவது மாதிரி விளக்குவாள்
ஆத்திரப்படும்போது காலை ஓங்கித் தரையில் உதைப்பாள்
சுட்டுவிரலால் காற்றில் எழுதுவாள் அழிப்பாள்
புரிந்துகொள்ளாத மாணவமாணவிகளிடம்
                    பொறுமையிழப்பாள்
பொட்டு வைப்பதைவிட மெதுவாகத்தான் என்றாலும்
தன் நெற்றியில் அடிக்கடி அடித்துக் கொள்வாள்
கன்னத்தில் ஒரு பலூன் ஊதிக் கடைவாயில் கடித்தபடி
யோசனையோடு குறுக்கும் மறுக்கும் நடப்பாள்
கெட்டிக்காரக் குழந்தைகளைப் பாராட்ட
புன்னகை வயலில் பூவொன்று பறித்துக்கொண்டு
சந்தோஷ வரப்புகளில் ஓடோடி வருவாள்
ஞாயிற்றுக்கிழமைகளில் டீச்சராகும் சிறுமி
திங்கட்கிழமையை தள்ளிக்கொண்டு போவாள் பள்ளிக்கு.

நிழல் யுத்தம்

முதல் உதயம் படைத்தான்
வானத்தின் மேனியில் ஊர்ந்தேறியது
கரப்பான் பூச்சி

அவனை ஒத்த கறுப்பு உருவம்
நிலத்தில் முளைத்ததும் திடுக்கிட்டான்
உபரி சிருஷ்டியின் திட்டம் விளங்கவில்லை
அவனுடைய சேட்டைகளை எல்லாம் அதுவும் செய்தது

பொழுதின் ஊமைச் சுழற்சியில்
மாலைதோறும் நசுக்கிக் கொன்றான்
சிவப்புக் கரப்பான்பூச்சியை

அந்நாட்களில்
காற்றின் வில்லில் கணைகள் பாயவில்லை
ஒலியின் கொடிகளில் இலைகள் அசையவில்லை
மழையின் தாளத்தில் துளிகள் சேரவில்லை
நதியின் வழிகள் நீரில் நனையவில்லை
இந்த அழகியின் இதழ்களில் முத்தம் மலரவில்லை

குழிகள் தோண்டி நிழலைப் புதைப்பதும்
துரத்திப் பிடித்துக் கரப்பான்களை நசுக்குவதுமாக
கடைசி வரை பைத்தியமாகவே அலைந்தான்
கடவுளுக்கும் முன்பே உலகைப் படைத்தவன்.
●

ரத்தத்தின் ரசவாதம்

பாலாய் வழிந்த முழுநிலவை
பருகத் திமிறி எழுந்தன அலைகள்
தீயின் தோகையால் ஒருவரையொருவர்
தொட்டு வருடியபோது
அறையின் இருள் இன்னும் சிணுங்கத் தொடங்கியது
இரண்டே இரண்டு விண்மீன்களன்றி
வேறற்ற மோகவானமாக
உன் முகம் ஏங்கி விரிந்த கணம்
கொத்துக் கொத்தாக முத்தங்கள் தெறித்தன
சதங்கை உடைந்து பரல்கள் சிதறும் குரலில்
புடைத்த படம்போல் விரிந்த பெருங்கடல்
அலைகளால் தன்னைத்தானே மோதிக்கொண்டிருந்தது
விரகத்தில் மெலிந்த குரல்கள் பறவைகளாகி
கூடு கட்டும் பொருட்டு நம் உடல்களை
சிறு சுள்ளிகளாகக் கவ்விக்கொண்டு எழுந்தன
நம்மைப் பிணைத்துத் தைத்த ஊசி
நரம்புப் பின்னலுக்குள் சிக்கியும்
விடுபட்டும் இலக்கற்றுத் திணறியது
உலகம் ஒரே மரமாகி
வெளி இரு கிளையாகி
இலைகளாலும் மலர்களாலும் நிறைந்தது
நறுமணம் மலர்களாகி விந்துத்துளிகளாகி
ரத்தமாய்த் தணியப் பின்னேகித்
தன்னிலை மீணடது உலகம்
அலைகளின் சாந்தத்தில் தன்னைத்தானே
தாலாட்டிக் கொண்டு கிடந்தது கடல்
என் மார்க்காம்புகளை நாவால் துழாவி
தாயைத் தேடித் தேடி மாறிமாறி விம்மினாய்
உன் கண்ணீர்த்துளிகள் வழிந்தோடி
என் தொப்புள்குழியைத் தொட்ட நொடியில்
விட்டிருக்க வேண்டும் என் உயிரை
விட விட அதுவோ பட்டம்போல் எங்கோ

படபடத்துக்கொண்டே சென்றது
என் நெஞ்சில் உனக்காக ஒற்றைமுலையாக
முளைக்கத் தவித்து முடியாமற் போன இதயம்
எனக்குள் இன்னும் சுரந்துகொண்டிருக்கிறது
அதற்குப் பிறகுதான் ரத்தமெல்லாம் கண்ணீரானது.

மழையன்ன கவிதை

என் அன்றாடப் பணிகளை
நம்பிக்கையுள்ள நதியிடம்
ஒப்படைத்துவிட்டு திரும்பினேன்
வழியில்
தெருக் குப்பைகளைக் குவித்து
தீ மூட்டியிருந்தார்கள்
மழையை வரவேற்கும் ஒரு
மயிலைப்போல தீ
தோகை விரித்தாடியது
எரியும் சிதைக்குள்
கவிதையொன்று
கருகிய கணத்தில்.

பார்வை

பகலில் வெட்டுகிறார்கள் ஒரு பச்சை மரத்தை
கொலையின் கொடும் ஒலியில்
திம் திம் என்று அதிர்கிறது பூமி
பக்கத்து மரத்திலிருந்து பார்த்துக்கொண்டிருக்கிறது
தன் முன்னைய மரத்தை ஒரு பறவை
தரையல் வசிக்கத் தெரியாத அந்தப் பறவையின்
கண்களில் தன்னை பிம்பமாகச் சேமிக்கிறது
வெட்டப்படும் மரம்
பசித்த வேடன் பறவையைக் கண்டதும்
கை விரலில் பிசுபிசுத்த தேனை மூத்திரத்தில்
கழுவுகிறான்
எடுக்கிறான் குறிவில்லை
உருண்டையான ஒரு கூழாங்கல்லை
இழுக்கிறான் தன் இடது கையிலிருந்து வலது கையை
மூடுகிறான் ஒரு கண்ணை
வாயைச் சுழித்து
கல்லைக் காதுவரை கொண்டுபோனதும்
விடுபட்டு விசையாய்ப் பாய்கிறது கற்கருவி
அடிவயிற்றில் குறி தைத்ததும் பறவை
மரணத் துடிப்புடன் மரத்திலிருந்து விழுகிறது
கீழே

அலகில் ஏந்தியிருந்த ஒரு சிரிப்பு
நழுவி அந்தரத்தில் மிதக்கிறது

எத்தனையோ வெட்டுகளுக்குப் பிறகும்
மரம் இன்னும் முறியாமலே நிற்கிறது.

குதிக்கத் துணிந்த நட்சத்திரம்

என் விடைகளை இந்த நாளுக்குப் பிடித்துப் போயிற்று
மருண்ட மானைப்போலத் தாவியோடுகிறது
உரத்த வெயிலில் மேய்ந்த நதியின்
சிணுங்கும் அலைகளைப் பறித்துச் சூடுகிறேன்
பாசியை விட ஈரமாக காதலை விட ஆழமாக
வானம் என் காலடியில் துள்ளிக் குதிக்கிறது நீலக் கடலாக
இசைகளின் ஏழு திசைகளிலிருந்தும்
பறந்து வருகின்றன மெல்லிய சொற்கள்
மேகச் சுடரே... மின்னல் மலரே... ஆதி விரிவே...
அணியத் தூண்டும் குளிர் சொட்டுகிறது சொற்களின்
                                                  நிழல்களில்
பகல் மின்னல்கள் ஒளியையும் வெளியையும்
அதட்டிக் கொஞ்சுகின்றன
இடியில் தலைவாரும் நெடிய மலையின் அடிவரை
தலைகீழாகத் தொங்குகிறது பச்சைப் பசுங்காடு
மானின் மூத்திரத்தில் நனைகிறது மாலைச் சூரியன்
என் விடைகளின் விரல்களைப் பற்றியபடி துள்ளியோடித்
திரும்பிப் போகிறது இந்நாள்

என்னைத் தவிர எல்லாவற்றையும் ஒப்படைத்து விடும்
நிர்ப்பந்தத்தில் நிற்கிறேன் கறுத்த மாலையில்
ஓசையின் கூரை ஒழுகுகிறது ஒவ்வொரு சொல்லாக
ஏக்கத்தின் முதுகில் அமர்ந்து தோளைக் கிள்ளுகிறேன்
மாலையிலிருந்து காலையை நோக்கிப் பாய்கிறது புரவி
இரவின் முந்தானை காற்றில் விலகும்போது
முதல்முதலாய் முளைத்த முலையின் நுனியில் கனிகிறது
                                                           தேன்
வாழ்வைக் கிழித்துக்கொண்டு மூர்க்கமாகப் பாய்கிறேன்
நெளிந்த பாதைகள் பயந்து ஒளிகின்றன
உயரத்தில் ஒரு நட்சத்திரம் குதிக்கத் துணிந்திருக்கிறது.

●

ஜெ.பிரான்சிஸ் கிருபா

கலையறிதல்

நீச்சல் தெரிந்தவனைத்
தண்ணீருக்கு ரொம்பப் பிடிக்கும்
தலையில் தூக்கிவைத்துக் கொண்டாடும்
அலைத் தொட்டிலில் தாலாட்டும்
ஆழத்துக்கு அழைத்துச் சென்று முத்துக்களை அள்ளித்
தரும்
தூர தூரத்துக்கு இழுத்துச் சென்று தீவுகளைப் பரிசளிக்கும்

தண்ணீர் பாய்ந்து ஓடும்போது
ஒரு தலைமுறை வருத்தம் சலசலக்கும்

கற்பாறைகளில் கசியும்போது
ஒரு கசப்பு வெளிச்சம் பளபளக்கும்

நீச்சல் தெரியாதவனை தண்ணீருக்குப் பிடிக்காது
கையிலகப்பட்டவனை கழுத்தைப் பிழிந்து கொல்லும்
ஏனெனில் கொள்கலனின் வடிவேயாக அது விரும்புவதில்லை.
●

எனக்கான பூ

செடிகளில்
கொடிகளில்
மரங்களில்
மலர்வதும்
உதிர்வதும்
இடைவிடாத
பயிற்சிதான்;
என்றாவது ஒரு நாள்
உன்னிதழில்
புன்னகையாகும்
முயற்சிதான்.
●

கற்பிதம்

நிறுத்திவைத்த வீணையை விடச்
சற்றே உயரமாக இருப்பாளா
காலத்தோடு கலந்து புரண்டு
கனிந்த கூழாங்கல் நிறமா
மின்னொளிரும் சின்னச்
சின்னத் திராட்சைக் கண்களா
முதலும் முடிவுமற்ற மலர்வின்
இதழ்விரிப்பே புன்னகையா
பிறரை கையசைத்து அழைக்கும்போது
ஒற்றைச் சிறகடித்துப் பறப்பாளா
பிரியம் பொங்கிப் பெய்த மழைகளுக்கு
பிறந்த நாள் கொண்டாடுவாளா
பழத்தோலெனக் குரலிலிருந்து தற்காப்பை நீக்கி
வார்த்தைகளின் நிறம் நீங்காமல் பேசுவாளா
வாழ்க்கைக்கும் கனவுக்குமான இடைவெளியில்
பாதைகளுக்கு மணல்சடை பின்னி நடப்பாளா
கழுத்து வியர்வை துடைத்த கைக்குட்டையால்
கொஞ்சம் நெஞ்சுக்கும் விசிற
வெயில் திரும்பியோடுமா
காலைச் சூரியன் நாளை அவள்
கால் பெருவிரல் நகத்தில்
உதித்தெழுமோ என்று ஊகிக்க வைப்பாளா
அவளைக் கண்டதும் மூளைக்கு வாலும்
இதயத்துக்கு காலும் முளைக்குமா
எந்தப் பிராயத்துக்காரனாக இருந்தாலும்
வயதுகள் கூட்டமாகக் கலைந்து
பறவைகளாக வட்டமடித்து
பத்துப்பதினேழு மட்டும் மாடப்புறாக்களாக
பழைய இடத்துக்குத் திரும்புகிறதா
அப்படித்தானெனில் அவளைத் தேடித்தான்
அவளும் அலைந்துகொண்டிருக்கிறாள்.

மழை முத்து

வண்ணங்கள் மறைகின்றன
வானவில்லும் இல்லாமலா
காற்றோடு பாய்கின்றன மேகங்கள்
ஒளியின் சிறகுகள்
முன்பே முறிந்து தணிந்தன
நிழல் திரை விரிந்து பகலை மூடுகிறது
அசைக்கமுடியாத புழுக்கம்
நிலத்தில் குதர்க்கமாக இறுகுகிறது
கடல் இருள்கிறது கரைகள் பதைக்கின்றன
மின்னல் குரலில் கண்ணால் பாடுகிறது
முகமற்ற வேட்கை
விண்ணைப் பார்த்திருந்த சின்ன மலரொன்று
அச்சத்தில் மணம் தடுமாறுகிறது
ஆந்தையின் தலையில் ஆவலொன்று
பச்சை மச்சமாகி இரவுக்காக விரிகிறது
கிழங்கை முகர்ந்து பார்த்து
முத்தம் மட்டும் தந்துவிட்டுப்
பசியோடு கிடைக்குத் திரும்புகிறது முயல்குட்டி
அண்டை வீட்டு ஜன்னல் கதவில் சாரலோடு
மோதிப் படபடக்கிறது அவளற்ற வெறுமை
அறுந்த செருப்பைத் தூறலின் அவசரத்திற்கு
குடை தைக்கும் கிழவனிடம்
கொடுக்கத் தயங்குகிறாள் கூச்சமுள்ள பெண்
கன்னிமையின் தோளில் விழுந்து
நாணத்தின் கன்னத்தில் தெறிக்கிறது மழை
மழை வலுக்கிறது
மணல் முலைகள் கரைந்தோடுகின்றன
ஏதோ ஒரு சிப்பி பெண்ணாகி
இதழ் விரிக்கிறது.

●

தனித்தனித் தனிமைகள்

பருவம் திரும்பும் முன்னிரவுப் பனிக்காற்றில் விதைத்த
தூரத்துக் கோபுர மணிச்சத்தம்!
என் நடையொலி தப்படிதோறும் வெறும் காலில்
மிதிபட்டுப் பிதுங்கிப் பீறிட்டு
அந்தரத்தில் கவிழ்ந்த வெண்கலக் கோப்பையை
நிரப்பத் திரும்பும் வேளை
விடைகள் ஒவ்வொன்றும் அடுக்களை மேடையில்
முட்டைகளாக உடைபடுகின்றன

வீட்டைத் துறந்து வெருகுகளோடு
இருளில் பதுங்கியலைகின்றன என் கேள்விகள்
முதிர்ந்து வரும் மௌனத்தின் கதிர்களில்
மணிமணியாகத் தனிமைகள்
தனித்தனியாக விளைகின்றன
சுவரில் திரும்பிய பூனையை எதிர்கொண்டு திடுக்கிடுகிறேன்
அரிசி போலிருக்கும் அதன் பற்களுக்கும்
வெந்த சோற்றுப் பருக்கைகள் போலிருக்கும்
என் பற்களுக்குமிடையில்
பொருத்தமின்றி நெருடுகிறது ஒரு சிநேகிதப் புன்னகை
இரண்டு காலில் எழுந்து நிற்கும் எலியில்லை நானென்று
அறிந்து புறக்கணித்து தன்போக்கில் நகர்கிறது பூனை
ஆறிய வடுக்கள் காயமாகி எரிகின்றன
கறுப்பு வெயிலாக சொற்கள் உருகி விரிகின்றன.

●

ஜெ.பிரான்சிஸ் கிருபா

தேனூற்று

ஸர்ப்பக் கனவென்றில்

தேன்நிற இளநங்கை ஒருத்தி
கதிர் தணிந்த அந்தியை நோக்கி நாணமுற
கருமுத்தாடை கலைந்து
தேனீக்கள் திக்கெட்டும் பறக்கின்றன
உதடுகளைக் குவித்து முனைந்து
தோற்ற தாமரைகளின் முத்த ஒலிகளை
சிற்றலைகள் மென்னிருளில் நெய்கின்றன
கடைசித் தேனீயும் எழுந்து போக
தேன் நிறத்தாள் உலகத்தின் முதல் பெண்ணாகிறாள்
தனக்கும் அவளுக்கும் போதுமான
யாருமற்ற இரவை கத்தரித்துக்கொண்டு
வந்து சேர்கிறான் சிறகுகளுள்ள இளைஞன்
விரியும் புன்னகையில் தேன் துளிகளைப் பரிமாறுகிறாள்
வேட்கையில் உடல்கள் உருகுகின்றன
தலைக் காதலின் தைல வாசனை
வெளியெங்கும் பரவுகிறது

கனவு கலையு முன்பே
ஏவாள் ஆப்பிளைக் கடித்துவிட்டாள்.

திசைகளுக்கு நிறம் பூசுபவன்

திசைகளுக்கு நிறம் பூசுபவன்
நாம் விரும்பிய நிறங்களையே பூசித் தருகிறான்
ஆனாலும் நம் திசைகள்
மூளியாகவே நம்மைச் சூழ்ந்திருக்கின்றன
திசைகளுக்கு நிறம் பூசுகிறவனைப் பற்றியும்
வீண் பராதிகள்
“இவன் பாசாங்குக்காரன் தொழில் தர்மமற்றவன்
மோசடிக்காரன் மந்திரவாதி
உண்மையில் இவன் திசைகளுக்கு நிறங்கள் பூசுவதில்லை
வண்ணங்களால் நம் கண்களைக் குருடாக்கி விடுகிறான்
கூச்சமே இல்லாமல் அதற்குக் கூலியும் கோருகிறான்
சின்னதொரு மழைக்குக் கூட தாக்குப் பிடிப்பதில்லை
இவன் செய்யும் மாய்மாலம்

திசைகளுக்கு நிறம் பூசுகிறவன்
கன்னிமூலையை வணங்கிவிட்டு
தன் வேலையை ஆரம்பிக்கிறான்
சூரியன் விழுமுன் அன்றைய பணியை
முடித்துவிட்டு இறங்கி விடுகிறான்
ஒரு கையில் வண்ணக் கலவையும்
இன்னொரு கையில் தூரிகையுமாக
ஓவியர்களைப் போல் இவன் நிறம் பூசுவதில்லை
பூவில் அமராமல் பறந்தபடியே தேனுண்ணும்
பூத்தும்பியின் லாவகத்துடன் அந்தரத்தில் ஏறி நிற்கிறான்
முதுகில் இரண்டு சிறகுகள் தவிப்போடு படபடக்கின்றன
அவனோ நிதானமாக நிறங்களின் விதையை எடுக்கிறான்
அதை திசைகளில் வீசி விதைக்கிறான்
ஈர மேகங்களைக் கிழித்து விதைமேல் பிழிகிறான்
பிறகு நிலத்தில் இறங்கிவிடுகிறான்
சிறகுகளை மடித்து வைத்துவிட்டு தந்தி முறுக்கிய
தன் இசைக் கருவியை கையிலெடுக்கிறான்
தந்திகளின் மீது அவன் விரல்கள் நடனமிடுகின்றன
நிறத்தின் உயிரை உடலை இயல்பை அழகை

பயணத்தின் முடிவில்
பரவசத்தின் உச்சியில் கண்டடைகிறான்
மின்னல் ஒளியின் துடிப்புடன்
நிறத்தின் விதை துளிர்த்து எழுகிறது

செழித்து மரமாகி திசையை தாவித் தழுவுகிறது
திசைகளுக்கு நிறம் பூசும்போது
இடைஞ்சலை மனத்தில் கொண்டு நம்மை
திசைகளுக்கு வெளியே நிற்கும்படி கேட்டுக்கொள்கிறான்
திசைகளை விட்டு வெளியேறத் தெரியாத நாம்
தொலைந்து போகிறோம் பராதிகளோடு
பராதிகளுக்கு அஞ்சாத அவன் பணி முடிந்ததும்
கைக் கட்டைவிரல் நகத்தில் தன் முகத்தை பூரிப்போடு
பார்த்து
தனக்கு தானே கண்சிமிட்டிக் கொள்கிறான்
சீழ்க்கையடித்தபடி திசைகளைக் கடந்து அப்பால்
மறைகிறான்.

ஈரம்

நீர் கொழுத்த கடல்
பார் பாரென்று பரந்து கிடக்க
கரை மணலில்
முழமளவு குழிதோண்டிக்
கண்ட ஊற்றுக் கசிவுக்காக
கைகொட்டிக் கெக்கலிக்கிறார்கள்;
வெட்கப்படுகிறேன் வாழ்வே!

விழித்தபோது
கலகலவென்று வகை வகையாய்
வாய் கிழியச் சிரித்தாலும்
உறக்கத்தில் உதிரும்
சிறு புன்னகை உயிரைப் பிழிகிறதே;
ஏன் வாழ்வே?

வானம் திரும்பும் பாதை

உடைந்து சிதறிக் கிடந்த ஸ்படிகப் பறவையின்
சிறகுத் துண்டொன்றை அணிந்தெழுந்தேன்
சொட்டிக்கொண்டிருந்த மழை சிடுசிடுத்தது
வந்த வழியே வானம் வெளிவாங்கியது
அள்ளித் தெளித்த நீர்த்துளிகளாகச் சிந்தி
முற்றத்தில் விழுந்தேன்

ஈரமுற்றத்தின் மாக்கோலமல்ல – வைகறை
வைகறைக்கு முன்னைய சாமமல்ல – சேவல்
கோழியைத் தொடரும் குஞ்சல்ல – இளவெயில்
வெயிலை விரட்டும் பருந்தல்ல – நண்பகல்
பகல் அடையும் கூடல்ல – அந்தி
அந்தியின் கருவல்ல – இரவு
இரவும் பகலுமல்ல – காலம்
காலம் வனையும் கோலமல்ல – பேரியற்கை

மழைப் பறவை உடைந்தது நேற்றல்ல – நாளை.

●

மலரினும் மெல்லிய...

மழைக்குத் தெரியாமல்
குடைக்குள் புன்னகைக்கிறாய்
கண்ணடித்து மன்னிக்கிறது மின்னல்.

●

ஜெ.பிரான்சிஸ் கிருபா

சூதாட வந்த கடல்

உப்புப் பரல் கீறியதில் என் நாவில்
நீளமான காயம் ஒன்று
ஆறாத நிணத்தால் உறவின் ருசிபேதம்
நரம்புகள் வெட்டுண்ட வேர்களாகி
புழுக்களாக நெளிகின்றன
பழுக்கின்றன காயமும் நியாயமும்
சிறுகச் சிறுக அழுகிக்கொண்டிருக்கிறது காலம்

எழிலிலும் எடுப்பிலும் மிடுக்கிலும்
அன்பிலும் பண்பிலும் மானத்திலும்
நிறைந்து கிடக்கும் கடல்
ரகசியமாக என்னுடன் சூதாட விரும்பிய
தருணத்தின் கரிப்பை
என்னால் புரிந்துகொள்ள முடியவில்லை
கண்கள் விரிய நான் கண்டு வியந்திருந்ததை அது
ஒரு பந்தயப் பொருளாக
கண்சிமிட்டி மாற்றிய பிறகுதான்
கரையொதுங்கத் தொடங்கின கிளிஞ்சல்கள்
என் எலும்புத் துண்டுகளாக.

எழுஞாயிறு போற்றுதும்

இருளின் முரணாக ஒளியின் அசைவற்ற நிழலாக
கருவுக்குள் கிடந்த சிசுவுக்காக அந்தப் பாடலைப்
பாடினேன்
துடிக்கப் பழகாத புதிய இதயத்துக்காக
முளைக்கத் தலையெடுக்காத புனித ஆத்மாவுக்காக
கேட்கத் தொடங்காத குருத்துச் செவிகளுக்காக
என் குரலின் வெளியைத் திறந்தேன்
குடையாக விரிந்திருந்த ஆகாயத்தை
படமெடுத்தாடும் கடலை பட்டொளி வீசும் நிலவை
படையெடுத்து வந்த குளிரை பனிக்காற்றை
வெயிலை மழையை மாருதத்தை
மலைகளின் கூந்தலை அருவியின் ஊஞ்சலை
குட்டி குட்டி நட்சத்திரங்களை கூராப்பை
கொடியோடு மலர்களை மரத்தோடு பறவைகளை
கருப்பேழையின் சுவர்களில் இசையால் வரைந்தேன்
நித்தியத்தின் அழகே அன்பின் வடிவே
காதலின் பெருவெளியே கருணையின் திருப்பொருளே
உயிர்களின் சுருதியே முத்தங்களின் முழுச்சுவையே
எழு எழு விழி விழியென்று உருகிக் கரைந்தேன்
இருளின் விரல்களில் இறுக்கம் அவிழவில்லை
பாடலின் முடிவில்
ஆழ்கடலை ஒரு வில்லாக வளைத்தேன்
நீள நதியை அம்பாகத் தொடுத்தேன்
நியதியின் சிரசுக்கு குறி சேர்த்து அழிவற்ற மொழியில்
நாணையிழுத்துச் சுண்டினேன்
திடுக்கிட்டு விழித்தது சாவு; தொப்புள்கொடியில்
பற்றிக்கொண்டது உயிரின் திரி.

●

இரவுக்கு ஆயிரம் கண்கள்

காலம் மறையும் மேற்கில்
அவள் மூச்சில்
இரண்டாகப் பிளந்த மலையடுக்கில்
கடைசிப் பார்வை மறைய
கள்ளச் சூரியன் நழுவும்
நிலமெங்கும் கறை நிலா மணக்கும்
முழு ராத்திரியில்
கடலையெதிர்த்துக் கரையில் சுழன்று
அலைகளுக்குப் போட்டியாக நாட்டியமாடுகிறாள்
நொடிகள் விழித்து நட்சத்திரங்களாகி
கண்ணுருட்டி வெறுத்துப் பார்க்க
கடலின் ஒவ்வொரு அலையும்
அவளோடு நடனமாடித் தோற்கிறது
அவளோ தோற்கடிக்க முடியாத கருங்கடலின்
கடைசி அலையாகத் துள்ளுகிறாள்
நினைவின் அடுக்குகள் ஆடிகளாக
ஆயிரமாயிரம் உருக்களில்
இரவெல்லாம் எதிரொளிக்கிறாள்
தோகை விரித்த மயிலின் தோலுரித்து
துள்ளிய புள்ளி மான் காலுடைத்த
கதையெல்லாம் பழசாகிப் பழசாகி
புது உலகம் விடிகிறது
அழகின் ஆழத்தில் மீண்டும்...

மீண்டும் பூ விரிகிறது.

எண்ண இடைவெளி

விரலிடுக்கில் தூரிகை துளிர்த்திருக்க ஓவியன்
உள்ளங்கையில் முகம் தாங்கிக் கண்கள் மூடி
எதையோ ஊடுருவிச் சிந்தித்தான்
வண்ணங்களின் சுழற்சி புயலாகப் பொங்கி
அவன் மிருதுவான இருதயத்தைப் பம்பரமாகச் சுழற்றிற்று
முடிவாக அவன் கண்களைப் பிடுங்கி இடதுபுறமும்
தூரிகையை உதறி வலதுபுறமும்
வீசிவிட்டு எழுந்து போனான்
உங்கள் விழிகளால் ஒரு வானவில்லை முத்தமிடுகிறீர்கள்;
அப்போது உங்கள் உடலில் ரத்தம்
எத்தனை வண்ணத்தில் ஓடுகிறது என்று கேட்டிருந்தால்
அந்த ஓவியன் நிச்சயமாக எண்ணிச் சொல்லியிருப்பான்
கேள்வியோ
ஒரு வண்ணத்துக்கும் இன்னொரு வண்ணத்துக்குமான
இடைவெளி எவ்வளவு?
அவனாவது எழுந்து போனான்!
இதோ ஒரு வண்ணத்துக்கும் மற்றொரு வண்ணத்துக்கும்
நடுவில் பதிலற்று இறந்து கிடக்கிறது பச்சோந்தி.

தூமகேது

அப்போது
அந்த நட்சத்திரம் இறந்துவிட்டது
அதன் அகால மரணம்
இருளும் கற்பனை செய்யாதது
முன்னறிவிப்பற்ற அதன் முடிவு
எங்கள் உறவைப் புதிராக்கிவிட்டது
அதன் கடைசி அழைப்புக் குரல்
கோபத்தில் பூத்திருக்கிறது
இரவெல்லாம் வெதும்பி
விடிய விடிய அழுதிருக்கிறது
காலையில் அது முற்றிலும்
கண்ணீரில் நனைந்து ஊறிப்போனது
நான் கவனித்தபோது
அதன் உடலில் பிணத்தின் நிறமேறிவிட்டது
அந்த நட்சத்திரத்தை
நல்லடக்கம் செய்வதெப்படி?
எனக்குத் தெரியவில்லை
துயர வானில் ஏறி
அங்கேயே சிதை மூட்டிவிட்டேன்
இறந்த நட்சத்திரம்
எரிந்துகொண்டிருக்கிறது
இப்போது.

நினைவுகளின் துறைமுகத்தில்...

நான் மட்டும் காத்திருந்தேன்
உள்ளங்கையில் முளைத்த முகத்துடன்
கயிற்றில் நடக்கும் வித்தைக்காரியாக
நினைவின் தூரக்கோட்டில்
மிதந்து செல்லும் கலங்கள்
அலைகளின் பிடரியைப் பற்றி
காற்றின் முரட்டுக் கரங்கள்
கரையில் மோதும் அலறல்கள்
கோபுரக் கூண்டில்
தட்டாமாலையாடும் கலங்கரை விளக்கம்
மேகத்தை எட்டிப் பார்க்கும் மீன்களை
அடிக்கும் பறவைகள்
எரிந்த குரலில் மெல்லிய மொழியில்
மவுனத்துக்குள் பேசும் மனசு
வானத்தின் சாவித்துவாரமாய்
தாழிடும் சூரியன்
அறுந்து விழும் காலத்தின் செருப்பு
விம்மலில் கசியும் துக்கம்
வெய்யநீர் திரளும் விழிகள்
என்றாலும்...
இவையென் கவலைகள்
எப்படித்தான் அரித்தாலும்
இவை என்னுடைய கவலைகள்
எவ்வளவு துவர்த்தாலும்
இவை எனக்கே எனக்கான கவலைகள்

இவற்றுக்கு என்னைவிட்டால்
யார் உண்டு?

இரவில் மிருகம்

சுடும் குருதியில்
தேன்கலந்து
தின்னத் தூண்டும்
அசுரப் பசியுடன்
தலையில் கொம்புள்ள மிருகம்
எரிகல் வெறியுடன்
திக்கெல்லாம் குத்திக் கீறி
இவ்விரவை
நார் நாராய்க் கிழிக்கிறது

கிழியக் கிழிய
தன்னை தைத்துக் கொள்கிறது
தளராத இரவு

ஒரு திரியில்
உயிர் கொளுத்தி
உள்ளுணர்வைக்
குரலில் சுடர்த்தி
காட்டாற்றின் வலுவோடு
கடும் புயலின் விரைவோடு
சூனியத்தின் இருள் வெளியில்
தாவிப் பாய்கிறது...
பறக்கிறது அது

முடிவில் முத்தாய்ப்பாய்
பழிக்குப் பழி வாங்க விடிகிறது
மற்றொரு பகல்.

●

உதடுகள் சுடரும் பிறந்தநாள் சிறுமி

ஆரம்பத்தில் நீங்கள் இல்லை;
எனவேதான் நீங்களும் உங்கள் தாமதமும்
ஒருவர் முகத்தை ஒருவர்
திரும்பிப் பார்த்துக்கொள்கிறீர்கள் மிக வியப்பாக!
யார் பற்ற வைத்திருந்தாலும்
எரிந்துகொண்டிருப்பது குற்றமற்ற தீ
சிறுமியின் பிஞ்சு உதடுகளில்
தீ தொற்றிக்கொண்டிருப்பதை மட்டும்
பார்த்துத் திகைக்கிறீர்கள்
அணைக்கவும் வழிதேடுகிறீர்கள்
அவசரப்படாதீர்கள்!
நடந்தது இதுதான்
'கேக்'மீது குத்தி வைக்கப்பட்ட
ஏழு மெழுகுதிரிகள் பொருத்தப்பட்டன
புத்தாடையுடன் சிறுமி சற்றே உடல் வளைந்து
ஒவ்வொன்றாய் ஊதி அணைத்து வந்தாள்
அவள் உதடுகள் குவிந்ததுமே ஒன்றுஅணைந்து போனது
பச்சைக் காயத்தை இதப்படுத்துவதுபோல
மெல்ல ஊதியபோது இரண்டு மூன்றும் கண் மூடின
கண்ணில் விழுந்த தூசியை வெளியேற்றுவதுபோல
சற்றே அழுத்தமாக ஊத வேண்டியிருந்தது மற்றவற்றுக்கு
கடைசி மெழுகுதிரியில்தான்
திரியைப் பிடித்துக்கொண்டு
மாட்டேன் மாட்டேனென்று அடம்பிடித்தது சுடர்
சிறுமி ஊதி ஊதிக் காற்றாகவே மாறியும்
அணையவில்லை அது
இன்னும் குனிந்து
அவள் உதடுகள் மிக நெருங்கிய தருணத்தில்
சுடர் துள்ளி பிஞ்சு உதடுகளில் தொற்றிக்கொண்டது
சுடர் உதடாகவும் உதடு சுடராகவும் ஆகி நெளிந்து
உரையாடிப் பாடிக் களித்துக்கொண்டிருக்கின்றன
அவள் பிறந்த நாள் குறித்து

ஜெ.பிரான்சிஸ் கிருபா

சுடரையும் உதட்டையும் ஒன்று குவித்து
சிறுமியும் ஊதிக்கொண்டேயிருப்பாள்
நீங்கள் அணைந்து போகும்வரை.

பறவைகளைத் தின்னும் மரம்

உயிரற்ற இரண்டு முத்தங்களென
இணைந்து மிதந்த உலர்ந்த உதடுகளில்
இறுதியாகத் திரிந்து மறைந்த ஒளிக்கீற்று
புதைபட்ட நிலத்தில் விதையாக விழித்து
வளர்ந்து ஒரு பார்வையாகியிருக்கலாம்
கலையாத அப்பார்வையின் கிளைகளுக்கு
கனவுகளோடு வரும் பறவைகள்
தங்களை கொஞ்சமும் மிச்சம் வைக்காமல்
மீண்டும் கொண்டுபோய் விடுகின்றன
இறகுகளைக் கூட இங்கே உதிர விடுவதில்லை
கூடுகள் முட்டைகள் குஞ்சுகள் அவ்வப்போது
காணாமல் மறைந்த காலத்தை நினைவில் மீட்டி
துப்புத் துலக்க விரும்பவில்லை அப்பாவிப் பறவைகள்
பறவைகளைத் தின்னும் மரம் பருவங்கள்தோறும்
கனிகளிலிருந்து மஞ்சள் கருவை
தரையில் ஒழுகவிடுகிறது தைல நிறத்தில்
முத்தங்கள் இறப்பதற்கான காரணங்கள்
கண்டறியப்படாமலே காத்திருக்கின்றன.

கால வழுவமைதி

போர்முனைக்கு நான் இன்னும்
வந்து சேராததால்
படைகளோடு பொறுமையிழந்து கொண்டிருக்கும்
எதிரியே உன் வருத்தத்தை மதித்து வணங்குகிறேன்
கூர் தீட்டிக் குவித்து வைத்த தளவாடங்கள்
துருவேறி பளபளப்பு குறைந்து பயனின்றிக்
கறுத்து வருவதை யார்தான் ஏற்றுக்கொள்ள முடியும்?
ஆனாலும் வீரனே நானும்தான் என் செய்வேன்!
என் யுத்த ரதத்தில் குதிரைகளாகப் பூட்டப்பட்ட
ஏழு கிழமைகளும்
ஓட ஓட ஒவ்வொன்றாய்
வழியிலேயே செத்து விழுந்தன
நடுவில் நிர்கதியாய் நின்றிருந்தேன்
ஆனால் நிகழ்ந்ததொரு மாயம்:
செவ்வாய் சிரிப்புடன்
திங்கள் தேரேறி வெள்ளி வீதியில்
சனிக் கூர்வாளேந்தி
வந்த உன் காதலி ஞாயிறு சாட்சியாய்
உனக்காகப் போரிட்டு என்னை வீழ்த்திவிட்டாள்
மண்டியிட்டுத் தோற்றுப் போனேன்
என்ன செய்ய...
விதியை நோகாமல் படையைத் திருப்பு.

ஆகவே...

இரவின் தோலை உரித்து
எங்கும் விரித்தாற்போல்
இருண்டிருக்கும் இந்த மழைநாள் பகலில்
முழு அமைதியோடு தனித்திருக்கும் காகம்
கழுத்துவரை கறுப்புப் பாவாடை கட்டி
குளிக்க சோம்பற்படும் குமரியாகத் தோன்றுமானால்
சிக்னல் ஒளியின் துணையுடன் ஒருவழியில் விரையும்
நீங்கள் கவனமாகப் பயணிக்க வேண்டும்;
சாலையில் செல்லும் சைக்கிளின்
முன் சக்கரம் பெண் சக்கரமாகவும்
பின் சக்கரம் ஆண் சக்கரமாகவும்
தோன்றுகிறதென்றால் உங்களை நீங்கள்தாம்
காப்பாற்றிக்கொள்ள வேண்டும்;
மழை மீது கொலைப் பழி சுமத்தக்கூடாது
மரணம் எப்போதும் மலைபோல்
நம் கண்முன்னே எழுந்து நிற்கிறது
பாதைகள் மட்டும் மூடப்பட்டுள்ளன.

●

வண்ணச் சீரடி

பட்டப் பகலுடுத்தி
பவள ஒளி தெறிக்க
நிலத்தில் நடந்துசெல்லும்
முதல் நிலவு நீயென்றால்
இல்லை இல்லையெனப்
பதறி நீ மறுக்கலாம்
என்றாலும்
சின்னச் சின்ன நடைபட்டு
அள்ளித் தின்னும் ருசியோடு
மண்ணைச் சமைக்க
உன்னால் மட்டும்தான் முடிகிறது.

●

கனாவைக் கண்காணிப்பவள்

இதயத்தின் முதல் கிளையில்
தளிர்த்துப் பெருகி
சூரியக்கதிர்கள்
எளிதாக ஊடுருவும் மிருதுவான இலைகள்
சிலிர்த்தாடும் பரவசத்தோடு
நிகழ்கிறது அவள் வருகை
ஒளியைத் தவிர உடலில்
வேறொன்றும் உடுத்தாமல்
எடுப்பான நிர்வாணத்துக்குப்
பொருத்தமான கர்வத்தோடு
கண்களில் சுடரும் மின் விளக்கேந்தி
காற்றில் நடந்து கனவுள் நுழைகிறாள்
மூளையொரு பூவாக மலர்ந்தவன் கனவில்
மொய்த்துக் குமைந்த தேனீக்களை
ஒன்றுவிடாமல் எண்ணியத்தில் ஏற்பட்ட
களிப்பும் களைப்பும் இதழ்களில் துடிக்க
அவள் பணியைத் துவங்குகிறாள்
காண ஆளின்றி நாளாகி
உலர்ந்து சருகான கோலத்தில்
மலிந்த சுவடியில் வரைந்த ஓவியமாக
காலில் மிதிபட்டு நொறுங்கி முணுமுணுக்கும்
சின்னச் சின்ன கனவுகளுக்காகக் குனிந்து வருந்துகிறான்
மண் பிளந்து நெளிந்து கிடக்கும்
வறண்ட வயல் நிலத்தில்
வீசி விழுந்து விதைகளாக சட்டென
விழிக்கின்றன ஓராயிரம் கண்கள்
பதற்றமற்ற ஒரு பார்வையில் அலட்சியமாக
அவற்றை இமை மூடித் துயிலில் ஆழத்துகிறாள்
உன்னை நான் காண்பதே
இனிய கனவல்லவா என்று
வினவ முயல்கிறேன்
சொற்களோ ஆழ்ந்த நித்திரையில் புரள்கின்றன

கேள்வி கைகளின் சைகையாய் மாற
மிக ஆபாசமாக அவை குழைகின்றன
அலட்டல் ஏதுமின்றி பணியைத் தொடர்கிறாள்
இதயத்தின் இன்னொரு கிளையில் கட்டிய கூட்டிலிருந்து
மனனம் பண்ணி வைத்த மரணத்தை
ஒப்பிக்க எத்தனித்த சாக்குருவி
அவளுக்குப் பணிந்து ஆவல் தணிகிறது
வேலைக்கென்று ஆலைக்குள் நுழைந்ததும்
புகைபோக்கிவழியே வெளியேறும்
ஒரு தொழிலாளியைப் போல்
மேகத்தில் கலைகிறேன் நான்.

●

கனவாகிக் கண்சிமிட்டி

கனவாகிக் கண் சிமிட்டி
நனவுக்கு மீண்டது
வெள்ளைத் தீயெரிந்த
கல்விளக்கு
சுடர் சுழித்து
ஒளி வரைந்த
அகல் மடலில்
முடிவுற்றன சில வரிகள்
உயிருள் கலந்து
கண்களில் சுழன்றது
காற்றாடி தியானம்.

●

அந்தரங்கம்

அழைப்பு மணியின் சத்தம் எழுத்து மேஜையிலிருந்து
என்னை வாசலுக்கு அழைத்து வந்துபோது நானறியேன்
அந்த மணியோசை
ஒரு கனவின் விரல் நுனியிலிருந்து வருகிறதென்று
இயன்ற அளவு இந்த உலகம் கனவுகளின் சவக்கிடங்காகவும்
பூமி ஒரு கூட்டுக் கல்லறையாகவும்
மலிவான சாட்சியாக நானும் மாற்றப்பட்டுவிட்டபிறகு
கனவோடு கைகுலுக்குவதும் கலந்து சிரிப்பதும்
கட்டியணைத்து முத்தமிடுவதும்
நேரத்தை நோகடிக்கும் வேலையாகவே ஆகிவிட்டது
வரவேற்பறையில் எதிரே அமர்ந்து கனவுகளோடு
மணிக்கணக்கில் நாள்கணக்கில் உரையாடும்
கற்பனை வளம் படைத்த சுவாரஸ்மான பிராணியுமில்லை
நான்
வண்ணப் புகை ரயில் பெட்டிகளில் சக பயணிகளை
விட்டுவிட்டு
ஜன்னல வழியே நடுவழியில் குதித்திறங்கிப் போய்விடும்
அவற்றின் கெட்ட பழக்கவழக்கங்கள் குறித்த வருத்தமும்
உண்டு
ஆனாலும் ஒரு விருந்தாளியை கரப்பான் பூச்சியைப்போல்
விரட்டியடிக்க மனம் துணியவில்லை
விரும்பியோ விரும்பாமலோ விருந்தாளியாக வந்தபிறகு
கனவை உபசரிப்பதில் குறைந்தபட்ச நாகரீகத்தையாவது
கடைப்பிடித்தாக வேண்டும் நான்
சுட்டிக்காட்டிய சோபாவில் சாய்ந்தமர்ந்த கனவு
சற்று நேரம் கண்களை மூடி
தலையைப் பின்னால் சாய்த்து ஆசுவாசமடைந்தது
கனவின் மவுனம்
வாழ்வின் அழகை
நிர்வாணமாக மீட்டெடுத்தது
அமைதியின் விழிகள் வைரத் துண்டுகளாக ஒளி வீசின
பென்சில் தலையை உருட்டி வாயில் வைத்துக் கடித்தபடி
வந்து நின்ற செல்ல மகள் அங்கே அமர்ந்திருக்கும் கனவு
ஆணா பெண்ணா என்று குழம்பிவிட்டு மிச்சமிருந்த

வீட்டுப் பாட விடைகளை நோக்கி ஓடிப்போய் விட்டாள்
காப்பி வாசனைக்குப்பின்னே நின்ற
என் மனைவியை அறிமுகப்படுத்துவதற்குள்
கோப்பைகளை என்னிடம் தந்துவிட்டு
கோபமாய்த் திரும்பிப் போய்விட்டாள்
நான் ஏற்கனவே காலையில் வாசித்துவிட்ட
நாளிதழை எடுத்துப் புரட்டினேன்
புகைப்படங்களும் எழுத்துகளும் முற்றிலும் துடைக்கப்பட்டு
மத்தியான உப்பளம்போல் வெள்ளைத் தாள்கள்
பளபளத்தன
செய்தித்தாளையும் சித்திரங்களையும் படபடப்புடன்
தேடியபோது
மீண்டும் அழைப்பு மணி ஒலித்தது
நாளிதழை ஒளித்துப் போட்டுவிட்டு போய் கதவைத்
திறந்தேன்
வாசலில் வியர்வை சொட்ட நின்றுகொண்டிருந்தான்
எதையெடுத்தாலும் பத்து ரூபா வியாபாரி
அவனுக்குப் பின்னே தெருவில் நின்ற சைக்கிள் கூடையில்
நெளுநெளுவென்று கனவுகள்
வியாபாரிகள் கூர்ந்த பார்வை என்னை ஊடுரவிப் பாய்ந்தது
அவனுக்கும் எனக்குமான இடைவெளி குறையாமலிருக்க
'எனக்கு எதுவும் வேண்டாம்' என்றேன் அதட்டலாக
பிடிவாதமான அவன் கருவிழிகள் சுண்டிச் சுருங்கின
'நான் உன்னிடம் எதையும் வாங்க விரும்பவில்லை' என்றேன்
அவன் தன் சட்டைப் பையிலிருந்து எடுத்து
ஒரு பத்து ரூபாய் நோட்டை மடித்து கத்திபோல் பிடித்து
என் நெஞ்சுக்கருகே நீட்டினான்
'வேண்டாம் எனக்கு வேண்டாம்' என்று கூச்சலிட்டு
நிலைகுலைந்து
கதவுகளை அறைந்து சாத்தினேன்
அவசரமாகத் திரும்பி வரவேற்பறை சோபாவை பார்த்தேன்;
சோர்வு மேவிய கனவின் கண்கள் தளும்பின
நன்றியின் முகமாக அதன் நெஞ்சில் பூத்த உருவற்ற மலரின்
நறுமணத்தை முகர்ந்த கணமே மயங்கி சரியத்
தொடங்கினேன்.

●

நிழலன்றி ஏதுமற்றவன்

வானத்தின் கன்னத்தில் முத்தங்கள் கலைகின்றன
கனவுகள் இருள்கின்றன
நிழலன்றி உடமை ஏதுமற்று நான்
நட்சத்திரங்களால் நிரம்பியிருப்பது
யாருடைய பிச்சைப் பாத்திரமாய்?
நீர்த்திரள் மேல் அமர்ந்திருக்கும்
பேர் போன விலைமகளே
உன் குரல் பொங்கிய
கடைசிக் கண்ணாடிக் கிண்ணமும்
கவிழ்ந்து வைக்கப்பட்டது
உன் பாதங்கள் வியர்த்துப் பதிந்த
காமச் சுவடுகளை
வாய்பிளந்த பாதைகள் விழுங்கிவிட்டன
பூமியின் தோளில் நழுவும் கூராப்பு
உன் தாவணிக் காலத்தைப் பற்றியிழுக்கிறது
உரிக்க உரிக்க ஒளிந்த நிர்வாணம்
சலித்து மூளியாகி உன் விழிகளில் கனக்கிறது
எதிரே கொண்டை பூத்த குருவி
குளிப்பதுபோல் சிலிர்த்துக்கொண்டு
ஓடையை உருவியெடுத்து உடுத்திக்கொள்ளத்
தவிக்கும் தவிப்பு முடிவற்றது.

சிட்டுக்குருவியின் கனவு

நீரின் சிறகுகளாகப் பறந்த முகில்கள்!
பிஞ்சு சூரியன் காலையில் பஞ்சு மிட்டாயாக
மென்று நடக்கும் மேகங்கள்தான் எத்தனை ருசியானவை!

கோடுகளுக்குள் மேகங்கள் சமைவதில்லை
மீறி அமைக்க விழைந்த ஓவியனைக் கண்டால்
முதல் கல்லை நீங்கள் எறியுங்கள்
எல்லாமே நல்ல மேகங்களில்லை
என்பதைப் புரிந்துகொள்ளத்தான்
எவ்வளவு தாமதமாகிவிட்டது
இறந்து கசந்து கிடந்த விஷமேகத்தை உண்ட
காற்றின் உயிர் பிரிந்தபோதே
நம் பூமி மூர்ச்சையாகிவிட்டது
மரங்கள் விறைத்துப் போயின
கடல்கள் பனிச்சிலைகளாகி விட்டன
பதைத்த நிலா தன் மஞ்சள் தாவணியாலும்
துடித்த சூரியன் தன் தீத்தோகையாலும்
விக்கித்துப்போன விண்மீன்கள் மெல்லிய இமைகளாலும்
விசிறிப் பார்த்தபோதும் மூர்ச்சை தெளியாத பூமி
அன்றே இறந்துவிட்டது

இப்போது நாம் சுவாசிக்கும்
நம்மை மகிழ்விக்கும்
நம் தோள்களில் நடனமிடும் காற்று
ஒரு சிட்டுக் குருவியின் கனவிலிருந்து வீசிக்கொண்டிருக்கிறது.

பெயரையும் தானமளித்தவன்

அந்த மரம் என்னை
அன்பொழுக அருகே அழைத்தது
நிழலை விரித்து 'உக்காரு' என்றது
'என்ன சாப்பிடுகிறாய்' என்று கேட்டது
'ஒரு புண்ணாக்கும் வேண்டாம்' என்றேன்
வருத்தமின்றி மிருதுவாகச் சிரித்தது
'எனக்கு ஏதாவது பெயர் சூட்டேன்' என்றது
அவள் பெயரை எடுத்து ஒவ்வொரு அரும்பிலும் வைத்தேன்
'இனி நீ கிளம்பு' என்றது மணம் வீசிய மரம்.

கடலைவிடப் பெரிய விழி

நீரில் மேயும் மீன்கள்
நிலத்தில் தியானிக்கும் மலைகள்
ஆழத்தில் தூங்கும் பவளங்கள்
கடலை மயக்கும் ஆறுகள்
கூடி அழைக்கின்றன
காலையில் தவழும் கைக்குழந்தையை
விளையாடக்கூட பழகாத பிள்ளை
சும்மா சும்மா பார்க்கிறது அம்மா முகத்தை
அவள் கண்ணில் சங்கமிக்கின்றன
எல்லாக் கடல்களும்.

இணை முரண்

முரண் நிறச் சதுரங்கள்
கொண்டதல்ல
துரோகத்தின் சதுரங்கம்
அநேகமாக ஒரே நிறம்;
அதி துரதிருஷ்டசாலிகளுக்கு
குறிப்பாக இளமஞ்சள்

நிறைந்த பால் பானைக்குள்
நீச்சல் கற்கும் எலிக்குட்டியை
வெறித்து நிற்கும் பூனையின்
கண்ணை மட்டும் விட்டுவிட்டு
காலிலிருந்து வால் வரை
வலிக்காமல் பூனையின்
தோலை உரிக்கிறது
துரோகம்.

●

பிரிவுக்கு முன்னும் பின்னும்

மின்னல் கடவுள்போல் மின்னுகிறது
இடி சாத்தானைப் போல் துள்ளுகிறது
இரவு உன்னைப் போல் கவிகிறது
மழை என்னைப் போல் பெய்கிறது
குளிர் நினைவுபோல் அலைகிறது
தூக்கம் மரணம்போல் தழுவுகிறது
காதல் மட்டும் அப்படியே இருக்கிறது.

●

நிறைவுறும் பிரிவு

கீழ்க்கிளைப் பூக்களை
உன் கூந்தலுக்குத் தந்துவிட்டு
உச்சிக்கிளைப் பூக்களை
நட்சத்திரங்களாக மாற்றிக்கொண்டு
தன் நிழல்தான் நீயென்று
கிடைகளாடக் கிளர்ச்சியடையும்
மரச் சாமர்த்தியத்தை மன்னிக்க
புள்ளியாய் விரியும் புன்னகைபோதும்
உனக்கு.

உறங்கிக்கொண்டிருப்பவனின்
உள்ளங்கால்களை
ஊதி ஊதிக் கரம்பி
புண்ணாகும் வரை தின்றுவிட்டு
ஓடிப்போகும் எலிகளை மன்னிக்க
எனக்கோ என்னென்னவோ தேவையாயிருக்கிறது

இயன்றோ இயலாமலோ
நான் மன்னித்தே ஆக வேண்டும்
ஏனெனில்
மன்னிப்பின்றி அமையாது
நிறைவுறும் பிரிவு.

விசாரணை

கால்மேல் காலிட்டு
நாற்காலியில் அமர்ந்து
கழற்றாத செருப்பில் கர்வத்தை
தாலாட்டிக்கொண்டிருக்கிறது உன் கவலை
கை கட்டிக் கால் நோக
நின்றுகொண்டிருக்கிறது என் கவலை
களைப்பும் சலிப்பும் மேலிடுகிறது
கம்பீரம் கசங்காமல் ஆசுவாசமாகக்
கால் மாற்றிக்கொள்கிறது உன் கவலை
கட்டியபடியிருக்கும் கைகளை
மாற்றிக் கொள்ளக்கூட முடியாமல்
காத்துக்கொண்டிருக்கிறது என் கவலை
இரண்டுக்கும் இடையில்
நீண்டு புழுவாய்
நெளிந்து கொண்டிருக்கிறது காலம்.

●

காலத்தின் வால்

கோபத்தின் சூரியச் சிரசுமேல்
என் பாதத்தை வைத்தேன்
துணிந்து விழுந்தது
காலத்தின் வால்
உள்ளங்கையில் ஏந்தினேன்
அது ஒரு பல்லியினுடையதாய்
மாறித் துடிக்க
ஒலிக்கத் தொடங்கியது வலியின் தாளம்
பொறுக்க முடியாமல் வலியை
தூக்கி எறிந்தேன்
கருமுகிலாயிற்று
மேகத்தின் தியானத்தில்
மிதந்தது வானம்.

●

தேன் கருகும் வாசனை

பூந் தேரிழுத்து
விடிய விடிய ஊர்வலம் நடத்தி
விழிகளில் நிறுத்துகிறாய்
திருவிழா முடிந்ததென்று கருதும் கணம்
அல்லியாய்க் கூம்புகிறது முகம்

பூத்தும்பியின் பிய்ந்த சிறகாய் ஒரு பாடல்
என் உதடுகளில் தொங்குகிறது
கனவின் மடி விரித்து அதில்
கவிதைகளை கிடத்தித் தாலாட்டுகிறேன்
மலை ஏறி இறங்கித் தவிக்கின்றன என் கால்கள்

ஏதொரு தூரத்தையும் கடக்காமல்
திசைகளைக் கொய்து
கூந்தலில் சூடுகிறாய்
உன் புன்னகையில் குவிகிறது
இன்னும் முகையவிழாத புதிர்
பிரிவின் கால்களைத் திரித்து
திரியாக்கிப் பற்றவைக்கிறாய் தீயை

ஒரேயடியாக இல்லாமல்
கொஞ்சம் கொஞ்சமாகக் குருடனானேன்
தெரிகிறது உலகம்
தேன் கருகும் வாசனையில்.

கண்ணீர்க் குமிழி

என் பார்வையொன்றைத் தொட்டெடுத்து
ஒரு பாத்திரம்போலத் துலக்கி
உன் விழிகளில் கவிழ்த்து வைத்தாய்
அக்கணத்திலேயே உனக்கு சாக வாய்க்கவில்லையே
என்று சங்கடப்பட்டேன் பிறகொரு நாள்
வழிகளை வருடியெடுத்த துளிகளை
சாம்பல் புறாக்களாகப் பறக்கவிட்டாய்
மொத்த ஒத்தாசைகளையும் கொண்டு
நீ செய்து பார்த்தாய் என் தற்கொலையை
மரணம் நழுவி நழுவித் தப்பித்தோடியது
விடு என்று துவண்டு தோற்றுத் தோள்களில் சாய்ந்தேன்
உடைகள் ஒதுங்கித் துணியலைகளாகிக் கிடந்தன
காயப்படுத்தியதற்காக உன் முலைகளிடம்
மாறி மாறி மன்னிப்புக் கோரினேன்
பல்தடங்கள் சிரித்தன
சிவந்த நாவல் கீழிமை வருடி
ஒரு துளியெடுத்துக் குமிழாக்கி ஊதினாய்
எஞ்சிய உப்புச் சுவை ரத்தத்தில் கரைய
கண்ணீர்க் குமிழியைத் துரத்தியவாறு மிதக்கலானேன்.

●

கனவுப் புத்தகத்தின் வாசகருக்கு

என் கனவுப் புத்தகத்தின்
இருபத்தி ஏழாம் பக்கத்திலிருந்து
முப்பத்தி இரண்டாம் பக்கம் வரை
இன்று புரட்டிக்கொண்டு வந்தது யார்?
அவளுக்கு அல்லது அவனுக்கு
என் உறுத்தலிலிருந்து விடுபடும்பொருட்டு
தெரிவிக்கவே விரும்புகிறேன் என் வணக்கத்தை
இடுப்புக்குக் கீழே இரண்டு கோடுகள்;
கால்கள் என்றும் சொல்லலாம்
என்னால் நடை பழக முடியாது;
நெடுஞ்சாலைகளைவிட நீளமானவை
அதுவும்கூட ஆச்சரியக்குறிதான்
வாசகியோ அல்லது வாசகனோ
பக்கம் முப்பத்தி நாலுக்குச் செல்லும் முன்
முகம் சுளித்து மூடி வைத்து விடுவார்கள்
இது ஒரு கொசுவின் கனவுப் புத்தகமென்று
அவர்களுக்கு என் நன்றி
பொருத்தமாக இருக்குமா தெரியவில்லை
மன உறுத்தலிலிருந்து விடுபடும்பொருட்டுத்
தெரிவிக்கவே விரும்புகிறேன் என் நன்றியை.

●

ஜெ.பிரான்சிஸ் கிருபா

நீங்குமோ இக்கனவின் பழுது?

கெட்ட கனவுகள்
லாபகரமாக விலைபோகும் வீதியாகிவட்டது இது
உடைபடு பொருட்களின்
கிடங்காகிவிட்டது என் வீடு
நரபலி ரத்தத் துளிகளும் நறுக்கப்பட்ட தலைகளும்
அகோரமாக அங்குமிங்கும் சிதறிக் கிடக்கின்றன
அடிபிடியென்று அள்ளிக் கொண்டோடுகிறார்கள்
பாவங்களின் வரைபடங்களை
கெட்ட கனவுகளின் மொத்த வியாபாரிகளும்
சில்லறை வியாபாரிகளும் கருமிகளாகி பேரம் பேசுகிறார்கள்
கெட்ட கனவுகளை பழுதுபார்த்துத் தரும்
மருத்துவமனைகளும் பெருகி வருகின்றன
அகால மரணங்கள் அதிகரித்து
நொடிக்கொரு பிணம் போகிறது இவ்வழியே
குடிகாரப் பிசாசுகள் விபச்சாரிகளைத் தேடி
நிர்வாணமாக அலைகின்றன
குயில்களின் குரல்கள் வற்றிப்போய் குழந்தைகளின்
குமட்டல்கள்
தெரு விளக்குகளில் விடிய விடிய சீழ் கொட்டுகிறது
"புத்தா புத்தா அடேய் சித்தார்த்தா! செத்தா போனாய்
டேய்"
என்று காற்றைத்தட்டி தெருவில் கத்துகிறான் எவனோ
எத்தனை நூற்றாண்டுகளுக்குப் பின்னேயிருந்து
பிதற்றுகிறான்!
"சிலுவை வாங்கலியோ சிலுவை" என்று
வரும்போதும் போகும்போதும் என்னை
தினமும் சீண்டுகிறான் விறகு வியாபாரி
நான் வீட்டை மாற்றிப் பார்க்கிறேன்
பெயரை மாற்றிப் பார்க்கிறேன்
மனசை மாற்றிப் பார்க்கிறேன்
உயிரை மாற்றிப் பார்க்கிறேன்
மாற்றவே முடியவில்லை கனவுகளை.

தவறுகளைத் திருடும் மறதிகள்

ஒரு தாய் தன் பிள்ளைகளை
பராமரிக்கும் பாசப் பரிவுடன்
பராமரிக்கிறாய் என் தவறுகளை
காலையில் கண் விழித்தெழுந்ததும்
அவற்றின் தீய கனவுகளை
மிருதுவாகத் துடைத்துவிடுகிறாய்
அழுக்குத் தீரக் குளிக்க வைக்கிறாய்
விலை உயர்ந்த
வாசனை சோப்பை உபயோகிக்கிறாய்
உணவூட்டிச் சீருடை மாட்டி
பள்ளிக்கு அனுப்பித் திருப்புகிறாய்
கல்வியில் உயர
ஊக்க முத்தங்களிட்டு அரவணைக்கிறாய்
கதைகள் சொல்கிறாய் கனிவு காட்டுகிறாய்
விளையாட்டு விபத்துகளுக்கு செல்லமாய்க் கண்டிக்கிறாய்
ஆயுள் காப்பீட்டு தவணைகளைத் தவறாமல் கட்டுகிறாய்
அவை பற்றிய பேச்சில் பெருமைகளை
நகரெங்கும் மிதக்க விடுகிறாய்
நேரமே தூங்கப் பண்ணிவிட்டு நிம்மதியடைகிறாய்
மன்னிப்பைத் தவிர மற்றெல்லாவற்றையும்
அவற்றுக்கு அநேகமாய்ச் செய்கிறாய்
என் தவறுகளைவிட்டு என்னை
தறுதலைத் தந்தையாகத் தள்ளி வைத்திருக்கிறாய்
இன்னும் இறுக்கமாக இன்னும் எச்சரிக்கையாக இரு
ஞாபக மறதியில் என்னை நீ
ஏதேனும் சந்தர்ப்பத்தில் மன்னித்துவிட்டால்
அன்றே அப்போதே சாப்பாட்டு மேஜையிலிருந்து
அவை காணாமல் போய்விடும்
சின்னஞ்சிறு தேக்கரண்டிகளைப்போல.

●

ஜெ.பிரான்சிஸ் கிருபா

அலைகள் பூட்டிய கடல்

இரவை முறுக்குகிறது இரண்டாம் ஜாமம்
வடுவற்ற காயங்கள் பெருகித் திணறுகிறது இருள்
ஒருவரை ஒருவர் தழுவி மருவுகிறார்கள்
பெருந்தாகமும் பசியுமாக

தலைகீழாய்ச் சுடரும் விடிகதிர் விழியில்
பாவனையின் கூர்மையான நளினங்களை
அவிழ்த்துவிட்டு தரையில் கிடத்திவிட்டு
குறுக்கும் மறுக்குமாக
படுக்கையில் கிடக்கிறது நித்திரை

மெதுவாக மிக அமைதியாக உயிரின் இலைகளாக
சிறகுகள் கிளைக்கின்றன
எனக்குள் நினைவிலிருக்கும் நிலவுக்கு
அலைகள் பூட்டிய கடல்
நீர் ரதமென விரைகிறது
புறப்பட்ட இடத்துக்கே போய்க்கொண்டிருக்கிறது அலை
முடிவடையும் இலக்கிலேயே
தொடங்கியிருக்கிறது போர்.

உறக்கத்தில் உழைப்பவன்

உறக்கத்தில் உழைப்பவனின் வியர்வைத் துளிகளுக்கும்
கண்ணீர் விழுதுகளுக்கும் கூலியாகத் தருவதற்கு
இதயம் ஒன்றே எஞ்சுகிறது எப்போதும்
உறக்கத்தில் உழைப்பவனை உலக மகா சோம்பேறியென்று
குற்றம் சாட்டுகிறார்கள் உறக்கத்தில் முதலாளியாக
இருப்பவர்கள்
வீடுகளை மாற்றும் விதமாகக் கனவுகளை மாற்றும்போது
என்னென்ன காட்சிகளை இடம் மாற்ற நேரிடுகிறது
தெரியுமா?
பெய்யத் தொடங்கிய கனத்த மழையின்
முதல் துளி விழுந்து கழுத்துடைந்து
தரையில் தெறித்த சிறுபட்சி வெள்ளத்தில் தத்தளித்து
உயிருக்கு போராடியபோது கைகளால் கூடுகட்டி
காப்பாற்றியது யாரென்று நினைக்கிறீர்கள்?
உடைகளைப்போல் வரங்களை அணிந்துகொண்டு
வரும்போதெல்லாம் தேவதைகள் அவிழ்த்துப் போடும்
கந்தல்களைத் துவைத்து கிழிசல்களைத் தைத்து
மடித்து அடுக்கி வைப்பது எவ்வளவு கஷ்டம் தெரியுமா?
இரவில் மட்டும் ஓடும் நதிகளை
பகலில் முளையடித்துக் கட்டிப் போடுவது யார்?
ஞாபக மறதியின் திரியைப் பற்றவைத்து
தலையை வெடித்துச் சிதறச் செய்து
சூரியனை நாளும் காலையில் எழுப்புவது நீங்களா?
இயன்றால் உறக்கத்தில் உழைத்துப் பாருங்கள்
இல்லையேல் குற்றச்சாட்டுக்களை
சுருட்டி வைத்துக்கொண்டு சும்மா இருங்கள்
இறந்தபின்னும் மரணத்தின் பின்வாசலில் அமர்ந்து
புதிர்கள் செறிந்த கனவுகளைக் காணும்
உறக்கத்தில் உழைப்பவனை
கொன்றழித்தாலும் பயனொன்றுமில்லை.

●

ஜெ.பிரான்சிஸ் கிருபா

கோணங்கள்

உலகம் ஒரு நகைச்சுவைத் தொழிற்சாலை என்றதும்
தாய் தொட்டிலை அவிழ்த்துத் தோளில் கட்டிக்கொண்டாள்;
தகப்பன் வீட்டைத் தூக்கிக்கொண்டு வேலைக்குப்
                                                போனான்

உலகம் ஒரு நகைச்சுவைத் தொழிற்சாலை என்றதும்
அதிர்ந்து சுவரில் சாய்ந்தவன் பல்லியாகி நெளிந்தான்;
பூப்பறித்தவள் புள்ளியாகி அல்லிவட்டத்துக்குள் நுழைந்தாள்

உலகம் ஒரு நகைச்சுவைத் தொழிற்சாலை என்றதும்
கெத்சமேனித் தோட்டத்தில் கேவல் சத்தம் ஓங்கியது;
அசோகவனத்தில் மாதவிடாய்த் துணிகள் எரிந்தன

உலகம் ஒரு நகைச்சுவைத் தொழிற்சாலை என்றதும்
பரத்தையோடு தாயமாடியவன் பகலை எட்டி முறித்தான்;
காதல் பாடகன் புதிய ராகத்தில் மௌனமானான்

உலகம் ஒரு நகைச்சுவைத் தொழிற்சாலை என்றதும்
யாருமே நகைக்கவில்லை என்றாலும்
உலகம் ஒரு நகைச்சுவைத் தொழிற்சாலை என்றவன்
என்றபடியே நின்றான்.
●

பாலை நிலத்தில் பயிரிடும் மோகினி

சுவரில் தொங்கிய வயலில்
முதலில் விழிகளை விதைத்தாள்
பிறகு முகம் விதைத்தாள்
கழுத்தை தோளை செழித்த
கன்னங்களைத் தனித்தனியாக விதைத்தாள்
இதழ்களை பிரித்தும் குவித்தும்
காது மடல்களைத் தோளோடு சாய்த்தும்
இடையை இயன்றவரை வளைத்தும்
தன்னுடலை ஒவ்வொன்றாக விதைத்தாள்
முடிவாக முலைகளை விதைத்ததும் திகைத்தாள்
வானம் மழைத்தது
நேராய்க் கிடந்த வரப்புகள்
பாம்புகளாய் வளைந்து நெளிந்தன
வீறிட்டுத் துள்ளினாள்
சடசடவென்றிறங்கிய நீர்த் துளிகளின்
தொடர் படிக்கட்டுகளில்
மடமடவென்று மேலே ஏறி
மேகத்துள் மறைந்தாள்.

துணை

காலை நேரத்து மழையை
அழைத்துக்கொண்டு சாலையில் நடந்தேன்
மஞ்சள் வெயிலைத் திறந்துகொண்டு
தென்றல்போல் வெளியில் நுழைந்து
மறைந்தவளைப் பற்றி பாதையோரங்களில் விசாரித்தோம்
மழைக்கு அவள் பெயர் தெரிந்திருந்தது
மந்திரமாக மனசுக்குள் முணுமுணுத்தவாறே வந்தது
தேடலின் தீவிரத்தில் மழையின் துளிகள்
கண்களாகி விரிந்தன
எதிர்ப்பட்ட தெருவெல்லாம் அலைந்து திரிந்தோம்
களைப்போடு குளிர்ந்த புல்வெளியில் சாய்ந்து கிடந்தோம்
கல்லூரிகள் அலுவலகங்கள் மருத்துவமனைகள்
கோவில்கள் தேவாலயங்கள் எங்கும் வாசல்களில்
தலை நீட்டி பெருமூச்சோடு திரும்பினோம்
வருத்தத்தின் கசப்பில் தள்ளாடிய மழை
இரண்டுமுறை தண்ணீர் லாரியில் மோதி நசுங்கப் பார்த்தது
குருட்டுக் கொக்கின் மூக்கில் அமர்ந்து பூவைத் தியானித்த
பறக்கக் கூச்சப்படும் பூத்தும்பியை அடித்து விரட்டியது
மழையின் போக்கில் மாறுதல் தெரிய
நான் விடைபெற விரும்பினேன்
தோல்வியின் பூரணப் புள்ளியில் நின்று இரங்கியபோது
துடித்த மின்னலின் இமைப்பிலிருந்து
மஞ்சள் குடையுடன் இறங்கினாள் மழை தேடிய அழகி
வழியில் சந்தித்து கனிவாய் அவளிடம் மழையை
 ஒப்படைத்தேன்

கணுக்கால்களை மட்டும் நனைத்தபடி
மாலை மழையை அழைத்துச் சென்று
உடையைப்போல மழையை உதறி
வெளியே கொடியில் காயப் போட்டுவிட்டு
வீட்டுக்குள் போனவள்
மறந்தே போனாள் வழியில் நடந்ததை
இரவெல்லாம் மழை உறங்கியபடியே பெய்தது
மழையின் கனவில் நான் மட்டும் நடந்துகொண்டிருந்தேன்
மறுநாளும் தெருவில்.
●

அர்த்தநாரி

இந்தப் பாடல் உன்னுடையது
இதன் தாள நாடிகள் என்னுடையவை
பாடும் உதடுகள் உன்னுடையது
பரவும் திசைகள் என்னுடையவை
இந்த நிலம் உன்னுடையது
நிழல்களெல்லாம் என்னுடையவை
இந்த மலை உன்னுடையது
நதிகளெல்லாம் என்னுடையவை
இந்தக் கடல் உன்னுடையது
அலைகளனைத்தும் என்னுடையவை
இந்த வானம் உன்னுடையது
விண்மீன்களெல்லாம் என்னுடையவை
இவை என்னுடைய சொற்கள்
இவற்றை நீ தொடக்கூடமாட்டாய்
இவற்றின் நிழலில்கூட
உன் விரல்கள் பட்டாது
இந்த முடிவு உன்னுடையது
இதன் முடிவு என்னுடையது
முடிந்தால் முறையாகப் பங்குபிரித்து
உன் உலகத்தை அழைத்துக்கொண்டு
என் உலகத்தைவிட்டு போ.

களவுபோகும் தோழி

புல்லின் கர்வத்தின் முன் சர்வமும் தொலைந்து போகிறது இதைக் கிள்ளி எறிய வலுவில்லையா வழியில்லையா? இருந்தும் தான் வானத்தில் முளைத்திருப்பதாக அது நடந்து கொள்கிறது முகச் சவரம் செய்து பளபளப்பாக எழும்பும் காலைச் சூரியனை ஓரக் கண்ணால் பார்க்கிறது புல்லின் அலட்சியத்தை சகிக்க முடியாத சூரியனின் தாடி மீசையெல்லாம் நண்பகலுக்கு முன்னரே பழுப்பேறி விடுகிறது உச்சியில் நிற்கையில் கழமாகிவிடுகிறான் "ஏய் அற்பப் புல்லே நீ காற்றில் அறுந்த செருப்பாக கிடக்கிறாய்" என்றேன் திமிர் பிடித்த புல் பதிலளித்திருந்தால் மன்னிப்பு கேட்டிருப்பேன் அது குதர்க்க அமைதியோடு அப்படியே இருந்தது மௌனம் நாறும்வரை நின்றுவிட்டு தாங்க முடியமல் விலகி வந்தேன் இரவில் உலகம் உறங்கிய பிறகு இந்தப் புல் செய்யும் விஷமங்கள் என்ன தெரியுமா? நிலாவுக்கு திருமண வாழ்த்து தந்தியடிப்பது! எண்ணிப் பாருங்கள் காதலன் வாய்க்காமல் கணவன் கிடைக்காமல் சுயம் வர வட்டத்தில் முடிவற்ற வானத்தில் சோர்ந்து சுற்றும் நிலவின் கையில் வாழ்த்து செய்தியை. தேம்பித் தேம்பி நிலா தேய்ந்தே போகிறாள் சரி அது போகட்டும் ஒருநாள் அந்தியின் படிக்கட்டுகளில் மெல்ல மெல்ல என் தோழியாகி வந்த காதலியோடு நடந்து வந்துகொண்டிருந்தேன் "வா இந்தப் புல்வெளியில் உக்காருவோம்" என்றது புல்லின் அகங்காரம் பற்றி ஏதுமறியாத அந்தக் காதல் குழந்தை "அடி கழுத! இது வேண்டாம் எனக்குத் தெரிந்த ஒரு கடலிருக்கிறது அதன் கரையில் அமரலாம்" என்றேன் "கடலா? ஐயோ! இந்த பசும் புல்லைப் பார் கொள்ளை அழகு!" என்றாள் "உன்னை விடவா" சாமர்த்தியமாக திருப்பினேன் "என்னை விடவா என்னை விடவும் என்னை விடவும் எத்தனையோ மடங்கு கொள்ளையழகு" என்றவள் அங்கேயே அமர்ந்துவிட்டாள் புல்லின் வசியக் கண்ணிகள் இறுகின வெண்ணைக்கட்டி விரல்களால் புற்களை வருடவும் தொடங்கிவிட்டாள் தடாலடியாக என் தலையில் முளைத்த வெள்ளாட்டுக் கொம்புகளை கவனமாகப் பிடுங்கி சட்டைப்பைக்குள் போட்டுக்கொண்டேன் புல்லின் அந்தரங்க எள்ளலில் பூமி குலுங்குமென்று எதிர்பார்த்தேன் "புல்லின் விரல்களில்தான் வைர நகங்கள் வளர்கின்றன" என்றாள் என்னைப் பாராமலே என் கைகளுக்கு எட்டிய வரை புற்களை நான் வேரோடு பிடுங்கி எறிந்து கொண்டிருந்தேன்

மலைக்காற்றைக் கண்டதுபோல் அவள் மேலாடை நழுவியது தேவாலயத்தின் திருப்பலி கதவுகள்போல அவள் மார்புடை திறந்தது அறுந்து விழும் அருவியைப் போல் இடுப்பு பாவாடையும் சரிந்தது அந்தியின் கடைசிப் படிக்கட்டில்தான் என் தோழி நிர்வாணமாக வெட்கமற்று நெளிந்தாள் புல்லின் துரோகத்தைப் பற்றி புரியவைக்க எத்தனித்தபோதெல்லாம் மேகத்தைப் பிடுங்கி என் மார்பில் எறிந்தாள் காதலியிடம் கோபிக்கலாம்; தோழியிடம் முடியாதே அவள் மயக்கம் கலையும் வரை நான் காத்திருந்தேன் காத்திருந்த கடைசி இடம் வேறொருவருக்கு சொந்தமான கல்லறையாக இருந்தது கல்லறைக்குள்ளேயே நான் முழந்தாளிட்டு பிரார்த்தித்தேன் "கடவுளே! என்னைப் புதைக்கும் நிலத்தில்மெத்தனத்தின் மொத்த வடிவாகத் தினவெடுத்து நிற்கும் இந்தப் புற்கள் முளைக்கவே கூடாது" புல் பேசியது "மூடா! பிரார்த்தனையை நிறுத்து மூளையைக் காப்பாற்று" புல் பேசிய போது அசைய உதடுகள் கொடுத்தது என் அன்புத் தோழியின் யோனி பல் குத்தக்கூட உதவாத புல்லின் மடியில் என் அன்புத் தோழி முயங்கிக்கொண்டிருந்தாள் விரிந்த கூந்தலில் கருமை தேய்ந்து பசுமையேறிக்கொண்டிருந்தது இமைகள் விட்ட இடைவெளியில் மின்னிய அவள் விழிகளில் கிணற்றில் அறுந்து விழுந்த பட்டைபோல என் காதல் உயிரின் தரை மட்டத்தில் கிடந்தது நல்லவேளை கடவுள் புல்லைப் படைத்த பிறகு மனிதனைப் படைத்திருக்கிறான் என்னைப் படைத்த பிறகு அவன் புல்லைப் படைக்க முனைந்திருந்தால் கையை முறித்திருப்பேன்.

உளி விலகும் தருணம்

தென்றல் போதும்;
வேண்டாம் மேலுமென்று
உன் கழுத்து வியர்த்த மறுப்பில்
மினுமினுக்கிறது என் ஆவல்

என் கண்களைக் கல்லாக்கி
நீ கனவுகள் வனைகையில்
எனக்கு வலிக்கவில்லை

உளி விலகும் தருணம்தான்
நெருக்கத்தை இரண்டாகப் பிளக்க
தூரம் பாரமாகி அழுத்துகிறது

மேலும் இது –
நான் விரும்பி ஏற்கும் காயம்.

வேய்ங்குழல் ஏக்கம்

முழு நிலவில்
வெயிலடிக்கும் இரவில்
நான் மட்டும் விழித்திருக்கிறேன்
தன் சிறகில் நிற்கும் பறவை
அந்தரத்தில் உறைகிறது
என்னருகே

ஒ,ரு ராகத்தில் தூங்குகிறாள் மீரா
உச்சி முதல் பாதம்வரை
அந்த பாடலைப் பார்க்கிறேன்
கேட்க முடியவில்லை
கண்ணனில்லையோ நான்!

துரோகிக்கவும் இயலாதவன்

மின்சாரத்தை ஓவியமாகத் தீட்டி
காகிதத்தைப் புரட்டிப் பார்த்தால்
பின்பக்கம் ஏற்கனவே
தீட்டப்பட்டிருக்கிறது
துரோகத்தின் படம்

துரோகம் முகம் பார்க்கும்போது
நிலைக்கண்ணாடியில் பாய்வது
மின்சாரத்தின் கொலைச் சீற்றம்

துரோகங்களின் கண்ணிகளிலிருந்து
தப்பிக்க ஒருமுறையாவது
வெறுங்கையால் தீண்ட வேண்டும்
சுத்தமான மின்சாரத்தை

மின்னூட்டக் கம்பி
நம்மெதிரே இருக்கிறது
தொட்டதும் விழும் மரண அடி
நமக்குப் பின்னே
நின்றுகொண்டிருக்கிறது
துரோகத்தைப்போல

முதலில் கண்டுபிடிக்கப்பட்டது எது
துரோகமா மின்சாரமா?
ஆண் துரோகம் மென்மையானது
பெண் துரோகத்தைவிட;
ஆண் துரோகம் சுதந்திரமானது
என்பதெல்லாம் மலிவான பொய்
இரண்டுமே சரிசமமானவை
ஒன்றுக்கொன்று நிகரானவை
துரோகங்கள் குறித்து
இத்தனை தரவுகள் இருந்தும்
துல்லியமின்றி தப்புத் தப்பாகத்தான்
செய்துகொண்டிருக்கிறேன் துரோகங்களை.

ஜெ.பிரான்சிஸ் கிருபா

மதனோற்சவம்

நிலவிலும் ஒரு கடலுண்டு
முற்றிலும் அது பாறைகளால் ஆனது
ஆவேசமற்றவை அதன் மண்ணலைகள்
அதன் கரைகளோ மலைகளாலானவை
நிலாக்கடலில் புயல் சமைக்கும்போது
நீங்கள் காணத் தொடங்குவதுதான் நிழல் கனவு
கண்டு முடிக்கும்போது எஞ்சுவதே
காமச் சாம்பல்.

●

எதிரெதிர் காலங்கள்

என் காலம்
தவழ்கிறது
தத்துகிறது
நடந்து செல்கிறது
தலைதெறிக்க ஓடுகிறது
தள்ளாடிச் சரிகிறது
திரும்பிப் பார்க்கிறது
தேங்கிக் கிடக்கிறது
இன்னும் என்னன்னவொ செய்கிறது
என் காலம்

உன் காலமோ
காலை மாலைகளற்ற
வாடாத பூவாகத் தன் தீராத இதழ்களில்
மலர்ந்துகொண்டேயிருக்கிறது.

●

அவன்தான்

திசையறும் குருடன்
குரலெட்டாச் செவிடன்
மொழியுமற்ற ஊமை
எல்லாமிழந்த திருடன்
அவன்தான்

அஞ்சல்காரனிடம்
அன்றைய தபாலில்
மடித்து ஒட்டிய
மஞ்சள் வெயில் வேண்டி
கொஞ்ச தூரம்
கெஞ்சிக்கொண்டு போனானே
அவனேதான்

காலையின் தோள்களிலும்
மாலையின் கால்களிலும்
வடிந்த பாடல்களைப் பிடித்து
ராகங்களைக் கொறித்தும்
குரல்களைப் பருகியும் பசியாறினானே
அவனேதான்

குளிர் மாதத்தின் ஓரத்தில்
ஒடுங்கி நின்ற வாரத்தின்
விறைத்த கிழமைகளில் மண்டியிட்டு
தீக்கிளிகள் புனைந்து
வானத்தைத் திறந்தானே
அவனேதான்

அதுகாறும் கடைப்பிடித்த
நடையுடைந்து
அடைமழையில் பாய்ந்தோடும்
ஆறாகி வந்தானே
அவனேதான்

ஜெ.பிரான்சிஸ் கிருபா

நீர்க்குமிழி மூச்சுவிடும்
மெல்லிய வெடிப்போசை
கேட்கும் ஆசையில்
அடுத்தடுத்து மிதந்து செல்லும்
ஆளற்ற முத்தங்கள்
உடையும் வரை
இமைக்காது இறந்து நிற்பானே
அவன்தான் அவனேதான்

காரணமெதுவும் தெரிவிக்காமல்
மறுபடியும் வெளியேறிவிட்டானாம்
மரணத்தைவிட்டு.
●

கருகிய காற்று

சதை கருகிப் புகையும்போது
திடுக்கிட்டுத் திறந்த விழிகளில்
இமைகள் கிழிக்கப்படாதிருப்பது
இரக்கமோ அல்ல கருணையோதான்
இரக்கம் எப்போதும் இல்பானதுதான்
கருணை சற்றே அழகானதும்கூட
இரக்கம் நிலைக்கண்ணாடியில் தன்னைப் பார்க்கும்போது
பாவம் கண்ணாடி உடைந்து காலடியில் சிந்துகிறது
கருணை தன் முகத்தைப் பதிக்கும்போது
ரசம் உருகி ரத்தமாக வழிகிறது
குறி பார்த்துச் சரியாக வெடித்து
துப்பாக்கிக் குழலுக்குள் புகையும்
கொலை மௌனம் கலையும்போது
காற்று கொம்பு முளைத்துப் புலம்பியலைகிறது
கருணையும் இரக்கமுமாய்.
●

உங்களுக்கென்ன?

ஒரு கிண்ணத்தில் ஏறி நின்று
எண்ணெய் ஊற்றித் திரியாகத் தன்னையே
பற்றவைத்துக்கொள்ளத் தூண்டிய குளிரில்
வெகுகாலம் தனியே வானீரில் ஊற வைத்த
சொற்களின் தோலை உரித்து மெல்ல மெல்ல மென்று
ஒரு வார்த்தையும் பேசாமல் விழுங்கிப் பசியாறி
கொஞ்சம் வெயிலருந்த
பதுங்கியிருந்த நிலவறையிலிருந்து வெளியேறும்
அவன் ஒரு ஈர மலரைப்போல
அழகாயிருக்க வேண்டுமென்று ஏன் எதிர்பார்க்கிறீர்கள்?
உடலின் தசையெல்லாம் குழைந்திறுகிய சேறாகி
முதுகெல்லாம் புல் முளைத்த மனிதனின் பின்னே
வெள்ளாடுகளை அதட்டி ஏன் ஏவுகிறீர்கள்?
இருள் பின்னிய விழிகளைத் துருப்பிடித்த செவிகளுக்கும்
முடமான மூளையைப் பிறழும் இருதயத்துக்கும்
புலன் மாற்றி பொழுதுக்கும் அலுத்துப் போனவன்
இருப்பிடத்தை மாற்றிக்கொள்ள முற்படும்போது
முன்னேற்றம் பின்னேற்றம் பற்றி
எதற்காக வழிமறித்து மூதலிக்கிறீர்கள்?
எல்லா வழிகளும் கூடிப் பிரியும்
இடமே வாழ்க்கை என்றானபின்
வெறுமையின் குடுவையில்
திரண்ட நீர்க்குமிழியாகி
உடைந்து மறையும் தருணம் வரை
அவன் மிதந்து போனால்
நடந்து திரிபவர்களுக்கு என்ன நஷ்டம்?

ஜெ.பிரான்சிஸ் கிருபா

பறத்தல் என்பது...

பறவை பார்த்தல் ஒரு கலை
பறவையின் குரல் கேட்டல் ஒரு வரம்
பறவையை ரசிப்பது அழகின் ஆராதனை
நீதான் கற்பித்தாய்

பறத்தல் என்பது
வானத்தின் மேடையில் காற்றின் பாடலுக்கு
ஆற்றும் நடனமென்றும் சொல்லித்தந்தாய்

சிறகுகளை விரித்து மிதக்கும்போது
பறவைகளுக்கு வாய்க்கிறது வில் வடிவம்
அம்புகளுக்கு பதில் வில்லே
பாய்ந்து செல்லும் அற்புதம் என்றாய்

'பறவைகளை ரசிக்க
யாரும் யாருக்கும் சொல்லித் தர முடியாது
அவரவர் விருப்பப்படி
சுதந்திரமாக அனுபவிக்க வேண்டும்'
என்றும் அபிப்பிராயப்பட்டாய்

'பறவைகளை எண்ணிப் பார்ப்பது
பைத்தியக்காரத்தனம்
பறவைகளை தொட்டுப் பார்ப்பது
காட்டுமிராண்டித்தனம்

பறவைகளை பலர் குறி பார்க்கிறார்கள்;
பறவைகளை பலர்
கண்கள் விரிய வியந்து பார்க்கிறார்கள்
பறவைகளை பலர்

கரம் கூப்பி வணங்கிப் பார்க்கிறார்கள்
பறவைகளை பலர்
நினைத்துப் பார்க்கிறார்கள்
பறவைகளை யாருமே பறந்து பார்ப்பதில்லை'

நீ சொல்லச் சொல்ல
நான் மெல்ல மெல்ல
உன்
வானமாகிக்கொண்டிருந்தேன்.

●

இலக்கிழந்து சுழன்றாய்

மரங்களுக்கு மேலே பறவைகள் இருந்தன
பறவைகளுக்கு மேலே மேகங்கள் இருந்தன
மேகங்களுக்கு மேலே வானம் இருந்தது
வானத்துக்கு மேலே துடித்துக்கொண்டு இருந்தன
இரண்டு இதயங்கள் ஒரு தாளத்தில்

அந்த மல்லிகைக் கிழமை மணக்க மணக்க
இலக்கிழந்து பேச்சில் சுழன்றாய்
தொலைவில் கூவியது ரயில்
'ரயில்கள் எனக்கு ரொம்பப் பிடிக்கும்' என்றாய்
'எனக்கு தண்டவாளங்கள்' என்றேன்
'ஏன்?'
'அவைதாம் ரயில்களை அழைத்துவந்து
நிலையங்களில் நிறுத்துகின்றன
அவைதாம் ரயில்களை நிலையங்களிலிருந்து
அழைத்துக்கொண்டு செல்கின்றன
ரயில்கள் விடைபெறும் நடனத்தில்
கடைசிப் பெட்டியின் சங்கீதம்
அதன் தந்திகளில்தான் மீட்டப்படுகிறது'
தோளில் சாய்ந்திருந்த தலையைத் தூக்கி
துறுதுறுவென்று பார்த்து
குழந்தைபோல் கொஞ்சம் கண்ணுருட்டி குழம்பி
ரயிலை எடுத்துத் தந்துவிட்டு
தண்டவாளங்களைப் பிடுங்கிக் கொண்டாய்

ஜெ.பிரான்சிஸ் கிருபா

'ரயில்களும் எனக்குப் பிடிக்கும்?' என்றேன்
'எப்படி' என்றாய் அப்பாவியாய்
'அதுதான் நம்மை பயணிகளாக்குகிறது
பக்கத்து இருக்கைக்காரர்களை நண்பர்களாக்குகிறது
இரவையும் பகலையும் சமமாக நேசிக்கிறது
கூடை கூடையாகப் பழங்களை
கொண்டுவந்து தருகிறது
கூடவே கனிவான ஒரு வியாபாரியையும்
கூட்டி வருகிறது
குரலைக் குடித்து வயிறாற முடியாத
ஏழைப் பாடகர்களை வாழவைக்கிறது
அதில்தான்
ஜன்னல் பார்வையில்
மின்னல் பாதைகளில்
மான்கள் போல் மரங்கள் துள்ளி மறைகின்றன'
சட்டென ரயிலையும் பிடுங்கிக்கொண்டாய்!
●

மொட்டாகி மிதந்த குடை

கனவு கண்டதுபோல்
கையில் குடையோடு வந்திருந்தாய்
உன்னை ஏமாற்ற மனமில்லாமல்
இறங்கி வந்தது மழையும்
நீர்த் தாரைகளைச் சொடுக்கி
உன்னோடு என்னையும்
கரைத்துவிடுவதுபோல்
அடைத்துப் பெய்தது
அந்த அந்தி மழை
சிரித்துக்கொண்டுபோய் மலர்த்தி
நீ பரிசளித்த குடையை
ஏந்திப் பிடித்துக்கொண்டு
கடலுக்குள் ஓடின அலைகள்

உன்னைச் சந்திக்கும்போதெல்லாம்
தொலைபேசும் பேச்சிலெல்லாம்
கடிதம் எழுதும்போதெல்லாம்
உன்னைக் காதலிக்கிறேன்
காதலிக்கிறேன்
என்று மறுகுவேன்

ஈரம் சொட்டச் சொட்ட
வெதுவெதுப்பான சொற்களில்
அன்றும் மறுகினேன்

செய்துகொண்டிருப்பதை ஏன்
சொல்லிக்கொண்டிருக்க வேண்டும்
என்ற செருக்கிலிருந்தாய்
வழக்கம்போல்
எப்போதும் உன்னைக்
காதலித்தேன் நான்
'எப்போதாவதுதான்' என்றாய் நீ

மழை திடுக்கிட்டு நின்றது
பொழுதும் இரவாகி உருவங்கள்
இருண்டன

ஏழு சொட்டு மௌனத்திற்குப் பிறகு
வானம் ஒரு நீள மின்னல்
கொடியை
நீட்டியபோது
நடுக்கடலில் மொட்டாகி நின்றது
உன் குடை

நெஞ்சில் மஞ்சள் ஒளிவிரித்து
உன்னை நான் மறந்தும்
என்னை நீ மறந்தும்
ஒரு கணம் நேசித்தோம்
கடலை!
●

காதல் தேவதைகள்

காற்று ஊதி வாயில்
கன்னக் கொழுக்கட்டை பிடித்து
தின்னத் தந்த சினேகத்தில்
உன்னிடம் உண்மையைச்
சொன்னேன்

சொர்க்க வாசலில்
காவல் தேவதைகள்
கண்ணயர்ந்த நேரம்
நான் சின்னப் பையனாக
இருந்தேன்

சிறகுகளைச் சிலும்பி
மின்னிக்கொண்டிருந்த நட்சத்திரம்
நான் பறித்ததும்
ஒரு முத்தமாக மாறிவிட்டது

வண்ணச் சிறகுகளை அசைத்து
வானத்தைப் பூமிக்கு அழைக்கும்
வண்ணத்துப் பூச்சிகளின்
சூழ்ச்சிதான் அது

ஒரு முத்தத்தை
ஒரு உடலில்
ஒரு மனிதன் எங்கெல்லாம்
ஒளித்து வைப்பான்!
எவ்வளவு காலம்தான்
காவலிருப்பான்!

தீர்வு கேட்டேன் உன்னிடம்
'சொர்க்கத்தில் திருடிய முத்தத்தை
சொர்க்கத்திலேயே ஒப்படைத்து விடு
சின்னப் பையன்

ஏதோ தெரியாமல்
செய்துவிட்டான் என்று
சொல்லிச் சமாளிக்க
நானும் வருகிறேன்' என்றாய்

வந்தாய்

அப்படித்தான் நான்
நல்ல பையனானேன்!
●

இசை ஓடை

பல்லாயிரம் ஆயிரம்
பச்சை இமைகள் சிமிட்டி
அருகே நின்ற உன்னை ஆராதித்த
புங்கை மரத்தை நீ
கவனிக்கவில்லை

தலையில் நகரப் புழுதியேறி
தொலைவில் தனித்து நின்ற
ஒற்றைத் தென்னையின்
பச்சைக் கூந்தல் வாரிச் சீவி
பார்வையிலேயே ஜடை பின்னியபடி
நீ பேசிய வார்த்தைகள்
என்னுள் தெறித்து
விதையாக முளைத்து
சிறு சிறு மரங்களாக...
நானொரு வனமாகி
நானே அதில் தொலையும்
குழந்தையுமாகிக் கொண்டிருந்ததையும்
கவனிக்கவில்லை நீ

கையில் கட்டியிருந்த
வளையல் கடிகாரம்
துடித்த கண்ணாடி நொடிகள்
எனக்கு என் முகம் காட்டி
சிணுங்கின என்னிடம்

உன் குரலின் இசை ஓடையில்
நாணலாகித் தள்ளாடியபோது
முணுமுணுக்கத் தொடங்கியிருந்தாய்
பாடல் குஞ்சிகளை
நல்ல அந்தி பொன் நிறத்தில்
நல்ல காற்று உன் இசையில்
பொழுதோடு பொழுதாகி
புதைந்துகொண்டிருந்தேன்

வகிடு கீறாமல்
தலைவாரிக் கட்டும் நாட்களில்
பொடிசாக வைத்திருப்பாயே
முற்றுப்புள்ளிபோல் ஒரு பொட்டு
அப்படி வைத்துக்கொண்டாய்
என்னிடம் உன்னை நீ

புருவங்களாகித் தவித்தன
என் கைகள்

பொட்டும் புருவமும்
நெற்றியிலிருந்தாலும்
தொட்டுக்கொள்ள
முடியாதென்பதை
சொல்லவே அன்று
அந்த இரவு வந்தது!
●

உயிரைத் திருகும் புன்னகை

உன் உதட்டில் சுடர்ந்த
ஆரஞ்சு வெயிலை
உனக்குத் தெரியாமலே
பிழிந்து குடித்து
சூரியனானேன்
தெரிந்ததும் திடுக்கிட்டாய்

வானத்தை நோக்கி நீ
கோபத்தில் வீசிய கற்கள்
மேகத்தைத் தாண்டியதுமே
விண்மீன்களாயின

இரவானால் இப்போது அவை
உன்னைப் பார்த்து
அம்மா என்றும்
என்னைப் பார்த்து
அப்பா என்றும் மின்னுகின்றன
என்ன செய்யப் போகிறாய் என்றேன்
முறைத்தாய்

போன ஜென்மத்தில்
நாம் இரு கிளிகளாக இருந்தோம்
அடுத்த ஜென்மமும்
வனத்திலும் வானத்திலும்தான்
இடையில்தான் இப்படி
மனிதனாகி மாட்டிக்கொண்டேன்
உன்னோடும் காதலோடும்
வாழ்தலோடும் சாதலோடும்

என்னுடையதோ எளிய உயிர்
எனக்களிக்கப்பட்டிருப்பதோ
பூவளவு மனசு
பூவை வனமாக்கும்

திறமையெல்லாம்
ஓரளவுக்குத்தான் உண்டெனக்கு
என்றேன்

கனிந்து பார்த்தாய்
புன்னகையில் மன்னித்தாய்
முறைக்கும்போது
மூக்கில் பூத்த மோகினி
சிரிக்கும்போது உயிரைத் திருகும்
தேவதையானாய்!
●

மென்காற்றில் மிதந்த மழை

மென்காற்றில் மிதக்கும்
இளம் மழை
அன்று வந்திருந்தது மெல்லிசையோடு
பறவைகள் கலவரமின்றி
சிறகில் வட்டமிட்டன
நீர்த்தாரைகளினூடே வீட்டுச் சிட்டுகள்
பாய்ந்தும் சாய்ந்தும்
விளையாடிக் களித்தன
வானத்தைத் தம் முதுகில் சுமந்து
வரிசை குலையாமல்
கம்பீரமாக நடந்தன
செம்மறி ஆட்டு மந்தைகள்
பூரித்த பட்டுப்பூச்சிகள்
சிகப்பு ரத்தின அலங்காரமேற்று
நடனத்தில் கடந்தன தூரத்தை
ஒரு வார்த்தைகூட
சொல்லியிருக்கவில்லை மேகங்கள்

பொட்டுக்கும் இடி இல்லை
பூவளவு மின்னலையும் காணோம்
சலித்த வெயிலடித்துப்
புழுதியேறிக் கிடந்த
நிலத்தில் சாரல் புன்னகை பெருக
உலகெங்கும் அலையலையாய்
ஒரு ராகத்தில் பெய்தது மழை
தூரத்துப் பார்வையில்
விண்ணுக்கும் மண்ணுக்கும் நடுவே
நெளிந்தாடியது
உன் வெள்ளைத் துப்பட்டா
முதல் துளியிலிருந்து
இறுதித் துளி வரை
என்னிடம் உன்னைப் பற்றி
பன்னீர்க் குரலில் கேட்டது மழை
உன்னிடம் கேட்டிருந்தால்
என்ன சொல்லியிருப்பாய் என்று
என்னை நான் கேட்டேன்
பொய் பொழியத் தெரியாத
உன் புன்னகை
மின்னலெனக் கண்ணில்
சொட்டிவிட்டுப் போனது
மென் காற்று
மேலே சுழன்ற பறவைகள்
விளையாட்டில் திளைத்த சிட்டுகள்
கம்பீரமாய் நடந்த செம்மறிகள்
பட்டுப்பூச்சிக் குட்டிகள்
மற்றும்
மானசீகமாக உன்னிடமும்
அனுமதி பெற்றுவிட்டு
சொல்ல ஆரம்பித்தேன்
கேட்டதும் மயங்கி மயங்கி
மண்ணில் சரிந்தது மழை!

ஜெ.பிரான்சிஸ் கிருபா

நீரூற்றுக் கோலம்

மயில் தோகை பாவாடை
பசும் மஞ்சள் தாவணியில்
கண்ணாடி வளைகளில்
அதிகாலை கிணுகிணுக்க
மண்ணைக் கொஞ்சுவதுபோல்
கோலம் போட்டுக்கொண்டிருந்தாய்

பொழியப் பழகும் புது மழை
மொட்டாகியிருந்த உன் பூக்கரத்தால்
சொட்டுச் சொட்டாக
சொட்டிக் கொண்டிருந்தது
அரிசி மாத் துளிகளை

இசைத்தட்டுபோல் சுற்றியது முற்றம்
திரியில் உறைந்த சுடர்கள்போல்
கொடியில் குவிந்திருந்த பூக்கள்
புலர்ந்து மலராகி பூமியைக் கள்ளமற்ற
புன்னகையாக்கின

பறக்கும்போது கூவ விரும்பாத
குயில்கள்
மரக்கிளைகளில் அமர்ந்து
பாடத் தொடங்கின
சுற்றுவதை நிறுத்திய முற்றம்
வளைந்து நெளிந்தபடி
தனக்குப் பிடித்த கோலத்தைத்
தன் மீது வரைய
நிலத்துக்கடியிலும் துளிர்த்தது நீரூற்றுக்
கோலம்

கீழுதட்டை மிருதுவாகக் கடித்தபடி
சிறு கீற்று கீர்த்தனையை
நீ முணுமுணுத்தபோது

உனக்குத் தெரியாமலே
உன் நெற்றியில்
ஒரு நடனப் போட்டி தொடங்கியிருந்தது
உன் புருவங்கள் இரண்டிற்கும்

மரத்தடியில் பழுத்து
காம்பதைத் தேடி
கிளை நோக்கி அடிவானில்
மெல்ல மெல்ல எழுந்து வந்த
செங்கனியில் பசியாற
பாய்ந்து பறந்தது
பச்சைக்கிளிக் கூட்டம்

கோலத்தின் பூரண வளைவில்
நூலளவு பல் தெரிய சப்தமின்றிச்
சிரித்தாய் திருப்தியோடு

ஒரு நாளில் பொழுது
இரண்டுமுறை விடிந்துவிட்டது
இன்னுமென்ன உறக்கமென்று
கண் விழித்தேன்

என்னை முறைத்துப் பார்த்தபடி
கலைந்து போனது
நள்ளிரவுக் கனவு!

எழுதி முடிக்கையில் கடிதங்கள்

ஓசைகளைக் கண்டு அஞ்சும் வார்த்தைகளை
காகிதத்தில் சமைத்து உன்னிடம் நீட்டினேன்
வாங்கிப் பிரித்துப் படிக்காமலே மடித்த
மஞ்சள் விரல்களின் இசையில்
நெஞ்சுக்கூட்டின் எலும்புகள்
பியானோ கட்டைகளாகித் தடுமாறினேன்

எப்போதுமே
சொற்கள் தூங்கும்போது பேச விரும்பாத நீ
கண்களில் ஓடிய மெல்லிய
காதல் செல்வரிகளைச் சுண்டினாய்

'எப்போது எழுதுகிறாய் எனக்கான கடிதங்களை?'

காலையில் தொடங்கி மாலையில் முடியும் கடிதங்கள்
எழுதி முடித்ததும் சூரியனாகிவிடுகின்றன
இரவில் தொடங்கி விடியலில் முடியும் கடிதங்கள்
கடைசியாய் கையெழுத்திடும்போது கனவுகளாகிவிடுகின்றன
வெயில் காலத்தில் தொடங்கி மழைக் காலத்தில் முடியும் கடிதங்கள்
எழுதும்போதே குடை விரித்து காளான்களாகப் புடைத்துவிடுகின்றன
காற்றடிக் காலத்தில் எழுதும் கடிதங்கள்
யோசிக்கும்போதே பட்டங்களாகி வானில் பறந்துவிடுகின்றன
குளிர்காலத்தில் எழுதுபவை
பனித் தகடாகி உருகியோடிவிடுகின்றன

'பிறகு எப்படித்தான் எப்போதுதான்?'

என் இதயத்திலிருந்து சொற்கள்
துடிப்பாக உனக்காகக் குதித்துக்கொண்டே இருக்கின்றன
எப்போதோ அல்ல எப்பொழுதும் எழுதிக்கொண்டே இருக்கிறேன்

நெஞ்சில் நீ அஞ்சல் செய்த
புன்னகை
தந்தி வேகத்தில் இதழ்களுக்கு
வந்தது

சிரித்த சின்னஞ்சிறு புன்னகைப்
பொறியை
கன்னத்தில் தளிர்த்த அடைப்புக்
குறிக்குள்
பத்திரமாய் வைத்துப் பூட்டினாய்
எனக்குத் தெரியாமலே
என்னைத் திருடனுமாக்கினாய்!

பிச்சையிட்ட யாசகன்

உன் கடவுளோ என் கடவுளோ
கோபித்துக்கொள்ளக் கூடாதென்று
உன்னோடு நானும் வந்தேன்

கோயிலுக்கு நீ படியேறும்போது
உன் பாதத்தில்
முதல் முத்தம் வைத்து
மூச்சுமுட்டச் சிலிர்த்தது
முதல் படி
இறங்கும்போது
முதல் முத்தம் வைத்து
மோட்சமடைந்தது இன்னொன்று

உன் மணக்கும் வளைக்கர
மணியோசைகள் கேட்டபடி
பிரகாரத்துக்கு வெளியே நின்றிருந்தேன்
இரண்டு படிகளும் நானாகி

ஜெ.பிரான்சிஸ் கிருபா ❖ 243

பச்சை பச்சையான சிரிப்புகளைப்
பிச்சையிட்டு கண்டவர்களையெல்லாம்
கடவுளாக்கிய யாசகர்கள்
என்னை எதுவுமாக்க முடியாமல்
முழித்தார்கள்

கோயிலுக்குள் வராத கோபத்தில்
சிறகுகளிலிருந்தும் பறக்காமல்
பல மைல்கள் நடக்கும் கிளியாகி
மௌனமாக வதைத்தாய்

ஒரே சமயத்தில் இரண்டு தேவிகளை
வழிபட ஏலாத என் அவஸ்தையை
வார்த்தைகளாக்க முடியாமல் தவித்தேன்
வழியில்
அதோ பார் பாரென்று
பகல் வெண்ணிலா காட்டினேன்
வானத்தில்

பார்த்ததும் குழந்தையாகிச்
சிரித்துவிட்டாய்
பளிச்சிட்டன பகல் நட்சத்திரங்கள்
அதை உனக்குக் காட்ட
முடியவில்லையே என்று
மீண்டும் பரிதவித்தேன்!

மின்னல் என்றாயானால்

கேள்வி கேட்பதில் பக்குவமில்லாத
மக்குப்பிராயத்தில் ஒரு மல்லிகைக் கிழமையில்
உன்னிடம் கேட்டேன்
'இந்தப் பிறந்த நாளுக்கு உனக்குப்
பரிசாக மேகம் வேண்டுமா?
மின்னல் வேண்டுமா? மழை வேண்டுமா?'
'வானம் வேண்டும்' என்றாய்!
மேகம் என்றாயானால் ஒரு கவிதை
மின்னல் என்றாயானால் ஒரு முத்தம்
மழை கேட்டிருந்தால் ஒரு நடனம் என
மனசுக்குள் போட்டு வைத்திருந்த கற்பனைக் கணக்கு
அணைந்துபோனது கைவிளக்குபோல்
எதிர்பாராமல் சுருள் சுருளாய் வந்த இருளுக்குள்
பரிசின் பொருள் புரியாமல் தடுமாறினேன்
நடசத்திரங்களைக் காணவில்லை
அவற்றின் நகைப்பொலி மட்டும் கேட்டது
வானமாகத் தருவதற்கு அப்போது
என்னிடமிருந்தது நான் மட்டுமே!
வானத்தை வாங்கிக் கொண்டாலும்
வைப்பதற்கு இடமில்லை உன் பூமியில்
சிறு வயதில் நான்
உன் கழுத்தில் கட்டி விளையாடிய
பம்பரக் கயிற்றுத் தாலி
ஒரு கணம் நினைவிலாடி மறைந்தது
மரத்தின்மேல்
ஒரு பூவும் ஒரு பறவையும்
மனம் பிறழ்ந்த தருணம் அது
இரு காம்பில் பூத்த ஒரு பறவை
தன் சிறகுகளை இதழ்களாக்கி
காற்றில் மணம் கமழ்ந்தாடியது
பறந்தால் வானம் அமர்ந்தால் பூமி
எப்பொழுதும் வரலாம் எப்பொழுதும் போகலாம்

ஜெ.பிரான்சிஸ் கிருபா

கொண்டாட்டத்தில் சிலிர்த்த பூவோ
தன் இதழ்களை சிறகாக விரித்துப் பறந்தது
நிலத்தில் நிற்பதா? அந்தரத்தில் பறப்பதா?
பூவுக்கும் பறவைக்கும் இடையே சிக்கித் தவித்தது
அந்த கொண்டை பூத்த மருதம்!
●

எத்தனை முறை தொலைத்தாலும்

தீயாகவா புயலாகவா
திருக்கை மீன் வாலாகவா
பூவாகவா புன்னகையாகவா
புத்தம்புது விஷமாகவா
உன் கோபம் எப்படி வருமென்று
எனக்குத் தெரியாது

எங்கிருந்து வரும்
எப்போது வரும்
எவ்வளவு வரும்
உனக்கும் தெரியாது

அன்பே என்றுதான் சொன்னேன்
கோபித்துக்கொண்டாய்
பேரழகே என்றேன்
கோபம் பெரிசாகிவிட்டது
ஆருயிரே என்றேன்
கோபமே நீயாகிவிட்டாய்

வெண்ணெய்க் கட்டியாக
அனலில் விழுந்து
உருகித் தொலைந்தேன்
பொல்லாத செல்லக் கள்ளியென்று
மனசுக்குள் முணுமுணுத்தேன்

உற்றுக் கேட்டதும்
உயிர் துள்ளிக் குதித்தது
உன் கண்களில்
இரண்டாயிரத்து ஏழாவது
முறையாக மீண்டும் பிறந்தேன்

ஒரு நாளுக்கு என்னை இப்படி
எத்தனை முறை
தொலைக்கிறாய் என்பதை
எண்ணிக்கை வைப்பதில்லை நீ
ஒருபோதும் மன்னிப்பும்
கேட்பதில்லை
வீட்டிலோ வெளியிலோ
சாலையிலே கோயிலிலோ
தரைச்சாலையிலோ
இந்தியாவிலோ ஜப்பானிலோ
உலகின் எந்த மூலையில்
என்னை நீ தொலைத்தாலும்
கண்டுபிடித்துத் தருவது
என் கடமையாக இருக்க
உனக்கென்ன கவலை?

●

ஒற்றையடிப் பார்வையில்

உலகை படைக்கத் தொடங்கிய கடவுள்
முதலில் அவரைப் படைத்தார்
நீர் நிலம் காற்று ஆகாயமென்று சிரத்தையோடு
முன்னேறியவர்
மனிதனில் முடித்தார்
கையும் மெய்யும் சற்றே நடுங்க கட்டக் கடைசியாகத்தான்
கண்களை சிருஷ்டித்தார்

ஜெ.பிரான்சிஸ் கிருபா

காற்று ஆற்றத் தொடங்கியது
சூரியனையும் சந்திரனையும்
தயங்கித் தயங்கி நண்பர்கள்
உனக்குத் தரும் காதல் மனுக்களில்
அதிகமாய் வியந்து கூச்செறிவது
உன் விழிகளைப் பற்றிதான் என்று
கேலியால் கவலைப்பட்டாய்
நீரின்றியும் நீந்தும் மீன்களா என் கண்கள்?
அந்தியை அந்தியில் மட்டுமே
சந்திக்க முடியுமென்ற விதியை
வென்று சிறகடிக்கும் பொன் வண்டுகளா?
வழி தப்பி வானத்துக்கு
வந்துவிட்டோமோ என்று
எதிர்ப்படுபவர்களைப் பதைபதைக்கவிடும்
நடைபாதை விடிவெள்ளிகளா?
காண்போரை ஒற்றையடிப் பார்வையில்
இலக்கின்றிச் சிதறடிக்கும் மின்னல் பொறிகளா?
ஊர்ஜிதம் கேட்டாய்
மனிதனைப் படைத்து அவ(ளு)னுக்கு உயிர் கொடுத்துவிட்டு
கண்கள் கொடுப்பதா வேண்டாமா என்று
கடவுள் தலையைப் பிய்த்துக்கொண்டிருந்த காலத்தை
சில்லறையாகவும் மொத்தமாகவும்
எண்ணிக்கொண்டிருந்தேன்
உன் கை விரல்களை உதடுகளில் மடித்தபடி
கண்ணுக்குள் இருப்பதைக் கண்கள் காணக்கூடாதென்ற
விதியை அவன் கறாராய் விடுத்த கணத்தைக்
கண்டு திடுக்கிட்டதும் ஏதோ சொல்ல வாயெடுத்தேன்
நேரம் வெகுவாகிவிட்டிருந்தது
பொறுமையிழந்திருந்த நீ முகத்தை வெட்டித் திருப்பி
இழுத்துச் சாற்றினாய்
நான் கனவுகள் கற்றுவரும்
கண்மணிக் கழகங்களை!

●

காட்சியற்ற கனவுகள்

வானவில் நிலையத்தில்
வந்து நின்றன
வரிசையாக ஏழு ரயில்கள்
பயண அறைகளில்
புன்னகையைப் பின்னியபடி
எரிந்துகொண்டிருந்தன எல்லா விளக்குகளும்
பட்டப்பகலில்
அதற்குச் சற்று முன்தான்
தொலைபேசியில் அலையடித்துக்கொண்டிருந்தாய்
மனக் கடலை
மேகங்கள் வேகமாய் மோதி முத்தமிட்டன
மின்னல் மஞ்சள் தீப்பிடித்துச் சிரித்தது
திருப்பாவை முப்பதையும்
ஒரு பார்வையில் பாடும் நீ
பேச்சில் கூசினாய்
ஒரு சொல்லுக்கும் மறு சொல்லுக்கும்
நடுவே கட்டிய இடைவெளிகளில்
மோட்சத்துக்கும் நரகத்துக்கும்
மாற்று இடம் தேடி அலைந்தான்
கடவுள் எனப்படும் காதலன்
குளிர் கால அதிகாலையில்
பச்சைத் தண்ணீரில் நீராட நடுங்கும்
சின்னப் பிள்ளைகளைப் போல்
இழுத்து வந்தாய் உன் வார்த்தைகளை
மலைக்கு தலை வாரிய
என் கைகள்
அருவியாகிச் சரிந்தன
உன் மூச்சுக் காற்றில் நடந்த
வாசனைத் திருவிழாவில்
தொலைந்துகொண்டிருந்தன
எல்லாப் பூக்களும்
குரும்பில் அரும்பிய

ஜெ.பிரான்சிஸ் கிருபா

உன் குட்டிகுட்டி ஆசைகள்
சொட்டுச் சொட்டாக வெடித்தபோது
கட்டுக்கட்டாக மிதந்தன
காட்சியற்ற கனவுகள்
மயில்கள் பறக்கும் மகத்தான கணங்களை
தொகுத்து வட்டமிட்டேன் வானத்தில்
என்னை மட்டும் ஏற்றிக்கொண்டு
புறப்பட்டன ஏழு ரயில்களும்
என்னை நோக்கி!
●

அடிவயிற்றில் கடல்

நொடி நொடியாய் ஓடியும்
நேரக் கொடியில்
பூக்க ஒரு இதயம்
எப்படி விரதம் இருக்குமென்று
அப்போதுதான் உணர்ந்தேன்
அடிவயிற்றில் கடலை
கருவுற்ற மீனின் தாய் தவிப்பை
அறிந்தேன்

பூமி
மலர்களின் இதயம் என்றுணர்ந்த
கணத்தில்
இனி மண்ணை மிதிக்காமல்
பூக்களின் இதயத்திற்கு வலிக்காமல்
எப்படி நடக்கப்போகிறேன் என்றும்
பயந்தேன்

கடல்
நீர் கடிகாரமாகி

நேரத்தை மட்டும் காட்டாமல்
ஏன் அகாலத்தில் அலைக்கழிக்கிறது
என்பதும் கொஞ்சம் புரிந்தது

உன் கீழுதட்டின் மறைவில்
ஒட்டுக் கேட்பதுபோல் ஒளிந்து
நின்று
எட்டிப் பார்த்த முத்தம்
சட்டென்று புன்னகையானது
நட்சத்திரம்

அழைப்பா அல்லது தவிப்பா
இல்லை வெறும் நடிப்பா
விளங்கமுடியாத விளக்கெரிந்த
உன் விழிகள்
வானத்தில் இதயங்கள்
என்றுணர்ந்ததும்
தயக்கங்கள் தடம் புரண்டன
அது வரை தொட்டதில்லை
அது வரை நான்

உன் கோபம் குட்டி போட்டது
குட்டி தாயைவிடச் சீற்றமாக
முட்டித் தள்ளியது

இரவு கொட்டாவி விட்டதுபோல்
காற்று புழுங்கி வீசியது

விண் மீன்கள்
வீணாக நீந்திக்கொண்டிருந்தன
காணாத தூரத்தில்

நான் நானாக இருப்பது
அதைவிட வீணான
வேலையாகிவிட்டிருந்தது.

மணக்கும் மணல்கொடி

ஜன்னல் பைத்தியமல்ல நீ
அந்நாட்களில்
இப்போதும் அப்படித்தானா
இருந்தாலும் தப்பில்லை
ரயிலோ பேருந்தோ வீடோ வெளியோ
வட்டம் மட்டும் சுற்றும் ராட்டினமோ
யாரிடமும் ஜன்னலுக்காகக் கெஞ்சியதில்லை நீ
ஏனெனில் என்னோடும்

ஓடும் ஜன்னல்களுக்கு வெளியே
திரைப்படம்போல ஓடுகின்றன தரைப்படங்கள்
உன்னைக் காணும் கணத்தில்
கூவ குயில் இல்லாத சாலையோர மரங்கள்
குற்ற உணர்ச்சியில் கூனிக் குறுகுவதை
கண்டுபிடித்து வைத்திருந்தாய் சின்ன அக்கறையோடு
பெரும்பாலும் பாதைகள்
பிரிவுகளை நோக்கியே விரைகின்றன
என்றாலும்

ஓடும் ரயில் சாலையை
உரசுவதுபோல் ஒரு தார்ச்சாலை
நெருங்கி வரும்போது
தண்ணீரில் தன் முகம் கண்டதுபோல்
ஒரு சந்தோஷம் மிதக்கிறது
ஓடி வருவது ஓர் ஒற்றையடிப் பாதையென்றால்
நிலத்தில் மணல்கொடி மணக்கிறது

புதிதாகப் பிறக்கும் காற்றின் குழந்தைகள்
ஜன்னல் கதவுகளில்தான் பறக்கப் பழகுகின்றன
காற்றின் ஊற்றில் குளிப்பதுபோல்
ஜன்னலோரம் சிலிர்த்து நின்றிருக்கிறேன்
எத்தனையோ தருணங்களில்

ஜன்னல் பிரியர்கள்
கலைஞர்கள் மேதைகள் ஞானிகள் என்ற மிதப்போடு
அடிபிடியாய் ஆக்ரமித்திருக்கிறேன் உன்னிடம்
ஏகப்பட்ட ஜன்னல்களை
அச்சமயங்களில்
உதடுகளை ஒரு உதறு உதறி
நீ மடித்து வைத்த புன்னகைகளின் களங்கமற்ற
அர்த்தங்கள்
பின்னாட்களில்தான் என் பிடறியில் அறைந்தது
திறந்திருந்தாலும் மூடியிருந்தாலும் ஜன்னல்கள்
உறங்கத் தெரியாதவனுக்கு
மாபெரும் தனிமையின் கண்கள் என்று!
●

அப்படித்தான் எனக்கும்

கடலைவிட இளையவன்
காற்றைவிட எளியவன்
எனக்காக நீ
கண்ணுக்கும் கண்ணீருக்கும் நடுவே
காத்து நின்றுகொண்டிருக்கக் கூடாது
கையில் வானத்தை
குடையாக விரித்தபடி

புயல் பூத்த கடல்
கடல் வெடித்த மலர்
நீ பார்த்திருக்கலாம்
அல்லது படைத்திருக்கலாம்
நானோ ஓடும் ஓடையில்
ஓடத் தெரியாமல்
வாடும் சிறு பாறை

இருள் என்பது
கறுப்பு வெயில்
வெயில் என்பது
மஞ்சள் இருள் எனத்
தடம் மாறிவிட்டன
என் பொழுதுகள்

முத்தம் என்பது
உயிரின் கதவு
தட்டினால் பூட்டும்
பூட்டினால் திறக்கும்
யாரும் தேவையற்ற நேரம்
பிறக்காமல்கூட இருக்கும்

பிறந்த குழந்தைக்குத் தெரியாது
தான் பிறந்திருப்பது
இறந்த மனிதனுக்குத் தெரியாது
தான் இறந்திருப்பது
அப்படித்தான்
எனக்கும் தெரியாது
உன்னைப் பிரிந்திருப்பது!
●

மீன்களுக்கு வியர்த்தது

நான்தான் உன்
ஒத்தைக்கொரு வித்தைக்காரன்
நீ ஒருத்திதான்
என் வித்தைப் பிரியை

ஒரு நாள்
பழைய புத்தகம் தேடி
பரணுக்குச் சென்றாய் ஏணியில்

கடைசிப் படியில் ஏணி ஆலமரமாகிற்று
மரம் ஏறி இறங்கத் தெரியா நீ
உச்சிக் கிளையில் தத்தளித்தபோது
அங்கேயே உன்னை பச்சைக் கிளியாக்கினேன்
கிளியான உன்னை மீண்டும் நீயாக்க
கூழாங்கற்களை கொய்யாப் பழங்களாக்கினேன்

தொலைக்காட்சியில் நீ
புயல் பார்த்திருந்தபோது
நடுக்கடலில் நடந்தது மின் வெட்டு
நீச்சல் தெரியாமல் மூச்சுத் திணறிய உன்னை
கடலுக்கே தெரியாமல் மஞ்சள் மீனாக்கினேன்
மீனான உன்னை மீண்டும் நீயாக்க
கரையைப் பூவாக்கினேன்

இரவுக்கும் பகலுக்கும் நடுவே
காலாற நடந்தவள் வழி தப்பி
வேறொரு நாளுக்குள் நுழைந்துவிட்டாள்
பரிச்சயமற்ற பொழுதைக் கண்டு
பதைத்து நின்றவளை மீட்க
அந்த நாளை இந்த நாளாக்கினேன்

விடிந்தும் விடியாப் பொழுதில்
புது நாளின் முதல் கடமையாய்
என்னை அள்ளித் தழுவிய
அம்மாவின் கைகளில் கற்றேன்
இந்த வித்தைகளை

எனக்கும் என் வித்தைகளுக்கும் வேலையற்று
மூலையில் நின்றேன் ஒரு சுப மூகூர்த்தத்தில்
மீன்களுக்கு வியர்த்ததுபோல்
ஈரமான கண்களோடு நீ
கலங்கிப் பார்த்தபோது
நான் உன்னிடம் கேட்கவில்லை
என்னிடம்தான் கேட்டேன்

ஜெ.பிரான்சிஸ் கிருபா

கடவுள் செய்த வெட்டி வேலைகளில்
ஒன்றுதானா
காதல் படைத்ததும்!

மின்னல் முட்கள்

என்னைப் பற்றவைப்பது எளிது
ஒரு தீக்குச்சியோ எரிமலையோ தேவையில்லை
சின்ன நாணல் கொடியும்
கொஞ்சம் கானல் நதியும் போதும்
இப்போதும் எரிந்துகொண்டுதானிருக்கிறேன்
விடிந்ததுகூடத் தெரியாமல்
திருதிருவென்று முழிக்கும் தெருவிளக்காக
ஆலமரங்கள் அடியோடு சரியும்
சூறைக் காற்றில்கூட
அணையத் தெரியாத சிற்றகல் போல
பெரியதொரு மழை வந்தால்
சின்னஞ் சிறியதொரு முக்தி சாத்தியமென்று
மண்டியுமிட்டேன் மன்றாடவும் செய்தேன்
வலி உணர்ந்து வந்த மழை
பூமியின் மொழி தெரியாமல்
வானத்துக்கே திரும்பியபோது
என் கன்னத்தில் தைத்தன
மின்னல் முட்களாக உன் முத்தங்கள்
ஒரு மௌனம் வெடித்ததுபோல்
துடிக்கப் பழகியது என் இதயம்
இடிகளை இனி இப்படியும் இடிக்கலாம் என்ற
திட்டத்தில் உறைந்தன மேகங்கள்
விண்மீன்களின் கல்லறைகளாகி
ஒருமுறை மீண்டும் மின்னி மறைந்தன
நினைவில் உன் விழிகள்

கட்டம் கட்டத் தெரியாமல்
வட்டமிடும் பறவைகளாகச் சுற்றி வரத்தொடங்கின
உன் பார்வைகள்
கனவுகளை மென்று தின்று கண்ணீர்த் துளிகளை
குடித்தும் அணையத் தெரியவில்லை எனக்கு
யாரோ வந்து பற்றவைத்தார்கள்
யாரோ வந்து அணைப்பார்கள் என்றிருப்பது
நிம்மதி
பற்றவைத்தது யார்
யார் வந்து அணைக்க வேண்டும் என்று
விளக்குகள் எதிர்பார்ப்பது வேதனை
உன் கரிய கூந்தல்
கறுப்பு நெருப்பாக எரிந்துகொண்டிருப்பது
ஒரு இரவு என்றால்
எனக்கு நீதான் சொல்லித்தர வேண்டும்
எப்படி அணைப்பதென்று என்னையும் இரவையும்!
●

நீர்ப் பொறிகளைக் கோத்து

இந்த நாள் இன்று
எனக்கொரு மழை தந்தால்
குடையைத் தேடாமல்
சூடாக ஒரு கோப்பை காபி தயாரிப்பேன்
குடிக்க அவசரப்படாமல்
ஆவி பறக்க ஆறவிட்டுவிட்டு
சாத்தியிருந்தால்
படுக்கையறை ஜன்னலைத் திறந்து வைப்பேன்
புகைந்து விம்மித் திரளும் தூவானத்துள்
என் உலர்ந்த கை விரல்களை
விறகுக் குச்சிகளாகச் செருகி
நெடிய மின்னல் கொடிகளைப் பற்றவைப்பேன்

ஜெ.பிரான்சிஸ் கிருபா ❖ 257

சடசடத்துத் தெறிக்கும்
நீர்ப் பொறிகளைக் கோத்து
ஒரு முகம் வரைவேன்
உன்னுடையதைப் போல

காதலைத் தியானிக்கும் அதன் கண்களைத் திறந்து
அடைமழையில் நிலைகுலையும்
வண்ணத்துப் பூச்சிகளைக் காக்க
இமைச் சிறகுகளில் பறப்பேன்
இறந்த முத்தங்கள் நிரம்பி வழியும்
குப்பைக் கூடையாகித் தவிக்கும் உதடுகளை
உயிர்ப்புள்ள ஒரு முத்தத்தால் சுத்தம் செய்வேன்
மறதியில் மரித்துப் போன புன்னகைகளை
குருதியில் பிழைக்கவைப்பேன்

இந்த நாள் இன்று
எனக்கான மழையைத் தராவிடில்
குடையைத் தேடாமல்
சூடாக ஒரு கோப்பை காபி தயாரிப்பேன்
ஆவி பறக்க ஆறவிட்டுவிட்டு
சாத்தியிருந்தால்
என் கல்லறையின் ஜன்னல்களைத் திறந்து வைப்பேன்
ஆறிப்போன காபி நிரம்பிய கோப்பையில்
சோர்வாய் மிதக்கும் ஈக்களோடு
ஒரு வாய்
பேசத் தொடங்குவேன்
பழகிய தனிமையில்
யாரைப்பற்றி எதைப்பற்றி என்று
முடிவு நீதான் செய்ய வேண்டும்!

கைக்குட்டைத் தொட்டிலில்

காற்றில்
கைக்குட்டை தைக்க முடியாதுதான்
என்றாலும்
மரத்தில்
பூக்கள் உதிரும் வேளைகளில்
என் கண்முன்னே
தோன்றி மறைகின்றன
விதவிதமான கைக்குட்டைகள்

அதில்
உன்னுடையதை தனியே பிரித்து
மனதுக்குள்
மடித்துவைக்கும்போது
முகர்ந்து
முன்னனுபவமற்ற நறுமணங்கள்
உடலெங்கும் பரவுகின்றன

கை நழுவித் தரையில் விழுந்த
கண்ணாடி
வாசனைத் தைலப் புட்டியாக
எவ்வளவு நேரமாய்
எவ்வளவு காலமாய்
உடைந்துகிடக்கின்றேன் என்று
எனக்கோ
கைமாற்றாக உன்னிடம் வாங்கி
வருடிப்பார்த்த
கைக்குட்டைப் பூக்களுக்கோ
கீழ் கிளைப் பூக்களைப்
பறிப்பவர்
கூடைக்குத் தந்துவிட்டு
மேல் கிளைப் பூக்களை
நட்சத்திரங்களாக

மாற்றிக்கொள்ளும் மரங்களுக்கோ
நம் பிரியமான காதலுக்கோ
தெரியாது

ஏனென்றால் அது
விளையாட்டு விளையாட்டாய்
நீ கட்டி விளையாடிய
ஒரு கைக்குட்டை தொட்டிலில்
தூங்கிக்கொண்டிருக்கிறது

அதை விழித்துக்கொள்ளாமல்
பார்த்துக் கொள்கிறது
விதியின் தாலாட்டு!

●

விழித்திருக்கும் படுக்கையறை

இருள் குளிரும் இரவில்
நிலா மணக்கும் மஞ்சள் பொழுதில்
தூரங்கள் துயிலும் பாதையில்
கண்களில் கடும் கோடை வெயில் வழிய
உன் காதலனைப் போல் ஒருவன்
கால்களால் கனவுகளை அளந்தபடி
நடந்துகொண்டிருக்கிறான்

யாரை வரவேற்க அல்லது
யாரை வழியனுப்ப அவன்
சென்றுகொண்டிருக்கிறான் அல்லது
வந்துகொண்டிருக்கிறான்
கேள்விக்குறியாகி சுழிந்து நிற்கிறது
நிசிக் காற்று

உறங்க ஆளற்ற தனிமையில்
விழித்திருக்கும் ஒரு படுக்கையறை
சுவர்கள் குலுங்கிச் சிரிக்கிறது விரக்தியோடு

உன் வியர்த்த கழுத்தோரம் என்றோ
கொதித்த வெப்பம் ருசித்த உதடுகளில்
விளக்குபோல் எரிந்து
ஏற்றும் வெளிச்சத்தில்
அவன் முகத்தைத் தெளிவாகக்
காண முடிகிறது

கண்களில் களைப்போடு சுழலும்
கருவிழிகளில் காதலின் பசி
காலத்தின் நடனத்தைக் கோபித்தாடுகிறது

யாருக்கும் எட்டாத
எட்டாவது கிழமை
அவன் இடது கையில்
இறந்த முயல் குட்டிபோல்
துவண்டு ஆடுகிறது

எந்தக் காரணமும் இல்லாமல்
அவன் வலது கையில் ஒரு நதி தண்ணீரைக்
கோபித்துக்கொண்டோடுகிறது

நீ கண்டால்
நிச்சயப்படுத்திவிடுவாய் அவன்
யாரென்று
எனக்கும் அவனை
அவ்வப்போது பார்த்த
ஞாபகமிருக்கிறது
நிலைக்கண்ணாடியில்!

●

ஜெ.பிரான்சிஸ் கிருபா

கண்களால் கத்தரித்தவள்

உன்னைப் போல் பெண்ணொருத்தி
நேற்று பூத்திருந்தாள் என்னருகே
மாலைக் கச்சேரி இசையில்
மொத்தப் பார்வையாளர்களையும் ஒற்றை நூலில் கட்டி
பட்டமாகப் பறக்கவிட்ட பாடகர்
நூலை வெட்டி வெட்டி இழுத்து
சங்கீதத்தில் விளையாடித் திளைத்துக் கொண்டிருந்தார்
நான் மட்டும் வெட்டுண்ட பட்டமாக
விழுந்துகிடந்தேன் அவளருகே
கால் மேல் காலிட்டு
பாதங்களால் தாளங்களை
தட்டிக் கொடுத்துக் கொண்டிருந்தாள்
தபேலா மேல் தவித்த விரல்களைக் கவனிக்கும்போது
சுடும் பாறையில் துடிக்கும் மீன்களைக் கண்டதுபோல்
பரிவு பொங்கியது அவள் முகத்தில்
பால் விழிப் பொய்கையில் மீன் தேடி
பசியோடு குதித்த நீர்க்காகப் புருவங்கள்
நிலைத்துப் பிழைத்து மீண்டன
கனிகள் இரண்டு கன்றாமல் மோதுவதுபோல்
பாடலை முணுமுணுத்த அவள் உதடுகள்
பேசினால் மொட்டுகளாகவும்
புன்னகைத்தால் பூக்களாகவும் சாத்தியமிருந்தது
கன்னத்தில் கனியில்லை கனியில் குழியில்லை
தாடையைத் தாங்கியிருந்த கை விரல்களில் ஒன்று
கன்னத்தில் மௌன மணியடித்தது
மணிச் சத்தம் எனக்கு மட்டும் கேட்டதும்
பள்ளி விட்ட குழந்தையாக என் மனம்
அவளை நோக்கி ஓடியது
வானத்தில் பறந்தலைந்த சாம்பல் காடுகள்
சட்டென மேகங்களாயின
ஒரு குடம் மழை வருவதற்கான
எல்லா அறிகுறிகளும் தென்பட்டு நெஞ்சு படபடக்க

எதேச்சையாய் என் பக்கம்
ஒருமுறை திரும்பி
கண்களால் என்னைக் கத்தரித்தாள்
கை தட்டும் சாக்கில் கையெடுத்துச்
சடசடவென்று கும்பிட்டேன்
விளங்கவில்லை
உன்னைப் போலிருந்த அவளுக்கு!

●

குவடுகள்

வெயிலின் சிறகுகள் கட்டி
விடியலில் மீளும் பாதச் சுவடுகளை
ஈரம் உலரும் முன்
படிக்கட்டுகளிலிருந்து நான் மீட்டாக வேண்டும்
பாதரட்சைகள் போல்
பாதச் சுவடுகளை
காலில் அணிய முடியாதெனினும்
காலம் கனிந்து முகம் பார்த்த முத்திரைகளை
நான் பத்திரப்படுத்தியாக வேண்டும்
கொதித்த மார்புக் குவடுகள் நடுவே
அருவியாய்க் குதித்துச் சிலிர்த்த இரவு
வடிந்து போய்விட்டது
அருவியின் குரல் வட்டம் சுற்றிக்கொண்டிருக்கும்
என்னிடமிருந்து உன்னைப் பிடுங்க
எல்லாத் திசைகளும் பளபளத்துவிட்டன
தொடுவானில் தன் உடைவாளை
உரைக் கல்லில் தீட்டும் சூரியனின்
முழியும் முகமும் அவ்வளவு சரியாக இல்லை
உலையில் விளையும் காபியில்
மணக்கும் இந்த அதிகாலையின் வாசனை
அச்சுறுத்துகிறது

ஜெ.பிரான்சிஸ் கிருபா

கடந்து சென்றது ஒரு கனவா நிஜமா என்று
கன்னத்தில் கை வைத்துக்கொண்டிராமல்
என் உதடுகளில் உன் உதடுகளைப் புதைத்து
ஒளித்துவைத்த அதிசயத்தைத்
தொலைத்துவிடாமலிருக்க வேண்டும்
இன்றும் இரவுவரும்
ஏழு குதிரைகள் பூட்டிய காற்று வீசும்
புல்லின் தோள்களில் பனி முத்துகளேறும்
ஓடும் நதியின் ஓய்வற்ற அலைகள்
கடலுக்குள் விளையாட
படித்துறைகளைப் பற்றியிழுக்கும்
காதலும் தனிமையும் கலந்த பறவைகள்
உறக்கத்தில் உளறும் குரலில்
புரண்டு படுக்கும் பாதை வழியே
நெற்றிப் பொட்டில் நிலா பூக்க
அட்டிகையாய் தோள் வேர்க்க
இன்றும் நீ வருவாய்
உன் பாதங்களுக்கடியில் பாதச் சுவடுகளை
கச்சிதமாய் விரித்தபடி நானும் வருவேன்!

விடிந்திருக்கும் இரவில்

பூத்த பசி பொறுக்காமல்
அந்தரத்தில் நின்று
பதைபதைக்கும் பட்டாம்பூச்சியின்
சிறகுகளில் ஏதோ எழுதுகிறாய்

கலைந்த சிற்றெறும்புக் கூட்டமாக
எழுத்துகள் கலைந்து சிதறுகின்றன
சொல்லொன்று சொட்டி
பூவின் இதழொன்று முறிகிறது

துடிப்பதைத் துன்பமாக
எண்ணத் துணிந்த இதயம்
தூங்க விரும்பியபோது
அதற்கொரு
படுக்கையறையாகத் தவித்தேன்
முடியாது போக
கண்களை மட்டும் மூடிவைத்தேன்
கண்ணுக்குள்ளும் வந்து பதைபதைத்தது
பசி பூத்த பட்டாம்பூச்சி

என்ன எழுதுகிறாய்
யாருக்காக எழுதுகிறாய்
ஏதுமறியத் துப்பில்லை
எறும்புகளான எழுத்துகள்
கூட்டம் கூட்டமாகக் கலைவதை
நிறுத்தவும் தெரியவில்லை
நிலவில் மட்டும் உலகம் விடிந்திருக்கும்
இரவில் நானும் ஏதாவது
கிறுக்கிக்கொண்டிருப்பதையும்
நிறுத்த முடியவில்லைதான்
நேரத்தின் மடியில்
புதைய நிகழும் வாழ்வில்
காலத்தின் வேர்கள்
என்னுள் ஈட்டிகளாக எறியப்படுகின்றன
ஒவ்வொரு கணுவிலும் ஒரு வகை ருசி
கசப்பு என்றால் பொறுத்துக்கொள்ளலாம்
இப்போது நான்
ருசித்துக்கொண்டிருப்பதோ
நெருப்பு

நள்ளிரவில் என் நாவு
நெய் விளக்குச் சுடராகிறது
வாய்ப் புலம்பல் கேட்டு
படுக்கையறை பதைபதைக்கிறது

ஜெ.பிரான்சிஸ் கிருபா

ஜன்னல் திரைகள்
சாம்பல் திரைகளாகிவிடுகின்றன
எளிய சங்கடத்தோடு
சிறகு முளைத்த மொட்டாகி
பறக்கச் சிரமப்படுகிறது – உதிரத் தெரியாத
பட்டாம்பூச்சியின் ஆன்மா!

காதல் ஞானி

பறவைகள் பறக்கத் தயங்கும் உயரத்தில்
மிதந்துகொண்டிருந்தோம்
நானும் என் வீடும்
என் வீட்டுக்கு
விருந்தாட வந்திருந்தாள் தனியாக ஒரு தேவதை
காலம் அவள் கால்களில்
கொலுசாக வளைந்து சிணுங்கிக்கொண்டிருந்தது
நேரம் அறியவே முடியவில்லை பிரியும் வரை
கோடையின் கூடையில் தங்கிய
ஓடையின் விதியழகு
அவள் முகத்தில் இயல்பாக மின்னியது
அவளைப் பற்றி உன்னிடம்
ஏன் சொல்கிறேன் என்றால்
அடைமழையின் பிடிவாதத்துடன் நீ
விடாப்பிடியாய் உரையாடுவாய் அல்லவா
அவளுக்கோ
அம்மா அப்பா சொல்லவே தெரியவில்லை
காலம் உறைந்து திணறும் கணத்தில்
கடைவாய்ப் புன்னகையில் கடவுளின் வாசனையோடு
மௌனத்தைத் தாளிப்பாய் அல்லவா
அவள் மணக்கவே தடுமாறுகிறாள்
நடக்கும்போது கால் விரல்களில் நகங்களாக

நிலம் பூத்தபடி போவாய் அல்லவா
அவளோ தவழவே தடுமாறுகிறாள்
நட்சந்திரங்களின் நள்ளிரவுப் புன்னகை
பகலில் உருகுவதுபோல்
ஒரு பார்வை ஏற்றுவாய் அல்லவா
அவளோ இமைக்கவே இடறுகிறாள்
நிலவில் தேனெடுத்து
நெஞ்சில் கூடுகட்டி
காதல் தேனீயாய் பறந்தாள்
காதல் ஞானி உன்
பாவக்காய் பிரியம் கொஞ்சூண்டுகூட
பரிச்சயமில்லை அவளுக்கு
எல்லாம் போகட்டும்
ஏன் நானும்
என் வீடும்
வீணாய் மிதந்துகொண்டிருந்தோம் என்பதுதான்
விளங்கவில்லை அன்று!

நீருக்குள் தீபம்

கடலை குறுக்கே வெட்டி
மேஜை மேல் வைத்ததுபோல்
காட்சி அளித்தது மீன் தொட்டி
நீருக்குள் தீப்பிடித்து அலைவதுபோல்
செக்கச் சிவப்பாய் ஒரு மீன் குட்டி
என்னை நோக்கி வந்துகொண்டிருந்தது
திரிச்சுடரைவிட சற்றே பெரிய சிவப்பு மீன்
உன்னைப் பற்றி என்னைக் கேட்டால்
என்ன சொல்வேன்?
அச்சம் தன் சாட்டையை
என் முகத்தில் சொடுக்கியது

சர்வ நிச்சயமாக அது
என்னை நோக்கித்தான் நீந்தி வருகிறது
அதன் கன்னத்துச் சிறகுகளில்
நெளியும் கேள்விகளை
நேர்கொள்வது அவ்வளவு சுலபமல்ல
எழுந்து ஓடவும் முடியாது
ஏனெனில் இது என் வீடும் அல்ல
உலையில் வெந்துகொண்டிருக்கிறது
மத்தியான விருந்து
விருந்தாளிக்காக முடுக்கப்பட்ட தொலைக்காட்சியில்
குழைந்துகொண்டிருக்கிறாள் நயன்தாரா
உச்சிக்கு மேல் ஊமை இசைத் தட்டாக
புழுக்கம் துடைக்க சுழன்றுகொண்டிருக்கிறது
மின் விசிறி
வாசலுக்கு வெளியே அவிழ்த்துவைத்த மிதியடிகள்
யாரையும் அணியாமல்
படிக்கட்டுகளில் குதித்திறங்கிச் செல்கின்றன
என்னை நோக்கி நீந்திய மீன்
சமீபித்தபோது நானும் காணப்பட்டேன்
கண்ணாடித் தொட்டிக்குள்
சிவப்பு மீன் அணுக்கமாகச் சிரித்தது
இதயம் இல்லாத குறை
அதன் சிரிப்பில் இளக்காரம் கூடிவிட்டது
அவள் ஊற்று
அவள் சுனை
அவள் நதி
அவள் கடல்
அவள் மேகம்
அவளே மழை
அவள்
தண்ணீர் நிறைந்த கண்ணாடித் தொட்டியல்ல
நடுக்கமின்றி உரக்கச் சொன்னேன்
நீருக்குள் தீபம்
நீந்தும் திசை மாறியது!
●

பிம்பத்தில் தொங்கியது...

நிலைக்கண்ணாடி உறைந்துவிட்டது
சலனம் இழந்த புகைப்படமாக
காற்றின் தோகை விரிந்து
வீசிக் கலைத்தும்
கலையவில்லை பிம்பத்தில் தொங்கிய துன்பம்

பறவைகள் எப்படிச் சிரிக்குமென்று
பைத்தியப் பராக்கு பார்த்துக்கொண்டிருந்தேன்
நதியின் ஓர் அலை
வழி தெரியாமல் கடலில் நடந்து வந்தது
கடலில் தவித்த அலையை
அள்ளி எடுத்து
நதியில் விட முனைந்தேன்

நீருக்கடியில்
நிலத்தின் தோளில்
கட்டப்பட்டிருந்த தண்ணீர் தொட்டிலைக்
கண்டதும் பிரமித்தேன்
சின்னஞ்சிறு அலைக்கு
ஓடும் நீர் தாலாட்ட
ஆடும் நீர் பாலூட்ட
சட்டென்று என் உதடுகளில்
துடிதுடித்தது உன் முத்தம்

உடல் கூசி உயிர் கூசி
கடலிலே கைவிட்டுவிட்டேன் நதியலையை
அலை மீனாகவும்
மீன் அலையாகவும்
கடல் நிலமாகவும்
நிலம் நதியாகவும்
நிலா கிணறாகவும்
குளம் சூரியனாகவும் திரிந்து
என் கல்லறையைச் சில்லறை மாற்றி

ஜெ.பிரான்சிஸ் கிருபா

எனக்கே என்னை
பிச்சையிட ஆரம்பித்தது உன் ஞாபகம்

மடி சலித்தது மார் சாய்ந்த வேளை
காதுக்குள் கிசுகிசுத்த
உன் இதயத்தின் பாடல் இப்போது விளங்கியது
உறைந்த நிலைக்கண்ணாடி நீராகித் தளும்பியது
நீர் கண்ணீராகும் முன்னே கண்டுகொண்டேன்
பறவைகள் சிரிப்பது சிறகுகளில் என்று!

ஞாபகப் புலிகள்

ஒரு காலத்தில்
காலத்தை வருடங்களாக அளந்தேன்
பிறந்த நாள் வருமென்று
பிற்காலத்தில்
காலத்தை மாதங்களாக அளந்தேன்
மூணாம் தேதி சம்பளம் தருமென்று
அதற்குப் பின்
காலத்தைத் தனித்தனி நாட்களாக அளந்தேன்
மல்லிகைக் கிழமைகள் பூக்குமென்று
இன்றோ
அளவுகோலுக்கு அப்பால்
காலம் தலைகீழாக மாறிவிட்டது
நாடக மேடை விடியலைப் போல்
விடிதல் அடைதல் என
ஒரு குடையின் பாவனைக்குள் வந்துவிட்டன
நீ இல்லாத நாட்கள்
மலை மலையாய் மேகம்
தலையில் பூத்திருக்கும் வானம்
கண்சிமிட்டும்போது

சிதறும் கண்ணீர்த் தூறல்களில்
நனைந்து கொடுவம் மின்னல்கள்
வெடிப்புக் கொடிகள் படர்ந்த நிலத்தில்
விளக்கேற்றி அணைகின்றன
கதை கேட்டால் நீ சிரிப்பாய்
கதைக்காவிட்டால் நான் மரிப்பேன்
வேட்டைக்கு வந்தவனை விட்டுவிட்டு
விளையாட வந்தவனை
விரட்டிப் பிடிக்கும்
புலி போல
உறுமிப் பாயும் உன் ஞாபகங்கள்
பறிபோன காலத்தை
பரிமாறும் பாங்கு
இரண்டு இதயங்கள் இருந்தால்
ஒன்றில் தாங்கிக்கொள்ளலாம்
ஒன்றுகூட இல்லாதவனை
அடித்துக் கொன்றுபோடும் வாழ்க்கை
தின்றுவிட்டுப் போகட்டும்
பாவம்
கானல் வனத்தில் வாழும்
ஞாபகப் புலிகள்!

●

காத்திராத காற்று

கவலைப்படாதே
வினாக்களும் விடைகளும் மோதி உடைந்து
பார்வைகள் தெறிக்கும் விழிகள்
நெய் நின்று எரியும் நெடுஞ்சுடராய்
தன் திரியேற்றி
திக்கெட்டும் பேரொளியாய்
ஏக்கம் பீறிட்டுப் பாய

உன் முகம் தேடி நான் அலைகையில்
மரக்கிளை பறவையோரம் அறைந்தபடி
காத்திருந்தவள் நீ அல்ல

கவலைப்படாதே
பூமி இசைத்ததோ வீணை நடந்ததோ
எனும் லயத்தில்
கூச்சலிடும் பூக்கள் கூந்தலில் ஆட
குறட்டைவிடும் வண்டுகளின் வீதியில்
இரக்கத்துடன் வந்து மீளும் பெண்களில்
ஒருத்தியாய் நீயும்
தோன்றி மறையும் பொற்பொழுதில்
போர்க்குதிரையின் குளம்படி தாளத்தில்
ஓடோடி வந்த இதயங்களில்
ஒன்றல்ல என்னுடையது

கவலைப்படாதே
காற்று நுரைத்து முகிலாகி
தென்கிழக்கு வானிடை கறுத்து
இடிகள் உடைந்திறங்கிய பெரும் மழையில்
ஈழத்து மின்னல்களைச் சாட்டையாய் சொடுக்கி
நம் காதல் கடலையோட்டிக்கொண்டு
கரைக்கு விரைகையில்
கடலடிப் பரப்பில் கிளம்பிய முத்துப் புழுதியில்
முகம் சிவந்து காத்திருந்தவள் நீ அல்ல

கவலைப்படாதே
புலரத் தெரியாமல் பொழுது
விக்கித்து நின்ற இரவில்
மணற்புயல் தோகை விரித்து
பாலைவனமெங்கும் அலைந்தாடிய தாண்டவத்தின்
முடிவில்
ஜன்னல் தொலைவில் மின்னிக்கிடந்து மிளிர்ந்த
இளம்பிறையோடு விளையாடி
காத்திருந்தது நான் அல்ல

கவலைகளைக் கிள்ளி வீசு
எங்கேயும் யாருக்காகவும் எப்போதும்
காத்திருப்பதில்லை காற்று!

நிழலை விற்பவன்

காதல் துரத்தியடிக்கப்பட்ட நகரத்தில்
காத்து நிற்கிறான் ஒருவன்
கோடை கொதித்து வழிகிறது
சாலைகளில் தார் உருக்கம் மினுமினுக்கிறது
பறவைகளின் சாம்பல் உதிர்ந்திறங்குகின்றன
அலையும் அனல் காற்றுகளில்
கலங்கி படர்ந்த முகவரி வரிகள்
கண்களில் தெளியும்போதெல்லாம்
எதிர்ப்படுகின்றன
சோலையாய் ஜோடிக்கப்பட்டு
பூங்காவாய் பாவிக்கப்பட்டு
பாழாகி இன்று பாலையாய் எஞ்சியிருக்கும்
பொட்டல் வெளிகள்
சற்று இளைப்பாற ஏதுவற்ற கேட்டுக்கு
எப்போது மாறியதோ தெரியவில்லை இந்நகரம்
தூரத்தில் தென்படும் மனிதர்கள்
பாதிவழியில் பக்கத்தில் பஸ்பமாகி
துகள் துகளாய் பக்கவாட்டில் கலைந்து மறைகிறார்கள்
வீதி மூலைகளில் சந்துகளில் சதுக்கங்களில்
சிதறிக் கிடக்கின்றன காதல் வார்த்தைகள்
சிந்தியவர்கள் ஒருவரையும் காணவில்லை
வண்ணங்கள் அழிந்தோடும் வார்த்தைகளை மிதிக்காமல்
நடக்கவே நானும் எச்சரிக்கையோடு எத்தனிக்கிறேன்
என்றாலும் உள்ளங்காலில் ஒன்றிரண்டு
முள்ளாக தைத்து

ஜெ.பிரான்சிஸ் கிருபா

உச்சந்தலைக்குள் குத்தி நிற்கின்றன
இரவானால் எங்கெங்கோ உருவிச் சென்று
உயிர் மாய்க்கும் எரி நட்சத்திரங்களின் ஆவிகள்
பைத்தியம் முற்றிய நிலையில்
தலைக்குமேல் வட்டமிடுகின்றன பட்டப்பகலில்
ஒற்றைப் பல்லே உருவாய் உடலாய் முகமாய்
கோரச்சிரிப்பாய் ஆவிகளின் கோளை விழுதாய் தரையிறங்க
பற்களை கடித்துக்கொண்டு
பிரதான பாதையோரம் நிற்கிறான்
எந்நேரத்திலும் தன் தலையில்
தழல் பற்றும் அபாயத்தோடு
வழிதப்பியோ திட்டமிட்டோ வந்துவிடாதே இந்நகரத்திற்கு நீ
காத்து நிற்கும் அவன்
வெற்றிகரமாய் தன் நிழலை விற்றுத் தீர்த்ததும்
நகரத்தை விட்டு வெளியேறிவிடுவான் என்னோடு!

ஆயிரம் சிறகுள்ள பறவை

ஆயிரம் சிறகுள்ள பறவை அது
பறக்காமலே இருக்கிறது அங்கே
பறவையின் கண்களோ சதா சாற்றியேயிருக்கிறது
இறந்து போய்விடவில்லை
புழுக்கம் பொங்கும் வேளைகளில்
தனக்குத்தானே விசிறிக்கொள்கிறது
தன் சோர்ந்த சிறகுகளால்
தோடுபோல் போர்த்தியிருக்கும் இமைகளில்
குமிழ்ந்திருக்கும் கொலுசு மணித் தியானம்
காணும்போதெல்லாம் கலங்கடிக்கிறது
ஆயிரம் சிறகுள்ள பறவை
ஆயுள் தவமிருக்கிறதோ அங்கே?
கிளையில் அசையும் காற்றுகள்

தொலைவில் கலையும் மேகங்கள்
பனியில் புதையும் பாதைகள்
வழியில் உதிக்கும் பூக்கள்
நினைவில் அதிரும் வீணைகள்
நிழலில் ஒளியும் கவிதைகள்
சுழியில் குழையும் ஆறுகள்
கரையில் சுவர்க்கும் ஆழிகள்
கதிரில் முதிரும் தழல் கற்றாழைகள்
என என்னையும் யாவையும் ஒவ்வொன்றாய்
இழந்துகொண்டிருக்கிறேன் எந்நாளும்
தவமிருப்பது சுலபம்;
வரமாகி வருவது எத்தனை சிரமமென்று
அறிந்திருக்கவில்லையோ
ஆயிரம் சிறகுள்ள பறவை?
அனுதினமும் பெருகி வருகிறது
அலமாரியின் முணுமுணுப்பும் அங்கலாய்ப்பும்
அதன் வசிப்பிடத்தை மாற்றிக்கொள்ள
பறவைக்கு மனசில்லை
எனக்கும் துணிவில்லை
பிரியமாக பரிசளித்த டைரி
பிரிவுக்குப் பின்
பறந்து காட்ட தாயில்லா பறவையாகுமென்று
நீ அறிந்திருக்கமாட்டாய் தோழி!

●

கைகளில் சூரிய உதயம்

வீசி விலகும் காற்றில் பேசிப் பழகும் மரங்கள்
தத்தம் வகுப்பறைகளுக்கு வந்துவிட்ட சாலையோரம்
காத்துநிற்கிறேன் உன் காலை வரவுக்காக
என் கையில்
மெதுமெதுவாக கனமேறிக்கொண்டிருக்கிறது

ஜெ.பிரான்சிஸ் கிருபா

பனிச்சாரலின் ஸ்பரிசம் உலராத ஒரு மலர்
தாரை தாரையாக கண்களில் நித்திரை வழிய
கடந்துபோகும் கூர்க்கா
என் கைகளில் சூரிய உதயத்தைக் கண்டதுபோல்
விழி விரிய வியந்து பார்க்கிறான்
முதுகில் புத்தகப் பொதியுடன் மூணாம் கிளாஸுக்கோ
நாலாம் கிளாஸுக்கோ நடக்கும் சிறுமி
மலரைக் கண்டதும்
தன் பிஞ்சு கை விரல்களை மொட்டாகவும் பூவாகவும்
மாற்றி மாற்றி வாசம் வீசுகிறாள்
அலகில் சிலுவை சுமக்கும்
ஆவணி மாதத்துக் காகம் ஒன்று
தலையைச் சாய்த்து கண்ணுருட்டி
என்னையும் மலரையும் மாறிமாறி வெறிக்கிறது
இளநீர்க் குலைகள் குவிந்த வண்டியை
மந்தமாக தள்ளி வரும் முதியவர்
பூ வியாபாரத்தை நான்
ஒரே ஒரு பூவிலிருந்து தொடங்கியிருப்பதாக
விசித்திரமாக யூகித்தபடி நகர்கிறார்
பதினொன்றில் பத்து போக மிச்சம் ஒன்று என்ற கணக்கில்
கட்டிப் பிடித்து ஒட்டியமர்ந்து
காலையிலேயே காதலில் சீறும்
மோட்டார் சைக்கிள் இளம்ஜோடி என்னை
மண்ணில் முளைத்த மின்னலாக்கிவிட்டு விரைகிறார்கள்
இன்னும் நீ வருவாயா மாட்டாயா
வந்தாலும் இந்த மலரை பெற்றுக்கொள்வாயா மாட்டாயா
என்பதெல்லாம் என் சிரத்தையல்ல
விடிந்தும் விடியாப்பொழுதில் வெள்ளைப் புறா ஒன்று
குளிர்ந்த தண்ணீரண்டையில் கொய்தெடுத்து வந்து
எனக்களித்த இம்மலரை ஒரு நாளைப் போலிருக்கிற
                                இதன் அழகை
நீ காணமாட்டாயா என்பதே
என் காதலின் ஆவலாய் இருக்கிறது!

ஈரிதழ் பூ

தேருமின்றி தெருவுமின்றி
வடம் பற்றியிழுத்து கை சலிக்காத கனவுகள்
இன்றும் அழைத்து வந்திருக்கிறது இந்நாளை
தேனெடுத்து கூடு திரும்பும் தேனீயொன்று
கொடுக்கை சொடுக்காமல்
தித்திக்கும் முத்தமிட்டு உதடுகளை
ஈரிதழ் பூவாக்கிவிட்டு
புன்னகையோடு பிரிகிறது
உடலே ஒரு கொடியாகி வசந்தத்தின் திகைப்பில் படர
காலம் கனிகிறது கண்ணில் பொழுதாக
குழந்தைப் பருவத்தில் சுவரில்
வரைந்து வைத்த சித்திரங்கள் வளர்ந்து பெருகி
வீடுபோல் வானத்தில் கட்டப்பட்டிருக்கின்றன
கண்ணுக்கெட்டாத வண்ணங்களில்
கல்லில் செதுக்கிய இசையாக
காற்றில் அசைகிறது
கடவுளோடு நீ உரையாடித் திரும்பிய ஆலயங்கள்
பிரார்த்தனை வேளைகளில்
அடிநாக்கில் ஊர்ந்த வார்த்தைகள்
மாடப் புறாக்களாய்
மறுபடியும் மறுபடியும் வட்டமடிக்கின்றன
எழுந்த கோபுரங்களையும் சிறந்த ஞாபகங்களையும்
மத்தாப்புப் பொறிகளாய்
கொத்துக் கொத்தாக தெறிக்கும் நொடிகளில் குளிக்கிறேன்
ஒவ்வொரு பொறியிலும் நம் தழுவலின் உஷ்ணம்
வெவ்வேறு கொதிநிலையில் கதகதப்பூட்டுகிறது
நிலைக்கண்ணாடியில் உரு திரிந்த தலையணையில்
உறக்கத்தில் சிரிக்கும் உன் பிம்பம் விளைகிறது
கனவு இழுத்து வந்த நாளின்
ஒரு நுனியில் பகலும் மறு நுனியில் இரவுமென
பெண்டுலமாடுகிறது
துறை அணைந்த கப்பல்களிலிருந்து

ஜெ.பிரான்சிஸ் கிருபா

மூட்டை மூட்டையாக இறக்குகிறார்கள்
குழந்தைகள் வாலிபர்கள் பெரியவர்கள்
மற்றும் முதியவர்களுக்குமான
விதவிதமான விளையாட்டுகளை
நம்முடைய மூட்டை எதுவென்றே தெரியாமல்
நானும் வரிசையில் நிற்கிறேன்
நம்முடையதை திருடிக்கொள்ள!

கடிதமான அந்தி இரவு

பூத்த மல்லிகைப் பூவாசம்
அந்த ஞாயிற்றுக்கிழமையின் தோளில் வீச
கடலின் இசை அலையலையாய்
மணல் மடிப்புகளில் விரிந்தாட
சித்தித்த அற்புத் தருணத்தில்
உனக்கொரு கடிதம் எழுத விழைந்தேன்
'அன்பே' என்று ஆரம்பித்தால்
நீ ஆத்திரமடைவாய்
ஏனெனில்
அது ஒரு கசப்பான பூதமாகிவிட்டது
நம் மொழியில்
'அதாவது பெண்ணே' என்ற தொடங்கலாம்
எவளுக்கோ எவனோ எழுதியிருக்கிறான் என்று
படிக்காமலே கிழித்து எறிந்துவிடுவாய்
'இனியவளே' என்றால்
இன்னுமா இவனுக்கு புத்திவரவில்லை என்று
சலித்துக்கொள்வாய்
'என்னவளே' என்றும் முயற்சிக்கலாம்
எழுதியதுமே கடிதம் பழுப்பேறி காலம் தடுமாறி
பழங்கதையாகிவிடும்
'முன்னாள் காதலியே' என்று

என்னால் ஆரம்பிக்க முடியாது
மீறினால் அந்த நாள்
அன்றே அப்போதே அங்கேயே
என்னைக் கொன்றுபோட்டிருக்கும்
'நாங்கள் என்ன பாவம் செய்தோம்?'
உடைந்த குரலில் கேட்டன
கடந்துபோன நாட்கள்
குழம்பிக்கொண்டிருக்கும்போது
என் முகவரிக்கு வந்து சேர்ந்தது
உன் கையெழுத்திட்ட அந்தியும் இரவும்
எழுதாத கடிதத்தை மடித்து
கப்பல் செய்து கடலில் விட்டேன்
வானத்தே வளர்ந்த பிறையின்
ஒளி செழிக்காத மடியில்
நிரம்பியிருந்த இருளையெடுத்து
உனக்கு ஜடை பின்னியபடி நடந்தேன்
வழியில்
உன் கூந்தலுக்குச் சூட
ஏற்றதொரு பூவாக
பூத்திருந்தது என் வீடு!

மழையைத் திருடிய காதலன்

பறந்து வந்த பச்சைக்கிளிக் கூட்டத்தையும்
உதிரியாய்த் திரிந்த இதர பட்சிகளையும்
மறித்து மயக்கி மேகங்களாக்கிய வானம்
பற்பல வண்ணங்களில் சரம் சரமாய்
பொழிந்த சாரல் மழையில்
ஏழு முழங்களை யாரோ திருடிவிட்டார்கள்
தெரிந்தும் திடுக்கிட்ட மழையின்

இதரச் சரங்களும் முழங்களும்
வண்ண வண்ண கண்ணீர்ப் பந்துகளாகிவிட்டன
பறிபோனதை மீட்க பதைபதைப்புடன்
திருடியவரைத் தேடி
இரவு பகல் பாராமல்
புவியெங்கும் அலைகிறது மழை
இடி மின்னல் கொடும் கொதிப்பில்
அடி நெஞ்சின் திடமுடைந்து
தேம்பித் தேம்பி
தலையிலடித்து விம்முகிறது
அதிகாரத்தின் வண்ணங்களில்
பரிதாபங்கள் உறைகின்றன
மாலையில் மழை பார்த்தவர்கள்
மேகப்பள்ளிகள் விட்டு
வீடு திரும்பும்
தூறல் பிள்ளைகள்
வெள்ளமாக தெருவில் விரைகிறார்கள்
என்றே நம்பினார்கள்
மழையோ இரவிலும் தவித்தது
விடியலிலும் தவிதவித்தது
மதியமும் துடிதுடித்தது
கந்தர்வ மழையை
முழும் போட்டு திருடிவிட்டான்
ஒரு மகத்தான காதலன்
நீ காட்டிக்கொடுக்க மாட்டாய்
எனில்
அவன்
யாரென்று சொல்வேன்
ஏனென்றும் சொல்வேன்
யாருக்காக என்றும்!

தன்னைச் சுமப்பவன்

பசித்த குயிலையும் பதட்டக் கூவலையும்
பிளந்து இறங்கும் அமைதியின் வாள்
புலன்களெங்கும் சுழன்று சுடர் விட்டொளிர
அபூர்வமாய் வாய்க்கும் பொழுதுகளில்
உன்னை மட்டுமல்ல
உலகையே மறந்து வாழும்
சாத்தியம் சித்திக்கிறது
என் ஆறுதலுக்காக ஒரு பறவை
ஊமையாவதை நீ விரும்பமாட்டாய் என்பது
வேறொரு வேதனையாக இருக்கிறது
ஆனால் அன்பே
நிசப்தத்தின் கண்களில் வழியும்
சன்னமான குரல்களும்
கரடு தட்டிய தயக்கத்தின் கற்தரையில்
தரதரவென்று இழுத்து வந்த உடலெங்கும்
ரணத்தின் கொழு உழுத வார்த்தைகளும்
எக்கணம் எவர் வாய் கேட்பினும்
அக்கணமுடைந்து சிதறுகிறேன் நான்
உனக்கோ
உன் ஞாபகங்களுக்கோ
இதில் பொறுப்பொன்றும் இல்லையென்பது
உண்மைதான் என்றாலும்
என் விதியின் இலட்சியம்
இக்கதியில் நிறைவேறியிருப்பது
காதலின் மீது கருணையற்ற புதிர்
ஒளிந்து மறைந்து உன்னை
நான் நினைக்கும்போதெல்லாம்
ஒரு பிணத்தை தனியொருவனாய்
சுமப்பவனாகிறேன்
இறப்பவனும் சுமப்பவனும்
ஒருவனாய் இருப்பது
எரியும் சிதையை பிசைந்து தின்னும்

கொடுமையிலும் கொடுமை என்றறிந்திருந்தும்
என்னால் ஏனோ இருக்க முடியவில்லை
உன்னை நினைக்காமலும்
நான் இறக்காமலும்
என்னைச் சுமக்காமலும்!

பறவைகளை மாற்றாத கூடுகள்

இரவில் பறித்த நட்சத்திரங்களை
நீயோ யாரோ
கிழக்கில் குவித்து வைத்ததுபோல்
ஆதவன் திகைந்த காலையில்
கூட்டுக்குள் உன் குரல்கள்
குட்டிக் குட்டி உளறல்களோடு
கலைந்து கிடந்தன
உன் குரல்கள்
கூடு கட்டிய வீடு
திறந்துகொள்ளும் சாளரமும்
மூடிக்கொள்ளும் சாளரமும்
எதிர் புதிர் திசைகளில்
வேறு வேறாக அமைந்திருப்பதை
இன்றுதான் உணர்ந்தேன்
கதகதப்பூட்டும் காலை வெளிச்சமும்
நிழலாகிவிட்ட இருளின் குளிர்ச்சியும்
பூட்டியிருந்த கதவைத் திறக்காமலே
வீட்டுக்குள் நுழையக் கண்டதும்
நான் திடுக்கிட்டு பிளந்தேன்
உறக்கத்தில் தெறித்த
உன் குரல்களின் சிரிப்பு
வீட்டின் சுவர்களெங்கும்
ஓவியமாய் படர்ந்து உதடுகளாய் படபடத்தன

கொடுத்த முத்தங்களுக்கும்
கிடைத்த முத்தங்களுக்கும்
இடைப்பட்ட கொதிநிலையின்
பாகை வேறுபாடு பொசுக்கத் தொடங்கியது
உன் குரல்கள்
கூடு கட்டிய வீட்டின் கதவோ
அச்சமயம் திறந்தே இருந்தது
என்னால்தான் வெளியேற ஏனோ முடியவில்லை
நாட்காட்டியில் வாலை சுழித்திருக்கும்
பல்லிக் குஞ்சி
இந்த நாளை எப்படித் திருப்புமோ என்று
உத்தேசித்துக்கொண்டிருந்தேன்
உன் குரல்கள் இன்னும் எங்கெங்கோ
சில கூடுகளைக் கட்டலாம்
பறவைகள் கூடுகளை மாற்றுவது
என்றென்றும் இயல்பு
கூடுகள் பறவைகளை மாற்றுவதில்லை என்பதே
என்றென்றைக்குமான என் துயரம்.

பிறை ரேகைகள்

நீரின் மேல் நடக்கிறேன்
மீன்களை மிதிக்காமல்
நட்சத்திரங்களோடு வசிக்கிறேன்
இருளோடு பகைக்காமல்
பறவைகளோடு திரிகிறேன்
மரங்களை மறக்காமல்
கனவுகளோடு மிதக்கிறேன்
கண்களை உறுத்தாமல்
மலர்களோடு சிரிக்கிறேன்
வாசங்களை திரிக்காமல்

மழைகளோடு சரிகிறேன்
மண்ணுக்கு வலிக்காமல்
கவலைகளோடு விளையாடுகிறேன்
காயங்கள் விழிக்காமல்
ஊற்றுகளோடு தளிர்க்கிறேன்
ஓடைகளை முறிக்காமல்
பொழுதுகளோடு உருகுகிறேன்
காலத்தைக் குழப்பாமல்
காற்றுகளோடு வீசுகிறேன்
கண்ணுக்குத் தெரியாமல்
நாற்றுகளோடு பேசுகிறேன்
சேற்றுக்குப் புரியாமல்
பனித்துளிகளுக்குள் ஒளிகிறேன்
புற்களுக்குத் தெரியாமல்
கனிகளோடு இனிக்கிறேன்
கிளிக்கூட்டங்களை கிழிக்காமல்
தீக்கூந்தலில் நெளிகிறேன்
புகைச் சுருள்களைச் சூடாமல்
திங்கள் விரல்களில் வளைகிறேன்
பிறை ரேகைகள் நோகாமல்
அனுதினம் அனுதினம் இப்படி
ஆயிரம் சாகசம் செய்து பார்க்கிறேன்
மீள்வதாய் இல்லை
உன்னருகே நானிருந்த கணங்கள்
செத்துப் பார்க்கலாமோ ஒரு நாள்
சாவுக்குத் தெரியாமல்?
●

அனாதையான வெயில்

காதல் இறந்தவிட்டது
அகால மரணம்
காதின் சடலத்தோடு வாழ
பழகிக்கொண்டது உலகம் என்றொரு செய்தி
தற்கொலைதான் என்றொரு அனுமானம்
படுகொலையோ என்றொரு சந்தேகம்
ஆயுள் கணக்கே அவ்வளவுதான் என்றொரு தீர்மானம்
தீர்ந்து போகவில்லை
திரும்பித்தான் போயிருக்கிறது
மீண்டும் தோன்றிவரும் என்றொரு தீர்க்க தரிசனம்
வந்தாலும் காதலை காதலிக்க
யாருமில்லை இங்கே என்றொரு எள்ளல்
இறக்கவில்லை
உட்சபட்ச உறக்கம்தான் என்றொரு நம்பிக்கை
பிரேதப் பரிசோதனை சான்றிதழில்
'யாருக்கும் நேரமில்லை' என்றொரு கவிதை
தண்டவாளத்தில் பாய்ந்து
தலை தறித்துக்கொண்டார்கள்
மன்மதனும் ரதியும் என்றொரு வதந்தி
சூரியன் வெடித்துவிட்டது
வெயிலும் நிழலும் அனாதையாகிவிட்டன
நிலவில் விளக்கேற்றும் தேவதை
நிலக்கரி சுமக்க சுரங்கத்துக்குப் போய்விட்டாள்
என்றொரு கதை
இறந்த காதலின் ஆத்மா
எங்கே சென்றது என்றொரு கேள்வி
சொர்க்கத்துக்கு வரவில்லை என்றொரு கைவிரிப்பு
இதையெல்லாம் ஏற்றுக்கொண்டு
என்னையொரு குருடனாய் மாற்றிக்கொண்டு
என் நாழிகை சொற்பமே கழிய
காதலை கைவிட்ட புவிக்கு
படையெடுத்து வந்தன வானத்து நதிகள்

ஜெ.பிரான்சிஸ் கிருபா

வில்லெடுத்த வானம் கண்டு
நிலத்தில் தைத்த அம்பாக
சிலைத்து நிற்கையில் புரிந்தது
இன்றும் எப்போதும்
முறுக்கிய நாணிமுத்து
என்னை மண்ணில் செலுத்தியது
யாரென்றும் ஏனென்றும்.

வலிப்பு கண்ட குழல் விளக்கு

முள்ளில்லாத கடிகாரங்களை வடிகட்டி
வடித்தெடுத்த மணித்துளிகளை
குடம் குடமாய் எனதறையில்
கொட்டிவிட்டுப் போனது யாரென்று நானறியேன்
தட்டான்களின் வாலில் நூல்கட்டி
பறக்கச் சொல்லி தவிக்கவிடும் குழந்தைகளைப் போல்
சீதோஷ்ணங்களின் சிறகுகளைக் கத்தரித்து
சித்திரவதைகள் செய்வது யாரென்றும் சப்தமில்லாமல்
நீயும் நானுமாய் மாற்றி விளையாடும் மாயாவிக்கு
நானிழைத்த தீங்குதான் என்ன? தெரியவில்லை
எதிரெதிரே மிக அருகே
ஒருவருக்குள் ஒருவர் புதையும்
விபரீதத்தின் வரம்புகள் உடைய
ஒளியற்ற முகமூடி மின்னல் வாள்கள் வீசி
நம் காதின் புனிதத்தைத் துண்டாடுவது எது?
வலிப்பு கண்டதுபோல் வெட்டி வெட்டி இழுக்கிறது
அறையின் குழல் விளக்கு
அணைக்க கைநீட்டி பொத்தானை நெருங்கினால்
பத்து விரல்களும் பல்லிகளாகி நெளிகின்றன
பீதியுற்று பின்வாங்கி
என் விரல்களை பல்லிகளிடமிருந்து மீட்டுக்கொள்கிறேன்

உன் கைவிரல்களை பின்னிப் பிணைந்தபடி
விரகத்தில் இருளும் பலிபீடத்தில்
சுழலும் தீ வளையங்களில்
உருகத் தொடங்குகின்றன குழைந்த நம் உடல்கள்
ஒற்றைச் சொல்லொன்றின் ஊற்றில் கசியும் உன் பெயர்
மது திரவத்தின் போதை மூர்க்கத்தோடு
சலசலத்து விரைகிறது
இதயத்தின் அத்தனை ஓடைகளிலும்
குறுகுறுக்கும் குற்ற உணர்வின் குடையுள் ஒளிகிறேன்
குடையும் வேகமாய் சுருங்கிவிடுகிறது
உயிரின் இறுதித் துளியும்
ஒளிய இடமின்றி உலர்ந்து விடுமுன்
என்னை மன்னித்துவிடு
இதுபோன்ற முகமற்ற இரவுகளுக்கு
மன்னிப்பே விடியல்.

●

அந்தரத்தில் கிடத்திவிட்டு...

சுற்றங்கள் சொந்தங்கள் கூடி
வானவில் பந்தலிட்டு
சூரியனில் சோறு பொங்கி
சந்திரனில் பந்தி வைத்து
வகை வைகயாய் பரிமாறி
விதவிதமாய் விருந்தாடி
காடோடி விளையாடிக் களைத்தும்
பசியோடு வீடு மீளும் குழந்தைகளை
வெளித்தள்ளி கதவடைக்கும் தாயாகத்தான்
எதிர்கொள்ள இயல்கிறது
இப்போதெல்லாம் உன் நினைவுகளை
காட்சிகள் முதிரா கனவு பிஞ்சுகள்
காற்றில் மிதக்கும் நீர்க் குமிழ்களாக

ஜெ.பிரான்சிஸ் கிருபா

உயிரில் விரியும் தீராவெளியில்
மோதி முத்தமிட்டு நாணி மறையும்
அழகை கண்ணுற்று வியக்கும் களிப்போடு
துயிலும் சிசுவை
துயில் கலையாமல் அள்ளியெடுத்து
அந்தரத்தில் கிடத்திவிட்டு
தொட்டிலை மட்டும்
வெட்டியெடுத்துச் செல்லும்
திட்டத்தோடுதான் பதுங்கியிருக்கின்றன
எனக்குள் உன் ஸ்பரிசங்களும்
என்று தொட்டோ இன்றுவரை
சுழன்று வந்த சொற்களை
சுட்ட செங்கற்களாக அடுக்கி
மஞ்சு திரள் பிழிந்ததில்
பொங்கி சிந்திய குரல்களை குழைத்துப் பூசி
கட்டியெழுப்பிய சமாதி
விம்மி வெடிக்காமல் உரையாடிக்கொண்டிருக்கிறது
பேசும்போது நாவாகவும்
மௌனும்போது மண் புழுவாகவும்
சமாதியின் இதயத்தோரம்
நெளிந்துகொண்டிருக்கிறது
உன்னைப் போலவும்
என்னைப் போலவும்
சாயல்தோறும் மாறும் பாடல் ஒன்று.

கள்ளன் போலீஸ்

நம் இருவருக்கான பிரத்தியேக விளையாட்டில்
எப்போதும் நீதான் போலீஸ் நான்தான் கள்ளன்!
குற்றங்களும் தண்டனைகளும்
நம்மிடையே குவிந்துகிடந்தன மலையென!

செறிந்த கூந்தலாடும் மரத்தடி நிழல்களில்
உனக்காக நான்தான் வரைந்து தருவேன்
எனக்கான சிறைச்சாலைகளை!
தண்டிப்பதற்கும் நான்தான் தயாரித்து வருவேன்
உறுதியான பிரம்பும் கொடிப்பிரண்டை கைவிலங்குகளும்!

தண்டனைகளை மட்டுமே நீ கொண்டுவந்து தருவாய்
அடைக்க உதவுகின்ற உடைக்க முடியாத பூட்டுகள்
உன் பார்வைகளின் பரணிலிருக்கும்
சாவிக் கொத்துகள் உன் ஈரச் சொற்களில் தொங்கியாடும்!

குட்டிக் குட்டிக் கொலைகள் செய்வது
கொஞ்சநஞ்ச கொள்ளையடிப்பது
கிழிக்க முடியாத பெய்களைத் தைப்பது என
விதவிதமான குற்றங்கள் நான் புரிந்தேன்
அனைத்தையும் கண்டுபிடித்தாய் நீ – மன்னிப்பின்றி
அத்தனைக்கும் வகைவகையான தண்டனையளித்தாய்!

ஒரு மழைக்காலத்தின் முதல்நாளில்
மலர்களைச் சுமந்துவந்த காகிதக் கப்பலை கடத்திவிட்டேன்
தூவானம் ஓயுமுன் துப்புத் துலக்கி
குற்றவாளியைக் கைது செய்துவிட்டாய்

சிறைச்சாலைகள் வெள்ளத்தில் அடித்துச் செல்லப்பட்டு
 விட்டதால்
அம்மழைக்காலம் முடிய எனக்கு வீட்டுக்காவல் விதித்தாய் நீ!
இரவும் பகலும் தூக்கத்திலும் விழிப்பிலும்
என்னைக் கண்காணித்தவண்ணமிருந்தன

ஜெ.பிரான்சிஸ் கிருபா

சிறை மதில் சுழல் விளக்குகளாக உன் விழிகள்!
மழை வெயில் குளிரெனக் காலவாரியாக
தந்தவண்ணமிருந்தாய் தரமான தண்டனைகளை!
கனவில்கூட மகிழ்ந்து வாடினேன் உன் சிறைகளில்!

விதிப்பாட்டின் முரணாக விளையாட்டின் முடிவாக
தோழிகள் புடைசூழ தோள்மாலையோடு மணமேடையில்
புதுமாப்பிள்ளை முதுகில் ஒளிந்து மறைந்து பதுங்கி
புன்னகை கசிந்து ஊதி ஊதி உதடுகளில்
நீயுன் உயிராறி நின்றிருந்தபோது
நானும் கண்டுபிடித்தேன் ஒரு குற்றத்தை
கண்டும் பயனென்ன?!

எப்போதும் நம் விளையாட்டில்
நீதான் போலீஸ்
நான்தான் கள்ளன்!
●

துயிலெழுந்துவிட்டார் நீதிபதி
வாக்கிங் புறப்பட்டுவிட்டார் வக்கீல்
குளியல் முடித்துவிட்டார் காவலர்
சீருடை பூண்டுவிட்டார்
தண்டனைச் சிப்பந்தி
நானோ
இன்னும் என் குற்றங்களை
செய்யத் தொடங்கவில்லை!
●

பாயுமொளி நீ எனக்கு

சக்தியின் கூத்தில்
ஒளியொரு தாளம்

தாளத்தின் கதியில்
கவியொரு சுடர்

சுடரின் கருவில்
மொழியொரு விழி

விழியின் மணியில்
கனவொரு மலர்

மலரின் மணத்தில்
உயிரொரு நிழல்

நிழலின் நிலவில்
பிரிவொரு கடல்

கடலின் வலியில்
அலையொரு மடல்

மடலின் குளிரில்
மழையொரு துளி

துளியின் நுனியில்
புவியொரு கனி

கனியின் மதுவில்
நிசியொரு பசி

பசியின் முடிவில்
விடிவொரு சகி

சகியின் மடியில்
இவனொரு பலி.

பவளப் பழி

அவரைச் சிலுவையில் அறைந்தார்கள் என்று
பொய் சொல்கிறார்கள்
அவர்தான் அவரைச் சிலுவையில் அறைந்துகொண்டார்

அவருக்கு முள்முடி சூட்டினார்கள் என்று
பொய் சொல்கிறார்கள்
முள்முடியை அவர்தான் சூடிக்கொண்டார்

அவரை சவுக்கால் விளாசினார்கள் என்று
பொய் சொல்கிறார்கள்
அடுத்தவன் கையால் அவர்தான் தன்னையே
அடித்துக்கொண்டார்

அவரது சிவப்பு அங்கியைப் பறித்துக்கொண்டார்கள் என்று
பொய் சொல்கிறார்கள்
அவர்தான் அதைக் கிழித்துப் பங்கிட்டார்

நம்பத் தயங்குகிறவர்கள்
நான் பொய் சொல்கிறேன் என்று கருதினால்
பதில் சொல்லுங்கள்
அவரை அவர்களா உயிர்த்தெழச் செய்தார்கள்?

பிம்பத்தின் பிணம்

ஒடிந்த ஒளிக்கம்பமென
இங்கே விழுந்துகிடக்கும்
ஒரு பிம்பத்தின் பிணம்
அழுகுமா அழுகாதா என
அறிந்துகொள்ளும் ஆவலோடுதான்
அருகே நின்றுகொண்டிருந்தேன்

பிம்பத்தின் பிணத்தை
கொத்திக் குதறித் தின்ன வரும் கழுகுகள்
எத்தனை சிறகுகளுடன் பறந்து வரும்
என்றறியவும் பேராவல் திரண்டிருந்தது

ஆண்டு பல ஆண்டுகள் நழுவியும்
அழுகவில்லை பிம்பத்தின் பிணம்

ஆனால் அது
அழுது கொண்டிருந்தது
விம்மி விம்மி
அறிமுகமற்ற ஏதோ ஒரு சக்தி
அதற்கு ஆறுதல் கூறப் பணிக்க
மறுக்க முடியாமல் நான்
துள்ளித் தாவினேன் பிணத்தின்மீது

தவளை வேகத்தில்
அது துள்ளித் தாவிப் போயிற்று

இப்போது நான்
கண்ணில் திகிலெரிய
நழுவிக் கொண்டிருக்கிறேன்
எல்லையேதுமில்லா
இருள் பள்ளத்தாக்கில்!
●

ஜெ.பிரான்சிஸ் கிருபா

கவிழ்ந்த முகை

சத்தியங்கள்
திரும்பி வரத்தொடங்கிவிட்டன
சரணாலயங்களை நோக்கி
வலசைப் பறவைகளைப் போல

யாரோ எப்போதோ செய்த சத்தியம்
இப்போது வந்து
என்னெதிரே குந்தவைத்து அமர்ந்திருக்கிறது
மூட்டில் முகம் புதைத்து

இது யாருடைய சத்தியமென்று
இன்னும் உறுதி செய்யப்படவில்லை

ஒருவேளை நான் செய்ததாக இருக்குமோ!
என்னிடம் யாராவது செய்ததாக இருக்குமோ!
அறியாமல் இங்கிருந்து விலகமுடியாது

கடிகார முள்ளில் குடியேறி
நொடிதோறும் நகரும்
காலத்தைப் பற்றிய கரிசனமற்று
இச்சத்தியத்தின் எதிரில் நானும் அமர்ந்திருப்பேன்

மூட்டில் புதைந்திருக்கும் முகம்
பூத்து நிமிரும் வரை.

பிரமை

விளக்கின் உடை வெளிச்சமாய்
அரவமின்றிப் படபடத்தது காற்றில்

உதடு குவித்து
ஊதிக் களைந்தேன்
விளக்கின் ஆடைகளை

அறை முழுக்கப்
பெருகிப் பிரகாசிக்கிறது
இருளின் நிர்வாணம்!

II

இருட்டுக்குள் நின்று
திருட்டு மாங்காய்க்குக்
கல்லெறிந்தேன்

கல் விழும் சத்தம் தொலைவில்
மாங்காய் விழுந்த சத்தம் அருகில்

தரையைத் தடவித் தடவி
குருடனைப்போல் தேடிக் கண்டெடுத்துக்

கடிக்கிறேன் மாங்காயை
புளிக்கிறது கல்!

ஜெ.பிரான்சிஸ் கிருபா

வறட்சி

அந்த மழை
கோபத்துடன் நின்றிருந்தது
சினத்தின் நிறம் அதன் விழிகளில்
கொதித்த நிலையில் ஜிவுஜிவுத்தது
நடுங்கும் கைகளால் உட்புறமாய்
தாளிடப்பட்டது என் வீடு

வெளியூர் நண்பர்களிடம் அலைபேசியில்
உங்கள் ஊரில் மழைத் தண்ணி உண்டா என்று
கேட்க முயன்றவன்
உங்கள் ஊரில் மழை கோபித்துக்
கொள்வதுண்டா என்று விசாரிக்கலானேன்

மழை கோபித்துக்கொள்ளுமளவுக்கு நாம்
அப்படி என்ன கொடும் குற்றம் புரிந்துவிடுகிறோம் என்றும்
ஒரு நெருங்கிய நண்பரிடம் வினவினேன்

மழைத்துளிகளை பொரிகடலைகளாகக் கொறித்தபடி
உங்கள் வீதியில் யாரேனும் நடந்து போகக் கண்டீர்களா
என்று
யாரிடம் கேட்டேனென்று தெரியவில்லை

உங்கள் எண்ணங்களின் சமச்சீர் நிரல்
சற்றே சிதைவடைந்துள்ளது
நேரில் வந்தால் சரிசெய்துவிடலாம் என்றார்
தவறிய அழைப்பில் பேசிய ஒரு மனநல மருத்துவர்
அடுக்கடுக்கான கேள்விகளோடு என் அலைபேசி
அலைக்கற்றைகளை சுறுசுறுப்பாக்கிக் கொண்டிருந்தது
தம் அலைபேசியில் என் அலைபேசி எண்களைக் கண்டதும்
கண்களை மூடியபடி காதுகளையும் பொத்திக்கொள்ளத்
தொடங்கினார்
நண்பர்கள் உறவினர்கள் அந்நியர்கள் அறியாதவர்கள்
எல்லோரும்

எதிர்முனைவரை சென்று வெறுங்கையுடன் திரும்பும்
என் அழைப்பொலிகள் நிரம்பி வழியத் தொடங்கிற்று
ஆத்திரத்தில் அலைபேசியைத் தொலைத்தெறிந்துவிட்டன
என் வீடும் என் உடலம் என் 'வித் அவுட்' நித்திரைக்
கனவுகளும்

ஒரு கதவை மட்டும் லேசாகத் திறந்து வெளியே பாரென்று
ஏவினேன் என் இளைய மகளை
இரண்டு கதவுகளையும் நன்றாக விரித்துத் திறந்து
வெளியில் பார்த்துவிட்டு 'யாருமில்லை'யென்று
                                                              திரும்பினாள் அவள்.
அவள் சிறுமியல்லவா எளிதாக ஏமாற்றிவிட்டது மழை.

ஆனால் என்னை ஏமாற்றுவது அத்தனை சுலபமல்ல
கூரைமேல் கூச்சலிடாமல் ஊமைபோல் நடித்துக்கொண்டு
என் வீட்டுக்கு வெளியே கோபத்துடன் நின்றிருக்கிறது
இப்போதும் அந்த மழை!
●

கருவு - 1

ஆகாயத்தைப் போர்த்திக்கொண்டு
அந்தரத்தில் உறங்கும்
அந்தக் கடவுளின் கண்களிலிருந்து
சிந்தும் புன்னகைக் கனவுகளை
மழையென்று நம்பி
குடையோடு புறப்பட்டவன்
நடையோடு திரும்புகிறான்
தன் வீட்டுக்கு
கரைந்துபோன
தன் கால்களின் நினைவோடு.
●

அனுமதியைத் திறக்கும் சாவி

நான் உன்னை
வந்தடைந்தபோது
உன் அனுமதி திறந்தே கிடந்தது

மென் முறுவலோடு பேசி
சிறு சிறு தீண்டல்கள் பரிமாறி
சொற்பப் பொழுது நகர்வதற்குள்
ஏதோ ஒரு மாயக் கணத்தில்
அது தன்னை மூடிக்கொண்டது
அல்லது பூட்டப்பட்டுவிட்டது

அனுமதியைத் திறக்கும் சாவி
இருக்கும் இடத்தை
நான் நன்கறிவேன்

என் கைக்கு எட்டிவிடும் உயரத்தில்தான்
அது இருக்கிறது

ஒரு சொல்லில்
சுண்டியிழுத்துவிடும் தொலைவில்தான்
அது மினுமினுக்கிறது

இப்போதே இந்த நொடியிலேயே
உன் அனுமதியைத் திறந்துவிடலாம்தான்

ஏனோ
என் அனுமதி
என்னை அனுமதிக்க மறுக்கிறது

என்ன விதியோ
பாதிபூமி நின்றுவிட்டது
மீதிபூமி சுற்றிக்கொண்டிருக்கிறது!
●

வீராங்கனை

வானவில் சாலையில்
ஏழு குதிரைகள் பூட்டிய தேரில்
நீ தலைகீழாக விரைவது
சாதனைச் சரித்திரமல்ல
வெட்டி தரித்திரம் என்றதும்
புரட்டிப் போட்டாய் தேரை
விரட்டி ஓட்டுகிறாய் குதிரைகளை
(வேகவேகமாய் நிகழட்டும்)
நேரட்டும் மேலும் – (   )
வளைந்து கிடக்கும் வானவில்லை நேராக்கு
அதன் வர்ணங்களின் தோலை உரித்து வீசு
வெற்றி வெற்றியெனக் கூச்சலிடு
பைத்தியமாகு
பதற்றத்தோடு சிரி
படபடப்பாய் அழு
வெட்கத்தில் விம்மு
விக்கலை மென்று விழுங்கு

ஒரு வில்லின் சடலம்
உன்னிடம் வேண்டுவதெல்லாம்
வேறொன்றுமில்லை.

ஜெ.பிரான்சிஸ் கிருபா

இப்படிக்கு இறைவன்

நானொரு பைத்தியம் என்பதை
ஏன் இவ்வளவு தாமதமாகக் கண்டுபிடிக்கிறீர்கள்

எமது கடைசித் தற்கொலை குறித்து
ஆதியாகமத்தில்
யாம் ஏற்கனவே சொல்லியிருக்கிறோமே

தங்கத் தராசுத் தட்டில் வைத்து
உங்கள் தாமதத்தை
எடை நிறுக்க வேண்டுமென
ஏன் எதிர்பார்க்கிறீர்கள்

எந்த மழையின்
ஏதொரு துளியும்
எழுந்து சென்று
எந்த விண்மீனின் கசடுகளையும்
அலசியதில்லை என்பதை அறியாதவரா நீங்கள்

ஏமாற்றத்தைவிட அழகான மலர்
இந்தப் புவியில் மலராது என்பதை
எப்போதோ யாம் சொல்லிவிட்டோம்

ஏமாற்றத்தின் வாசனையை
கிள்ளிச் செல்லும் அற்புதத்திற்கு அப்பால்
இப்போது ஏன் நின்றுகொண்டிருக்கிறீர்கள்

மன்னிக்கவும்
ஏன் எப்போதும் நின்றுகொண்டிருக்கிறீர்கள்.

தேர்வு

ஆலயமணியின்
வெண்கலக் குரல்
நிலத்தில் விழுந்து
தளிர்த்தது போலிருந்தது
அந்தக் கோயில்

கோயிலுக்குள் செல்ல
கடவுளுக்கே
அனுமதியில்லா அதன் வாசல்
தானே தன்னைத் திறந்து
வரவேற்றது என்னை

ஒரு முத்தத்திற்கு
அதற்கு முன் வைத்திருந்த
அத்தனை அர்த்தங்களையும் இழந்தேன்
மூச்சுத் திணறத் திணற

எஃகுப் பொருளிலிருந்து
நான் எப்படி வேறுபடுகிறேன் என்று
அந்த வெண்கல மலர்
மொழியத் தொடங்கியது
பொழிந்துகொண்டே இருக்கிறது
அழிவின்றி அகாலத் த்வனியில்.

மழை விளையாட்டு

பேரியற்கை பற்றி அறிய
பேரார்வமோ
பிரியமோ இன்றி
மாநகரப் பேருந்துக்காக
பயணிகளோடு பயணியாக
காத்து நின்றிருந்த முன்னிரவு வேளையில்
ஏனோ தானோவென்று
பெய்துகொண்டிருந்தது மழை

தாமதமாய் வேலையிலிருந்து விடுபட்டு
அலைபேசியில் யாரையோ
விளித்து விளித்து
சலித்துக் கொண்டிருந்த
இளம்பெண்ணின் முகம்
அலைபேசித் திரையொளியில்
அழகு கூடிக்கொண்டிருப்பதை
ரசிக்கத் தொடங்கியதும்
நீரில் விழுந்த சோப்புக்கட்டியாக
நிதானமாகக் கரையத் தொடங்கியது
பேருந்துக்கான காத்திருப்பு

அழைத்து அழைத்து
அலுத்துப்போய்
அலைபேசியை
மூன்றாவது செருப்பாக மாற்றிவிட்டு
பேருந்துக்காக ஏறிட்ட அவள் பார்வை
தரையில் விழுந்ததும் துள்ளியது

சோடியம் விளக்கொளியில்
பந்துபோல் துள்ளித் துள்ளி
அப்பார்வை திரும்பிய கணத்தைக் கண்டதும்
பீறிடத் தொடங்கியது
இதயத்துக்குள்

இதுவரை அறியாத புது இரைச்சல்
காதலித் தவளை கண்மூடிக் கிடந்தது
காதலன் தவளை அதன்மேல் கவிழ்ந்து துடித்தது
அவற்றின் மீது மழைத்தாரைகளின்
பேரியற்கைத் தாளங்கள்
சொட்டித் தட்டித் தெறிக்கின்றன
தெறித்துக்கொண்டே இருக்கின்றன

என் பேருந்திலேறி நான் புறப்பட்டுவிட்டேன்
எல்லாப் பேருந்துகளும் போய்விட்டன
எல்லாப் பயணிகளும் வீடடைந்துவிட்டார்கள்
மழையும் மறுபடி
வானத்துக்கே போய்விட்டது

தவளைகளும் தவ்விச் சென்று
தங்கள் நீராதாரங்களை அடைந்துவிட்டன

பந்துபோல் துள்ளும் பார்வைகளோடு
அவள் மட்டும் நின்று கொண்டிருக்கிறாள்
அந்தப் பேருந்து நிறுத்தத்தில்
இன்னமும்

எப்படியென்று எனக்குத் தெரியும்
ஏனென்று யாருக்குத் தெரியும்?

சாரா ஆண்டு

பல ஆண்டுகளுக்கு முன்னால்
அது நிகழ்ந்தது சாரா

அந்த நாளை
சில்லறையாக மாற்றினால்
பல்லாயிரம் ஆண்டுகளாகிவிடும்

பட்டப்பகலில்
கையில் ஒரு மெழுகுத்திரிச் சுடர்
அதுவும் அப்போது எரிந்துகொண்டிருந்தது

ஏறவோ இறங்கவோ
சிந்தவோ சிதறவோ
பரவவோ பறக்கவோ
அறியா வெளிச்சம்

அவ்வொளியில்
உன் முகம் மட்டுமே புலர்ந்தது

அந்தப் புத்தாண்டை
எப்படி என்னால்
சில்லறை மாற்ற ஏலும்
பத்திரப்படுத்திக்கொள்ள
உத்தரவிட்டுப் போ!

பேராணை

வினா உடைந்து
விடை கிழிந்து கிடக்கும்
நிலை கண்டு
கண்கள் நிலைகுத்தி
நிச்சலனம் தின்னும்
எண்ணமெங்கும் இப்போது
மௌனம் வியர்த்திருக்கிறது

சொல்லட்டுமா
வீசென்று காற்றிடம்

சொல்லியும் விடலாம்தான்

ஆனால்
நில்லென்று சொன்னது
நீயல்லவா.
●

கருணை

ஆயிரம்
சுத்தியல்கள்
ஒரே ஓர் ஆணி
இயேசுவே
இந்த ஆணியையும் ரட்சியும்!
●

நுதல்விழிக் கனவு

பொழியுமொரு மழையை
நதியாகத் தொகுத்து ஓடவிட்டாய்

மழை ஓய்ந்தபின்னும்
ஓடிக்கொண்டிருக்கிறது நதி

நதியைக் கண்டு
அலறிய கடல்
என் முதுகுக்குப் பின்னே ஒளிந்து
நகம் தின்று கொண்டிருக்கிறது

யார் மீது
யாருக்கென்ன கோபம்
எதன் பொருட்டு
இருவருக்குள் ஊடல்
அறியத் தகுதியில்லை
இந்த எளிய பிறவிக்கு

காலத்தைத் திருடி
பதுக்கி வைத்துக்கொள்ளும்
திறமையும் எனக்கில்லை

மழை பொழிந்தபோது
தரைச் சாலையில்
நடந்து வந்த இரண்டு துளிகள்
அந்தரத்தில் நின்று உரையாடி
முத்தமிட்டு
ஒன்றையொன்று விழுங்கி
ஒரே துளியானதை
நான் கண்டேன்
அப்போதுதான்
என் இரண்டு விழிகளும் ஒன்றாகி
ஒற்றை ஒரு விழியாய்

நெற்றியில் பூத்தது
ஒற்றை விழிப்பூவின் வாசனையோ
வெறிகொண்டு திரிகிறது
வெளியெங்கும்
அதற்கும் பிறந்திருக்கிறது
ஒரு கனவின் மீது
ஆறாத காதல்.

●

பரிசுத்த ஆவி

இடுப்பில் இருந்தபடி
கோவிலை நோக்கி
குழந்தை கை நீட்ட

கோயிலை வாங்கித் தரச்சொல்லி
குழந்தை அடம் செய்யுமென்று அஞ்சி
அங்கிருந்து வெடுக்கென விலகுகிறாள் அம்மா

வா வா வெனத் தன்னிடம்
குழந்தையை அழைத்தபடி

அந்தரத்தில் குழைகின்றன
மாடப் புறாக்களைக் கோபுரத்தில் தூவும்
மாயக் கரங்கள்.

●

அற்புதச் சாலை

யார் போனது
எனக்கு முன்னே
இந்தப் பாதையில்

எப்படி நிகழ்ந்தன
இத்தனை விளைவுகள்
மொத்தமும் அதிசயமாய்

வில்லும் அம்பும் தானாகி
வளைந்து நிற்கின்றன கம்பங்கள்

மணல் துகள்களின்
மத்தாப்புக் கும்மாளம்
வழியெங்கும் தெறிக்கிறது

கல்லெல்லாம் கனிந்து
பாறைகள் பழங்களாகி
அருந்த அழைக்கின்றன
விருந்தை விரித்து

கொடிகள் திரிகளாகி
வழி நெடுகப் பூக்கள் விளக்குகளாய்
மின்னி மின்னிச் சுடர்கின்றன

அன்னப் பறவையின்
செல்லக் கனவுகளாய்
வண்ணப் புள்ளினங்கள்
வானில் மிதக்கின்றன

சொல்லச் சொல்லொன்று
வாய்க்காத அர்த்தம்
அற்புதம் இசைக்கிறது

நிலவின் கண்கள்
சலனத்தில்
மேகங்களாய் இமைக்கின்றன

மழையில் உதிரும் துளிகளில் சில
மதுவாய் மருவி மிதக்கின்றன

போதையில் தள்ளாடி
மேகத்தில் மோதுகின்றன
மின்னல்கள்

கால் முளைத்த சொற்கள்
கன்றுக் குட்டிகள்போல்
துள்ளியோடுகின்றன
இருமருங்கும்
பெருகும் பெருமூச்சை
உதறி உடுத்தும்போது
உயிரின் நிர்வாணம்
புதிராய்ச் சுழல்கிறது

காற்றின் தோகையில்
கடவுளின் வாசனை

வேண்டாம்
நின்று விடுகிறேன்
பயணம் தரித்த
நடையை அவிழ்த்து
மடியில் கட்டிக்கொண்டு

இங்கேயே இப்படியே
எப்படியென்று தெரியாமலே

இருப்பினும்
இப்போதும்
எளிய கேள்வி
என்னுடையது

இந்தப் பாதையில்
எனக்கு முன்னே
யார் போனது?
●

தாகம்

ஒரு நதியின் கனவில்
கடல் வந்தது

நடுங்கிப் போய்விட்டது நதி
வாசலில் நின்றுகொண்டிருந்தது கடல்
கதவைத் திறக்க நதிக்குப் பயம்

கால் கடுத்துப் போய்விட்டது கடல்
திரும்பிப் போகவும் மனசில்லை

இறுதியில்
கண்ணைக் கசக்கி கனவைக் கலைக்க
எடுத்த கையை
எடுத்த இடத்திலேயே வைத்துவிட்டு
சிற்றலைகளைச் சிந்தனையின்
மேற்பரப்பில் மிதக்கவிட்டு
மனதில் திடமேற்றிக் கொண்டு
கைகள் நடுநடுங்க
கதவைத் திறந்தது நதி

வாடிய குரலில் கேட்டது கடல்
"குடிக்க ஒரு வாய்
தண்ணி கிடைக்குமா தாயி"
●

தூளிக் காலம்

அம்மா தூங்கிய தொட்டிலை
தொட்டுப் பார்க்கும் பாக்கியம்
எல்லாக் குழந்தைகளுக்கும் வாய்த்துவிடுவதில்லை

அம்மா கேட்ட தாலாட்டை
ஒட்டுக் கேட்கவும் வசதியில்லை

அம்மா கண்ட கனவாக
வாழ்ந்திருக்க முடியவில்லை
எல்லாப் பிள்ளைகளுக்கும்

அம்மாவின் மூச்சுதான்
எப்போதும் காற்றில்

கையில் கொஞ்சம் காசிருந்தால்
கட்டி விடுகிறோம்
பளிங்குக் கற்களால் ஓர் அழகான கல்லறையை

கல்லறைத் தொட்டிலில்
ஆடிக்கொண்டிருக்கிறது
உறங்கப் பழகாத காலம்.

ஒச்சம்

வெற்றிகரமாக விற்கப்பட்டது
கடைசி இரவு

வந்த லாபத்தில் குடித்தும் புசித்தும்
கொண்டாட்டமும் கும்மாளமுமாய்
போய்க் கொண்டிருக்கிறது பொழுது

என்ன குற்றமோ
ஏது குறையோ

காலையில் பேரம்பேசி
நல்ல விலை கொடுத்து மகிழ்ச்சியோடு
ஏழைகள் இல்லாக் காலத்தை நோக்கி
வாங்கிச் சென்ற இரவைக்
கையில் தூக்கிக்கொண்டு
முகத்தில் கடுமையோடு
என்னை நோக்கி வேகமாய்
வந்து கொண்டிருக்கிறான் அவன்

மலை முகடுகளுக்கு அப்பால்
மளமளவென பதுங்கி ஒளிகிறான்
இவன்.

மேய்ப்பனே மேய்ப்பனே!

கேள்விகள் விழித்திருக்கும் இரவில்
பால் நிலவொளியில் பசும் புல்வெளியில்
முதுகலைகள் கரை புரள

அநாதையாக மேய்ந்துகொண்டிருக்கிறது
உன் செம்மறிக் கூட்டம்

மேய்பனே மேய்ப்பனே
எங்கிருக்கிறாய்?

உடுக்கையொலி முழக்கம் சன்னமாக
தொலைவில் குதிக்கிறது
ரத்த பலி கொடுத்து
நடுஜாம கொடை நடத்தப் போய்விட்டாயோ?

பனஞ்சோலைக்கு அப்பால்
பூத்த ஒரு நெருப்புத் தாமரை
நிதானமாய்த் தன்
புகைக்கூந்தல் வாருகிறது
சுடலையில் ஏதும் வேலையாய் இருக்கிறாயோ?

தரையை மெழுகுவதுபோல் காற்று
தணிந்து வீசி
செழித்த தளிர்களை வருடிப் புடைக்கும்போது
பச்சைக் கடலில் பயணிகள் தோணியின் அழகுடன்
ஆடியசைகிறது உன் மந்தை
அந்த அழகைக் காண
ஆவல் இல்லையோ உனக்கு?

கண்டால் காதல் கொள்வாயோ என்ற அச்சத்தில்
உன் மந்தையாடுகளுக்குத் தெரியாமல் உன்னை
தேவதை எவளும் வந்து கவர்ந்து போனாளோ?

ஆற்றுப்படுகையில் உலர்ந்த மணலள்ளி
ஆடுகள் வனைந்து
ஆற்றையும் ஆடுகளையும் கலந்து
மந்தை மந்தையாக ஊர்ந்தவண்ணம் ஓடவிட்டு
ஒளிந்துகொண்ட உன் விளையாட்டோ இது?

புற்களுக்குப் பதில்
சொற்களைக் கொறித்தபடி பின்தொடரும் என்னையும்
உன் மந்தையில் பிணைக்கத் திட்டமோ?

நல்ல மேய்ப்பனில்லையோ நீ
கள்ள மேய்ப்பனோ?

விரயம்

கண்களைக் கடடி
அழைத்து வரும் கனவுகளை
கடைசித் தெருவில் விட்டுவிட்டு
ஓடிப் போவதை விட
குப்பைத் தொட்டியில்
ஆசவாசமாய்
கொட்டிவிட்டுப் போயிருக்கலாம்

முதல் தெருவிலேயே நீ.

மன நிழல்

நிழலுக்குக் குரலில்லை
என்றாலும்
குரலுக்கு நிழலுண்டு தானே
என்றேன்

குரலும் நிழலும்
வெவ்வேறா
என்றாள்

வெடித்துவிடத்
துடித்துக் கொண்டிருக்கும் பருத்திக் காட்டில்
ஒருத்தி.
●

அவையும் அவைகளும்

காதுகள்
இலைகளாக
மாறும் நேரம்
பூனைகள்
பூக்களாகிவிடுகின்றன

வெளியெங்கும்
ஒலிகளின்
பித்த வாடை பரவ
மதிலெங்கும்
பூனைகளைத் தேடியலையும
மியாவ் மியாவ் மியாவ்கள்!
●

ஜெ.பிரான்சிஸ் கிருபா

மணி என்ன ஆச்சி?

பேசப் பழகும் குழந்தைகளிடம்
மணி கேட்டால்
சுடச்சுட உதிக்கும் சொற்களை
ஊதி ஊதிப் பேசும்

தனக்குத் தெரிந்த அத்தனை மணிகளையும்
காலக் குழப்பத்துடன்
அடுக்கிக்கொண்டே போகும்
அழகும் சுவையும் அலாதியானவை

அச்சமயம்
நொடிகள் நொறுங்கித் தெறிக்க
குலுங்கிக் குலுங்கிச் சிரிக்கும்
கடிகாரங்கள்

மணி கேட்கத்தான்
நேரமில்லை நமக்கு.
●

விதி

சிறகுகளைச் சுமந்தபடி
தரையில் நடப்பவனை
உங்களுக்குத் தெரியும்
என்ன செய்வதென்று
எனக்குத்தான் தெரியவில்லை
உறக்கத்தில் அழுபவனை.
●

ஏன்

வரித்த இலக்கை
வந்தடைந்த பின்னும்
அடிவானில்
ஏன் துடிதுடிக்கிறது
அந்த விடிவெள்ளி

எதற்கு
யாரோ எய்த அம்பு
மார்பில் தைத்து நிற்க
துவண்டு கிடக்கிறது
இறந்த நிலவு

அதனருகே
உடைந்துவிட்ட
ஒரு வானவில்

அதனருகே
ஒதுங்கிக் கிடக்கிறது
ஒரு நகைப்பு

அறுந்த செருப்பாக.

பகை

வெடித்த பிறகு
எங்கே போகும்?

மோட்சத்தையும்
நரகத்தையும்
துளைத்துக்கொண்டு
எங்கே போகும்
வெடித்தபிறகு

வெடிகுண்டுகள்?
●

காலச் சகடை

நீர்க்குமிழியை
தொப்பியாக அணிந்தபடி
இந்த நதியில்
யாரோ நீந்திப் போனதை
நான் கண்டேன்

மீன்களின் இளங்காலைப் புணர்ச்சிக்கு
ஏற்ற இதமான கரை மரத்து நிழலை
அழைத்துப் போக முடியாக் கோபத்தில்
மரங்களைத் திருகி முறித்து
இந்த நதி
இழுத்துக்கொண்டு போனதையும்
நான் கண்டேன்

கண்டுகொண்டும் இருக்கிறேன்.
●

மாறாட்டம்

மாத்திரையை மாற்றி
விழுங்கிவிட்ட நோயாளியைப்போல்
என்னை ஏன் பார்க்கின்றன?
இந்த மரங்கள்

உறங்கும் மொட்டுகளை
இதமாய்த் தட்டியெழுப்பி
எதையோ காதில் கூறி
பூக்க வைத்து
பூக்களுக்கும் அதை ஏன் கற்றுத் தருகின்றன?

தொலைவிலிருந்து பீறிடும்
கறுப்பு நாயின் குரைப்பொலி
ஏன் என் புருவமாக மாறிவருகிறது?

பாதைகள் ஒருபோதும்
பயணிகளைத் தொலைப்பதில்லையோ
நான்தான்
பாதையைத் தொலைத்துவிட்டேனோ?
●

வியப்பு

வானத்தை
வாங்கிவிட்டேன்

வைக்கத்தான்
இடமில்லை
பூமியில்!
●

ஜெ.பிரான்சிஸ் கிருபா

சிரிப்பு ஆயுள் விருத்தி

சாம்பல் மனிதா
கலங்காமல் நில்

காற்றின் கசப்புச் சிரிப்பில்
இப்போதே பறந்து போய்விடாதே

சாலைகளில் நடப்பதைப் பற்றி
உன் கால்களுக்கு
எப்போதோ கடந்துபோன உன் கால்களுக்கு
இப்போது சொல்லித் தர
இனி ஏதுமில்லை

செடி கொடி மரங்களில்
வசந்தமென வந்துபோன வாந்திபேதிகளில்
மிஞ்சியிருந்த பூக்களின் எஞ்சிய நினைவுகளுக்காக
நீ வௌவால்கள் தேடாதே

சாம்பல் மனிதா
கவனமாகக் கேள்

சாம்பல் திருந்தி சருகாகி
சருகு திருந்தி விறகாகி
விறகு திருந்தி மரமாகி
மரம் திருந்தி விதையாகி
விதை திருந்தி மண்ணாகிடும்போது

அமர இடமிழந்து
அந்தரத்தில் அலைக்கழியும் பறவையாக
அல்லாடும் கடவுள்
சங்கடத்தோடு சபிக்கும் வேளை
கடகடவென குலுங்கிச் சிரி.

●

விளையாட்டு

விடுகதையின் கிணற்றுக்குள்
விழுந்தவன்
உறங்கிவிட்டான்
மீளவே முடியாமல்
அடியாழத்தில்

விடை விழித்து
படி யேறி
துவளத்தில் அமர்ந்திருக்கிறது
ஈரம் சொட்டச் சொட்ட

விழுந்தவன் யார்
தள்ளி விட்டவன் யார்
என்றொன்றும் புரியாமல்

மற்றொரு புதிரோடு
விளையாடும் மனதோடு.
●

ஏக்கம்

மிதந்து வரும்
ஒரு வெள்ளை மலரென
மூளையின் சிரிப்பு
வந்தடையும் முன்னமே
வற்றி வறண்டு போய்விடுகிறது
ஓடை.
●

பரிதியின் மறுமை

காட்சிகளுக்கு நோகாது
கனவுகள் காணும் கலை
எந்த ராத்திரிக்கும்
இன்னும் சித்திக்கவில்லை

கல்லறைகளுக்கு மேலே
புழுவாய் நெளியும்
இருளையும் வெயிலையும் பின்னி
வீசிய வலையில்
சிக்குவதில்லை
எந்த ஒரு நல்ல ஆத்மாவும்

புழுதிப் புயல்கள் வீசும்
பழைய மூளையைக்
கழற்றி வைக்கவும்
வாதிக்கவில்லை
இடம் பொருள் ஏவல்கள்

மிதவை மூழ்கும்
தூண்டில் வெடுக்குடன்
சொடுக்கி இழுத்த
படபடப்பு மட்டும்
எஞ்சி வருகிறது
இப்போதும்

சிறுமை பெருமை ஏதும்
வெல்லமுடியாத வெறுமையின் விரல்களில்
மோதிரமாய் மிளிர்கிறது
பரிதியின் மறுமை
எப்போதும்.

வலையாகும் இழை

தலைமுடியை
இழுத்தழைத்து
மார்மேல் விரித்து
விரல்களால் நீ சீவும்போது
வருடல் சுதியில்
கூந்தல் அருவியில்
துள்ளும் மீன்களைப் பிடிக்க
தேடியோடி வரும்
எனக்குத் தெரியவில்லை

நான் இப்போது
நதியா
கடலா
மழையா
காட்சிப் பிழையா?

●

நான்

வேலைவிட்டுத் திரும்பும் களைத்த
ஏழைப்பெண்ணின் கால்களில் உதிரும்
தேய்ந்த செருப்பொலியை
மலையோரம் நின்று
திருடும் முன் மனிதன்
திருடிய பின் இறைவன்.

●

கவிதை

நிலத்தில் அந்தச் சூரியன் முளைத்ததும்
பீறிட்டு மேலிட்ட அவன் நிழல்
வானத்தில் மோதியுடைந்து மீண்டும்
தரையில் சிதறி விழுந்தபோது

பொழிய மறந்துபோன ஒரு மழையின் ஏக்கம்
துள்ளிக் குதித்தது பந்துபோல

வெளியினும் வெளியே

கதிர் வேர்கள் ஊன்றி
கனன்று கொண்டிருக்கும்
வட்ட வடிவமான அந்த விருட்சத்தில்
கட்ட முடியுமா ஒரு கூடு

அது
தேன் கூடாக அமைந்தால் விசேஷம்

ஏனெனில்
என் கூடு
தேன்கூடு.

மகரந்தம்

பசியோடு ஒரு தும்பி
எதிரில் பறந்து வரும்போதெல்லாம்
புசியென்று நான்
பூவாகி விடுகிறேன்
தேனாகத் தெரிந்ததால்.

உயிர்த்திரை

அணில் உறங்கிக் கொண்டிருந்தது
மரம் விழித்திருந்தது

கிளைகள் காற்றை நிறுத்து
எடை போட்டுக் கொண்டிருந்தன
அணிலின் கனவில்
இலைகளெல்லாம் கனிகளாகிவிட்டன

மரத்தின் வேர்க்கொழுந்துகளோ
வழி கேட்டுக் கொண்டிருந்தன
மண்ணிடம் மண்டியிட்டு.
●

நீ நீயாகி

நீரில் வாழும்
இந்த மலர்களுக்கு
நீச்சல் தெரியவில்லை
எனக்
கவலைப்படுகிறாய்

படு
பட்டுப் பட்டு
ஒரு சொட்டு
நீராகிப் பார்

அப்போது அறிவாய்
தண்ணீர் பற்றியும்
தாமரை நீச்சல் பற்றியும்.
●

வழித்துணை

வருத்தப்பட என்ன இருக்கிறது
வருத்தத்தைப் பொரித்து
நல்ல 'சைட்டிஷ்' ஆகத் தயாரித்துக் கொள்வோம்

கொறித்துக்கொண்டே
இன்னும் கொஞ்சம் பேசுவோம்
நம் வருத்தங்களை

நடந்துகொண்டே பேசினால்
இன்னும் நல்லாயிருக்கும்

வருத்தங்கள் முடிவுறும்போது
நாம் பிரிந்து செல்ல
நாலு பாதைகளும்
ஓரேயொரு சிறகும்
வாய்க்குமல்லவா.

●

விழிவீச்சு

வாள் உருவப்பட்டு நாளாகி
வெறுமையாய்க் கிடந்த
உறைக்குள்
செருகப்பட்டிருந்த காற்று
மெல்ல திடப்பட்டு
மெதுமெதுவாய்த் தீட்டப்பட்டு
மீண்டும் ஒரு வாளாக
கருக்குடன் உருவப்பட்டபோது
கண் விழித்த போர்
நாக்கைச் சுழற்றி
உதட்டை ஈரப்படுத்தி முடிக்கும் முன்னமே
கொல்லப்பட்டேன் நான்.

●

இனிமேல்

கனவுகள்
முகம் பார்க்கும்
கல் முத்தங்கள்
பதம் பார்க்கும்
கண்ணாடி பூமி
என்னுடையது என்பதற்காக
என் விழிகளைப் பிடுங்கி எடுத்துவிட்டு
இரண்டு விண்மீன்களை
அங்கே பொருத்தித் தைத்தாய்
தண்டனையாய்

எண்ணற்ற இரவுகளைப்
பறிகொடுத்த பிறகும்
பகல்மீது பரிகாசம்தான்.
●

தனிமை

இன்று
அஞ்சலில் கொஞ்சம்
தென்றல் வந்தது

கொண்டுவந்து தந்த
பெண் ஊழியையின்
இதழ்க்கடைப் புன்னகைக்கு
உடனேயே
பதில் எழுதிவிட்டதாகத் தோன்றியது

அது கச்சிதமில்லாததால்
கசக்கித் துப்பிவிட்டு
புதிது புதிதாய் எழுதிக் கொண்டிருக்கிறேன்
மீண்டும் மீண்டும்.
●

கடந்து செல்லுதல்

பழைய செருப்புகளைப் பக்குவமாகத் துடைத்துப்
பாதையோரம் பரத்தி வைத்துக் காவலிருந்த சிறுமி
இலை விட்டு இலை சொட்டும்
குளிர்ந்த மழைத்துளிபோல்
தயங்கித் தயங்கிப் புன்னகைத்தாள்
பரபரக்கும் நகரத்தில்

உயிர் நனைந்த பாதசாரி
வழி கடந்து போகக் கூடாமல்
மருவிப் பெருகி மார்கழியானான்
சூடித்தந்த சுடர்க்கொடியின் பார்வை முகிழ்த்தது

சிறுமியின் சின்னச் சின்னக் கண்களில்
இடது கால் திங்கட்கிழமையாகவும்
வலது கால் வெள்ளிக் கிழமையாகவும் ஆகி
திருகிப் பின்னிக் கொள்ள
திசைகள் கைகட்டிக் கொண்டன

விலை கொடுத்து ஒரு ஜோடி
பழைய செருப்பு வாங்கிய பிறகே நடக்க முடிந்தது
அன்று தொட்டு நாள் தவறாமல் அனுதினமும்
அவளிடம் வாங்கினான் பழைய செருப்புகள்
புதிய புன்னகைகள்

காலளவு பொருத்தம் குறித்துக் கவலை கொள்வதில்லை
சிறியது என்றால் தம்பிக்கு என்றான்
பெரியதென்றால் அண்ணனுக்கு என்றான்
மிகப் பெரியதென்றால் அக்காவுக்கு என்றான்
பெண் செருப்பென்றால் அக்காவுக்கு என்றான்
துருவிக் கேட்பவர்களிடம் காதலிக்கு என்று
கண் சிமிட்டினான்.

அவன் வந்துபோன பிறகே சிறுமி
காலை உணவு கொள்வதை வழக்கமாக்கினாள்

மனசுக்குப் பிடித்த புத்தாடைகள் வாங்கினாள்
நாள் போக்கில் அவன் விடைபெற்றதும்
கடையை மூடிவிட்டுப் பள்ளிக்குச் சென்றாள்
பரிட்சை நாட்களிலும் தவறாமல் கடை திறந்தாள்

பட்டம் ஏற்கப் பல்கலை சென்ற நாளில்
சிவப்புப் பட்டையில் குஞ்சம் வைத்த சோலாப்பூரி தந்தாள்
பதவியேற்ற நாள் காலையில்
ராணுவப்பச்சை சப்பாத்துகள் தந்தாள்
பாட்டியான பிறகும் பழைய செருப்புக் கடையை
இழுத்து மூடவில்லை சிறுமி

பழைய செருப்புகள் வாங்குவதை
நிறுத்தவில்லை இறக்கும் வரை அவனும்

பின்னாளில்
அநாதையாகிக் காத்திருந்து அலுத்துப்போன பழைய
செருப்புகள்
தெருவில் நடக்கத் தொடங்கின கவலைகளோடு

விற்கப்பட்டவையும் விற்கப்படாதவையும்
ஆங்காங்கே வழிகளில் சந்தித்துக் கொண்டன
மலர்ந்த முகத்துடன் சிறுவார்த்தையும் பகராமல்
குளிர்ந்த புன்னகையோடு கடந்து சென்றன
சிறுமியைப் போலவும் சிறுவனைப் போலவும்.

புதிராய்

சூறாவளி
வலிவழியும்
தூரம்
தீரா வலியாய்ச் சுழல்கிறது
ஓரமாய்

மையமாய்
தோளைத் தொடும்போதெல்லாம்
ஒரே ஒரு
ஒரே ஒரு மழைத்துளி
மீண்டும் மேகமாகும் சோகம்.
●

நெடி

நான் முகர்ந்தால்
நிறம் மாறிக்கொண்டே இருக்கும்
நீ சூடினால்
மணம் மாறிக்கொண்டே இருக்கும்

வேண்டாம்
வேண்டவே
வேண்டாம்

தூக்கி எறி
அதன் காம்பில் உயிர்த்தெழட்டும்
அந்த மலர்.
●

இரவல்

நீரின் சிறகுகளாகப் பறந்த மேகங்கள்
தண்ணீர்ச் சருகுகளாக மேலே மிதக்கின்றன

எல்லா மேகங்களும் நல்ல மேகங்களில்லை
என்பதைப் புரிந்துகொள்ளத்தான் எவ்வளவு
தாமதமாகிவிட்டது

பிஞ்சு சூரியன் காலையில்
பஞ்சு மிட்டாயாக மென்று நடக்கும் மேகங்கள்
எத்தனை ருசியானவை அழகானவை அலாதியானவை?

கோடுகளுக்குள் மேகங்கள் சமைவதில்லை
மீறி சமைக்க விழையும் ஓவியனைக் கண்டால்
முதல் கல்லை நீங்கள் எறியுங்கள்

இறந்து கசந்து கிடந்த விஷமேகத்தை உண்ட
காற்றின் உயிர் பிரிந்தபோதே
நம் பூமி மூர்ச்சையாகிவிட்டது

மரங்கள் விறைத்துப் போயின
துடித்த சூரியன் தன் தீத்தோகையாலும்
பதைத்த நிலா தன் மஞ்சள் தாவணியாலும்
விக்கித்துப் போன நடசத்திரங்கள் மென் இமைகளாலும்
விசிறிப் போராடிய போதும் மூர்ச்சை தெளியாத பூமி
எப்போதோ இறந்துவிட்டது
இப்போது சுவாசிக்கும் நம்மை வாழவைத்து
நம் தோள்களில் நடனமிடும் காற்று
இன்னும் துயில் கலையாத ஒரு சிட்டுக்குருவியின்
கனவிலிருந்து வீசிக்கொண்டிருக்கிறது.

வேனல் திருவிழா

சூரிய நாணயத்தில் பொறிக்கப்பட்ட
வானத்து அரசியின் முகம் தகதகக்கிறது
கனன்று சுழலும் வேனல் விழிகளில்
கோபத்தின் வெம்மை இறுகுகின்றது
காமத்தின் குருதித் துளிகள் நிலத்தில் தெறித்து
மணிமணியாய் மண் திரள்கிறது
ஆண்களும் பெண்களுமாக மனிதர்கள் ஓடுகிறார்கள்
நிழலைத் தேடிப் பாய்கிறார்கள்
பகற் புணர்ச்சியைக் குற்றமாக்கிய சட்டம்
பசித்த புலியாக உறுமித் துரத்துகிறது
ஓர் இரவுக்காகவும் சொற்ப தட்பத்துக்காகவும்
இறையோரை இறைஞ்சுகிறார்கள்
பார்வையற்றவர்களிடம் கடனுக்கு இருள்கேட்டு
கெஞ்சுகிறார்கள்.

அரசியின் மார்பில் புயலின் முதுகென விம்மித் தணியும்
அனல் பந்துகளின் கோர வசீகரம்
மனிதர்கள் வாயிலிருந்து கூக்குரல்களை
உடைவாள்களைப்போல் உருவியெடுக்கிறது
ஊமைகள் கூட்டத்தார் ஒருவரோடு ஒருவர்
சைகைச் சண்டை காட்டிக் கொள்கிறார்கள்
குழப்பமடைந்த குழந்தைகளின் வெகுளிப் பார்வையில்
கிழங்களின் கேலிச்சிரிப்பில் இடிந்து விழுகிறார்கள்
மந்தை மந்தையாக சித்தப் பிறழ்ச்சி அடைகிறார்கள்
கொஞ்சம் பேர் உடைகளைச் சதைகளோடு
கிழித்தெறிகிறார்கள்
தீயின் சிவந்த உதடுகளில்
சாம்பல் தகடாகப் படிகிறது உலகம்.

புளித்த வெயில்

கருப்பு ஆப்பிள் இரவுகள்
காயத்துக் குலுங்கும் மரமானாய் துயிலில்
காத்து வெகுகாலம் கிடந்தும்
கனியவில்லை நுனியோரமும் உன் உலகம்

குருட்டு வெளவால்களின் கூக்குரல்களில்
காட்சிக் கூச்செறிந்து கலைந்து பறந்தன இனிய கனவுகள்

கசக்கும் அதிகாலை யொன்றைப் பிழிந்து சாறருந்தி
கண் பிதுங்கி விழித்தாய்
முகத்திலடித்தது புளித்த வெயில்
தீக்காயங்களுடன் சுருண்டாய் மீண்டும்
சுருட்டாத படுக்கையில்

ஏலாதிச் சுனையில் நீராடும்
சப்த கன்னியரில் நாலாமவளை
வளைந்து முத்தமிட்டான் முனி
கூச்சத்தில் நெளிந்து கூவியது காடு
தாகத்தில் தாவித்தாவி முறுவலித்தன நீர்ப்புருவங்கள்
காமத்தில் நெய்த கானல் இரவுகள்
கண்களில் திரைகளாய் விழுந்து மறைக்க
புணர்ச்சியில் துடித்தெரியும் உடல்கள் கண்டு
மதிகட்டவிழ்ந்தன காட்டு விலங்குகள்
நாணிக் குனிந்து கூனிக்குறுகி
பச்சைக் கிளியானாள் பத்திரகாளி
சிறகுகளின் முடிவற்ற சடசடப்பொலி கேட்டு
பதைத்து எழுந்தாய்
பகலெல்லாம் சுள்ளென்று சொட்டிய வெயில் மதுவை
பருகிப்பருகி வயிறு புடைத்து
குடுவையை மூடி வைத்துவிட்டு மொட்டுகளாயின
உன் தடாகத்தில் தாமரைகள்

அநாதி போதையில் தள்ளாடியது முத்தலைக் காலம்.

பாம்பு போய்க்கொண்டிருக்கிறது

ஒரு பாம்பு ஊர்ந்து செல்கிறது
புற்றை நோக்கியா புற்றை விட்டா
உறுதி செய்ய முடியவில்லை
பாம்பு போய்க்கொண்டிருக்கிறது

வாலில் கட்டப்பட்டிருக்கும்
வெறுமையைக் கண்டு அஞ்சிய தலை
முழுமையிலிருந்து தப்பிக்க விழைவதுபோல்
விரைகிறது

வாகனங்கள் சீறி
ஓசையைக் குதறும்
சாலையை மீறி
பிரக்ஞையின்றி குறுக்கே கடந்து
பாம்பு போய்க்கொண்டிருக்கிறது

மீட்ட யாருமற்று
தூர்ந்துபோன வீணையின்
இசைத் தந்திகளில் ஒன்று
தன்னைத்தானே முடுக்கித் துண்டித்து
வெளி தெறித்து விடுபட்டு
தனிராகத்தில்
ஊர்ந்து போவதுபோல்
பாம்பு போய்க்கொண்டிருக்கிறது

கனவின் திட்டிவாசலை
ஊதித் திறந்து
காத்திருக்கும் கழுகோ
பாம்பு வந்து கொண்டிருக்கிறது
என்றே கருத விரும்பும்

விரும்பினாலும் என் பார்வையில்
ஓடும் வாகனத்திலிருந்து சாலையில்

உருவிக்கழன்ற ஒரு சக்கரம்போல்
பாம்பு
உருண்டு உருண்டு போய்க்கொண்டிருக்கிறது!.
●

இதுவும் இருத்தல் தான்

நீ நடந்து வந்த பாதையில்
மரமாக நின்றிருந்தேன்
நீ கடந்ததும்
சருகாய்ப் பின்தொடர்ந்தேன்
நீ வீடடைந்ததும்
விளக்காய் நானெரிந்தேன்
உனக்குப் பசித்ததும்
ஆவிபறக்க மேசையில் உணவானேன்
நீ நித்திரையில் அமிழ்கையில்
திரவக் கனவாய் நான் ததும்பினேன்
கண் விழித்ததும்
கதிராய் நான் எழுந்தேன்
மாலை முதல் காலை வரை
நீயோ என்னை
கண்டுகொள்ளவே இல்லை
இப்போது
காலை முதல் மாலை வரை
எப்படி எப்படி இருப்பதென்று
சிந்தித்துக் கொண்டிருக்கிறேன்.
●

ஜெ.பிரான்சிஸ் கிருபா

நிறபேதம்

சுடரும் விழியில்
புகையும் அழுகை

விம்மும் இருளில்
வெடிக்கும் விடியல்

மரத்தின் வாயில்
வனத்தின் பசி

தொட்டில் காற்றில்
தூங்கும் கவிதை

வெயிலின் ருசியில்
கோடை நெடி

விறகும் நெருப்பும்
சாம்பல் விருப்பம்

நெஞ்சில் நஞ்சாய்
எஞ்சும் காமம்

கனவின் சாலையில்
அலறும் பயணம்

சொன்னால் உருகும்
மெழுகு மௌனம்

ஊனும் உயிரும்
வேட்கைப் பிழைகள்

முப்பால் மடுவில்
உப்பின் திமிர்

உறையும் நொடியில்
உடையும் காலம்

எழுத எஞ்சியது
ஏதோ கொஞ்சம்

யாவும் அறிந்தது
வெள்ளைத்தாள்

கைவிடப்பட்ட இரவின் இதயமாக
சில பழுப்பு மௌனங்கள் கூடித்துடிக்கும் பாதையில்
உருகியோடும் மெழுகுக் கொடி நதியில்
ஓரேயோர் ஒளிமீன்
திரிமுள்ளை விழுங்கிச் செரிக்கும் பசியில்

சுவர்களில் உடையும் நிழல்களின் ஓசை
ஒளிந்து விளையாட
அறைக்கதவின் சாவித் துவாரத்தில்
ஊடுருவி வெளியேறும் வெளிச்சம்
விடியலைத் திறக்கும்வரை
விழித்திருப்பதே பொழுதுபோக்காகிவிட்டது

கனவுகளின் அனைத்துச் சாலைகளும்
பழுது பார்க்கப்படுகின்றன சிவப்புக்கொடிகள் நட்டு

கண்ணாடிப் பாறைகளை எழுப்பி
காற்றில் பறவைகளாகச் செலுத்திவிடும்
பகலின் இதயமாகத் துடித்துக் கொண்டிருப்பதோ
மேலும் சில கறுப்பு மௌனங்கள்.

ஜெ.பிரான்சிஸ் கிருபா

என்னைத் தெரியுமா?

மந்தைக்குத் திரும்ப மனமில்லாமல்
நண்டு வளைக்குள் ஒளிந்தோடிய
அந்த வெயிலைப் பிழிந்து
சாறெடுத்துக் கொண்டிருந்தவளைக் கேட்டேன்
தெரியுமென்றாள்

நிலைக்கண்ணாடி ஊஞ்சலில்
மரத்தைக் கட்டி
ஆட்டிக் கொண்டிருந்தவளைக் கேட்டேன்
தெரியுமென்றாள்

கடிதத்தைத் தொலைத்துவிட்டு
முகவரியை மட்டும் வைத்துக்கொண்டு
முழித்துக் கொண்டிருந்தவளிடம் கேட்டேன்
தெரியுமென்றாள்

சப்தங்கள் நொறுங்காமல்
சருகுச் சிற்பங்கள்
செதுக்கிக் கொண்டிருந்தவளைக் கேட்டேன்
தெரியுமென்றாள்

இமயம் முதல் குமரிவரை
குமரி முதல் கிழவிவரை
காலை முதல் மாலை வரை
மாலை முதல் நாளை வரை
கேட்டுக் கேட்டு வியப்புற்றேன்

எல்லோருக்கும் என்னைத் தெரிந்திருந்தது
எப்படி யென்றுதான் தெரியவில்லை!

தோழமை

பல ஆண்டுகளாக
வளர்த்து வருகிறேன்
கொஞ்சம் கோழிக்குஞ்சுகளையும்
கொஞ்சம் பருந்துக்குஞ்சுகளையும்
ஒரே பஞ்சாரத்தில்

குஞ்சுப் பருவத்திலிருந்து
அந்தப் பிஞ்சுப் பறவைகளை
விடுபட விடாமல் ஏதோ ஒன்று
தடுத்துக்கொண்டே இருக்கிறது
அதுபற்றிய கவலை
எனக்கேதும் ஏற்படவில்லை

ஏனெனில்
கோழியும் பருந்தும்
சிறகுகளோடு சிறகுகள் சேர்த்துச் சிரித்தபடி
துண்டு துண்டாகிக் கிடக்கும் கடவுளை
ஒன்றாகக் காண்கிறேன்.
●

பார்வை

தோள் பையைத் திறந்து
தபால் தலையளவு கண்ணாடியில்
தன் முகம் பார்க்கும் பெண்கள்
முதலில் எதைப் பார்ப்பார்கள் என்ற கேள்வியால்
மூளையைக் குடைந்துகொண்டு ஏன் அலைகிறாய்?

அவள் அவள் வெளிச்சம்
அவள் அவளுக்கு.
●

ஜெ.பிரான்சிஸ் கிருபா

படரும் சோகம்

அந்த விளக்கின் திரியில்
காற்றை ஏற்றுகிறாய்
ஊதி அணைத்துவிட
யாராலும் முடியாத அமர தீபமாய்

காற்றின் வெளிச்சம்
மூச்செங்கும் பறக்கிறது

சுடரின் மென்னகை
பளபளப்பாய் விழிக்கிறது

நெருப்பின் வாசனை
மின்னலெங்கும் சுரக்கிறது

மின்சாரப் புழுக்கம்
மௌனத்தைப் பறிக்கிறது

பூமியொரு மணல் கனியாகி
மரங்களை ருசிக்கிறது
உதிரும் பூக்கள்
உலரும் வரையில் சிரிக்கின்றன

ஆனாலும்
உயிரின் கிணற்றுக்குள்
குதித்த நீ
மீனாக முடியாதது
தாளாத சோகம்தான்.

பாடம்

ஆலம் விழுதுகளில் கிளிகள்
எப்படி மரமேறுமென்று
உன் ஜடைப் பின்னலில்
நடித்துக்காட்டிய
என் விரல்களைக் கோபித்துக்கொண்ட
உன் கூந்தல்
முதுகை விட்டுத் தாவி
மார்பில் விழுந்தது
செல்ல முகச் சுழிப்போடு
உன் விரல்களே பின்னத் தொடங்க
இப்போது கற்றுக் கொண்டிருக்கிறேன்

ஆலம் விழுதுகளில் கிளிகள்
எப்படி மரமிறங்குமென்று.

கூட்டத்தில் தனியே

மழை விழுந்தால்
விழ இடமுண்டு
உலர நிலமுண்டு

அவன் விழிகளால் அவனே அழுது
கண்ணீரை
அவனே அருந்திக் கொள்வான்

அவன் தாகமும்
தனிமையும்
அதுதானே.

ஜெ.பிரான்சிஸ் கிருபா

கனியும் தனிமை

அந்த மரத்தில்
நின்று கொண்டிருக்கும் அந்த மரத்தில்
நிறைமாத கர்ப்பிணியாய்
சற்றே தளர்ந்து நிற்கும் அந்த மரத்தில்
எத்தனையோ பழங்கள் கனிந்திருக்க
ஒரேயொரு கனி மட்டும்
ஏன் ஒரு முனிபோல் கனிந்திருக்கிறது.

இந்தக் கனிமுனியைக் காண
அருகே ஒரு நண்பன் உடனிருந்தால்
இன்னொரு முனியும் கனிந்திருப்பானோ?

சொல் என்னும் கல்

இச்சின்னஞ்சிறு
சீனிக் கல்லை
சிதைத்து
சித்ரவதைப் படுத்தி
எந்த ஒரு சிறப்பான
சிற்பத்தையும் சிருஷ்டித்து விடுகிற
அதியற்புதமான சிற்பி அல்லன் நான்

அப்படி ஏன் பார்க்கிறாய்
அற்பமாய் அருவருப்பாய்

அதுதான் உன் விருப்பமெனில் நில்
இச்சின்னஞ்சிறு சீனிக்கல்லை
ஒரு சொல்லாக்கித் தருகிறேன்
அதைக்கொண்டு நீ
யாரை வேண்டுமானாலும் கொல்லலாம்
அதை என்னிடமிருந்தேகூடத் தொடங்கலாம்.

சிருஷ்டி

சித்தம் பிறழ்ந்த மனிதனுக்கு
சிகிச்சை நடந்து கொண்டிருக்கிறது
வெகு தீவிரமாய்

வானத்தின் ஏதோ ஒரு மூலையில்
வழி தப்பி
சித்திரை மாதத்துக்குள்
கத்திரி வெயிலில் அலைந்து
களைப்போடு வந்த மழையின்
மின்னலைப் பிடித்து
பிழிந்து ஊற்றிக்கொண்டிருந்தார்கள்
முணுமுணுத்தபடியிருந்த உலர்ந்த உதடுகளில்

மின்னல் சாறு குடித்ததும்
அவன் உடல்
ஒரு சன்னதத் துடி துடித்து விறைத்தது

அங்கிருந்து நகர்ந்து
விலகும் தறுவாயில்தான் கவனித்தேன்
அவன் கருவிழிகள் இரண்டும்
வட்ட வடிவக் கறுப்புக் கடிகாரங்களாகியிருந்தன

அவற்றில் இரண்டிரண்டு மின்னல் முட்கள்
எதிரெதிர் திசைகளில் ஆவேசமாகச் சுழன்று
ஒன்றையொன்று வெட்டிப் போரிட்டு
காலத்தை கத்தரித்துத் தள்ளிக்கொண்டிருந்தன

அதற்குப் பிறகுதான் அறிந்துகொண்டேன்
கடவுள் இப்படியும் தயாரிக்கலாமென்று.

திகம்பரி

திருத்தம் பொருத்தமாக
திசைகளை அணிந்துகொண்டு
எதிரில் வந்து நின்ற
திகம்பரி கேட்டாள்
“எப்படி இருக்கிறது என் உடுப்பு?”

“மேற்கு சகிக்கவில்லை
கிழக்கு கேவலமாக இருக்கிறது
வடக்கைப்பற்றி கேட்கவே வேண்டாம்
தெற்கின்மீது ரத்த வாடை” என்றேன்

ஆடை கிழித்து
எறிந்தாள்
அக்கணமே

யரும் எடுத்து
மடித்து வைத்துவிடும் முன்
விடுதலை பிடிபட்ட பூரிப்பில்
வெளிக்கும் வெளியே
விரிந்தன திசைகள்

உங்களோடு பகிர்ந்துகொள்ள
முயன்ற தருணத்தில்
பந்தயப் பொருளாக
முதன்முதலில் என்னைத்தான் வைத்தேன்

தோற்றுப் போனேன்

தோற்ற பிறகு
காற்றும் என் மூச்சும்
கலந்து பேசிய உரையாடலை
ஒட்டுக் கேட்டுக்கொண்டிருந்தேன்

விட்டுத் தள்ளு இவனை என்றது
என் மூச்சு
எப்படி விட்டுத்தள்ள முடியும் என்றது
காற்று

என் மூச்சிடம் காட்டிக் கொள்ளாமல்
காற்றின் காதோரம் கிசுகிசுத்தேன்
"அது சரியாகத்தான் சொல்கிறது
அதை நீ ஏன் மதிக்க மறுக்கிறாய்"

விடு
இதெல்லாம் உனக்குப் புரியாதென்று
கதறிச் சிரித்தது காற்று

அக்கம் பக்கம் சற்றே நோட்டமிட்டுவிட்டு
முடிவற்ற சூதாட்டத்தில்
அடுத்த பந்தயப் பொருளாகப்
புயலை வைத்தேன்

அது புயலுக்குத் தெரியாது

தெரிந்தாலும் தெரியாத மாதிரி
காட்டிக்கொள்ளுங்கள்

அதற்காக
உங்களுக்கு
என் கள்ளத்தனமான நன்றி.

ஜெ.பிரான்சிஸ் கிருபா

சொல் ஒரு குதிரை

ஒரு சொல்
கொழுத்த குதிரைபோல்
உங்கள் முன் திமிர்ந்து நிற்கிறது
சவாரிக் காய்ச்சல்
உங்களுக்குச் சவால் விடுகிறது
நீங்கள்
திறன் படைத்த எழுத்தாளன்
அல்லது கவிஞன்

விடுவீர்களா சும்மா
குதிரையின் பிடரி ரோமங்களை
கற்றையாகக் கைப்பற்றி
பந்துபோல் துள்ளி
குதிரைமேல் அமர்கிறீர்கள்

குதிரை பறக்கிறது
குளம்படியில்
சிறகுகளின் சடசடப்பு

வெயிலும் பறக்கிறது
குளம்படியில்
சிறகுகளின் சடசடப்பு

வெயிலும் வெளிச்சமும்
இருளும் இரவும்
கலந்தொரு சீழ்க்கை
எங்கிருந்தெனத் தெரியாமல்
சீறிவந்து காதைக் கிழிக்கிறது

சட்டென்று நிலைக்கிறது பயணம்
என்னால்
ஒரு குவளைத் தண்ணீர் தர முடிந்தால் நல்லது

ஏனெனில்
நீங்களும் உங்கள் குதிரையும்
களைப்பில் வீழ்ந்து கிடக்கிறீர்கள்
மற்றொரு சொல்லின் முற்றத்தில்!

●

இடைத்தங்கல்

பறவைகள் தங்கள் கூடுகளை
அடைந்து கொண்டிருந்த
அந்தி மாலையில்
பூமியை எட்டிப்பார்க்க
முதலில் உதித்த குட்டி விண்மீனின்
குரலைப் போலிருந்தது
உன் மௌனம்

விடிவிடியென்று
இரவைத் துன்புறுத்தாமல்
குடி குடியென்று மலர்ந்த

உன் உதடுகள் குடித்து
முடிக்கும் முன்னமே வந்துவிட்டது
அதிகாலை

அதற்கு முன் நான் பார்த்ததில்லை
ஒரு பனித்துளிக்குள்
இத்தனை சூரியன்களை

நான் நன்றி கெட்டவனாக இருக்கலாம்
என்றாலும்
என்றென்றும் நன்றியுடன் இருக்கும்
என் காதல்.

●

ஏக்கத்தின் ரத்தம்

குளத்திலிருந்துதான் வந்தது சத்தம்
மிகத் துல்லியமாக மெச்சும் குதூகலத்துடன்
ஒரு தவளை நீரில் குதித்து நிலத்தைத் தேடும் சத்தம் அது

பொழுது இரவு வேளையாக இருந்ததால்
சத்தத்தின் அத்தனை குமிழ்களும்
வெகு கூர்மையுடன் வெடித்து
வெளியைக் கீறிச் சென்றன

காய்ந்த குளத்தில் கல்லாகிக் கிடந்த
எல்லாத் தவளைகளும் நொடியில் உயிர்த்த உற்சவம்
என் நரம்புகளில் நிரம்பியது

உயிர்களின் திருவிழாக் கூச்சல் காற்றில் தாவிச்
செல்லச் செல்ல பாடலின் ஆலயம் ஓடமாயிற்று
சுற்றிலும் முற்றிலும் கண்களால் பின்னப்பட்ட நிலாக்கூடை
தேய்ந்து வளர்ந்தது திங்கள்தோறும்

சோகையாய் இசைக்கும் உலர்ந்த சருகுகள்
இமைகளாகி படபடத்துப் பறக்கத் தொடங்கின பார்வைகள்
தொடுவானம் விட்டு தொடுவானம் தொட்டு
ஓடிக் களைத்தபோது
“நாளை உன் கால்தடம் மாலை மழை முடிவில்
வானவில்லாய் வந்து சேரும்” என்ற உறுதிமொழியுடன்
பகலைத் தன் அடுப்பில் பற்றவைத்தது இரவு

நிலத்தில் ஒளி முளைத்தபோதோ
காய்ந்து கிடந்தது குளம்
அது குறித்துத் தவளைகள் கவலை கொள்ளவில்லை
ஏனெனில்
அதற்கும் முன்பே அவை கற்களாகிவிட்டிருந்தன

பாறையாகவோ ஆமையாகவோ பறவையாகவோ
தவளையாகவோ

முடியாத ஓர் ஏக்கத்தின் ரத்தம்
அந்தப் பகலின் ஒளியாகப் பரிமாறப்பட்டது
விருந்தின் முடிவில் மீதமிருந்ததோ
நீரின் மீதொரு உயிரின் சொடுக்கு.

என் வானிலே

மணற் கண்ணாடி நிலம் உடையாமல்
நிழலாக நடந்து கோவிலின் வாசலில்
முளைத்து நிற்கிறேன் குடைக் காளானாக
சிடுசிடுவெனப் படபடக்கும் சிட்டக் குருவிகளின்

வியர்வைத் துளிகள்
மழையாகத் தவிக்கின்றன
என் குரலுக்குள் கலைகின்ற கார்மேகம்
உன் பெயர் தேடித்தேடி அலைந்து
முடிவுற்றதோ பெருவானம்

நடை திறக்குமா? சிலை சிரிக்குமா?
என்றிரு கேள்விகளை
அடைகாத்தது தொடுவானம்

குஞ்சு பொரித்த பிறகு பஞ்சமில்லை
நள்ளிரவுக்கு நட்சத்திரங்கள்.

விழித்தால் முளைக்கும் சிறகுகள்

கால் விரல் நகமாய்
உதித்த காலைச் சூரியனை
தேய்ந்த செருப்புக்குள் ஒளித்தபடி
வேலைக்குப் புறப்பட்டுச் செல்லும்
உன் அவதி
என்னையும் தொற்றிக் கொள்கிறது

மரத்திலிருந்து மண்ணுக்கும்
நிலத்திலிருந்து விண்ணுக்கும்
மாறி மாறித் தாவும் காகம்
கூடுகட்டும் ஆனிமாத நகரத்தில்
விளக்குமாற்று ஈர்க்குகள் கூட
திருடு போய்க்கொண்டிருக்கின்றன வீடுகளில்

பிழைப்புக்காக உன்னையொரு பந்துபோல
பகலுக்குள் வீசி மீட்டுப் பிடிக்கும் விளையாட்டில்
வென்றபடியே இருக்கிறது விடாப்பிடியாக விதி

துருப்பிடித்த அடிபம்புக் குழாயில்
தவித்துத் தலைகீழாய் நின்று தாகித்தது
மதியத்திலிருந்து மாலை நோக்கி
இன்னும் ஒரு காக்கை

பூத்த நிலவொளியூர்தி கூரையில் சறுக்க
தேக்கத்தில் கலங்கிய மின்னொலியில்
சோர்ந்து கூம்பும் உன் முகத்துறையிலிருந்து
வழியும்மொழியுமற்ற ஒரு நிலத்திற்கு
அழைத்துச் சென்று கொண்டிருக்கிறேன்
துயிலும் கூட்டுப்புழுவை.

பூக்களைப் புகைக்கும் மேகங்கள்

1

தன் நிழல்மீது
இறங்கி அமரும்
நண்பகல் பறவைகள்
கண்களில் கண்ணாடி வளையல்களாய்
சிணுங்கும்போது
காட்சிகளைச் சத்தமின்றி உடைக்கும்
ஒரு காதலை அல்லது
அது போலொரு சிநேகத்தைப் பசியாக்கிய பின்
பூக்களைப் புகைக்கும் மேகங்களை
பார்க்கச் சொல்லிவிட்டு
மளமளவென்று மழையெனச் சிரிக்கும்
உன்னைச் சுமக்க நினைத்தேன்
மார்புகளுக்கிடையே ஊறிய
வியர்வை யாற்ற உதடுகள் குவித்து
நெஞ்சில் ஊதும்போது
நினைவிருந்தால் என்னை மன்னித்துவிடு
நானோ அந்தப் பறவையோ
அள்ளிக் கட்டித் தலையில் வைத்துக்கொண்டு போக
விறகுகளல்ல நிழல்கள்.

2

சுற்றிக் களைத்து
சும்மா இருக்க
பூமிக்குத் தோன்றும்போது
மற்றொரு முத்தம் வெடித்து
நான்கு உதடுகளாகச் சிறறும்
அப்போது தொனிக்கும்
ஓர் அற்புத விம்மலில்
உன் மின்னல்கள் திகைக்கும்

மேலும் மேகங்கள்
பூக்களை
இன்னும் ஆழமாகப் புகைக்கும்

3

மின்னல்களின் கண்ணீராய்
சொட்டிச் செல்லும் மின்மினிகளை
துடைக்கத் தோன்றவில்லை
அத்துமீறிய கண்களிலிருந்து
துடித்துப் பாய்ந்த அம்புகளை
மறித்துக் குடித்த வேளைகளில்
அறிந்திருக்கவில்லை
மரணத்தின் படிக்கட்டுகளில்
அழைத்துச் செல்லப்படுகிறேன் என்று
நீ விதைத்த சாவு
விளைந்து பயிரானபோது
மணிகளெல்லாம் விழிகளாயிற்று
இதயத்தில் எரிந்த தீபம்
உறங்கப்போவதுபோல் சரிந்து படுத்தது
அமைதியின் கன்னத்தில்
ஆர்ப்பரித்துக் கொண்டிருந்தது
அனாதை முத்தம்

புன்னகை வேண்டி நின்ற மரங்கள்
துப்பத் தொடங்கின பல வண்ணப் பூக்களை
அப்போதுதான் எனக்கு அறிமுகமாயின
பூக்களைப் புகைக்கும் மேகங்கள்

மின்மினிகள் தம் கூடுகளுக்கும்
மின்னல்கள் தம் வீடுகளுக்கும்
திரும்பிவிட்டன பாதுகாப்பாக
நல்லதொரு நன்றியெடுத்து
உன் பந்தியில் பரிமாறுவேன்
இதற்காகவும்

4

பகலின் முகமெங்கும் பரவியொளிர்ந்த
பைத்தியக் களை மெல்லக் கலைந்து மறைகிறது

வீசிய காற்றின் விரல்களிலிருந்து
உலகைச் சீவிய கோடை நகங்கள்
உதிர்ந்து விழுகின்றன

குடல் உலர தாகித்து உடல் சருகான பறவைகள்
உயிர் மீளும் உற்சாகத்தில் பதுங்குகின்றன
அறிகுறிகள் அத்தனையும் நல்ல நம்பிக்கைகளால்
நிரம்புகின்றன

மழைவில் யாசகன் வருகிறான் மீண்டும் மீண்டும்
மழைவில் யாசகன் வருகிறான் இன்னும் இன்னும்
இன்னும் சிறிது நேரத்தில் வந்துவிடுவான்

வீதிகள் திறந்திருக்கட்டும்
வீடுகள் சிலிர்த்தெழட்டும்
ஜன்னல்கள் விழித்திருக்கட்டும்
குழந்தைகள் தூங்கிவிடாதிருக்கட்டும்

வாசல் கதவுகளைக் களைந்துவிட்டு
வாசமுள்ள கனவுகளைப் பொருத்துங்கள்

கடந்தமுறை நடந்ததை மறந்துவிட வேண்டாம்
கசப்பான அனுபவங்களை மீண்டும் அவனுக்கு
தரவேண்டாம்

யாரும் தானமிடாதது தப்பில்லை
பிச்சைப் பொருளைக் கடன்கேட்டுச் செய்யப்படும்
முன்பதிவுகள் அருவருப்பானவை

அவனுக்கெதிராக மௌனங்களைத் தயாரித்தவர்கள்
மறுபடியும் பேசவேண்டாம்
இந்தமுறை யாரும் வார்த்தைகளை வதைக்கக் கூடாது

மழைவில் யாசகன் அதோ
பூக்களைப் புகைக்கும் மேகங்களை
கடலில் சுருட்டி எறிந்துவிட்டான்
தண்ணீர்த் தையற்காரனிடம்

தன் புத்தாடையை வாங்கி அணிந்துகொண்டான்
தங்க மீன் வடிவப் பொத்தான்களில் கொடியொளி
மிளிர்கிறது
யாசகக் கிண்ணமாக வானத்தை
ஒரு கையில் ஏந்தியவண்ணம் புறப்பட்டுவிட்டான்

இதோ மழை நின்று இத்தோடு
ஏழு சொட்டு நேரமாச்சு.

வானம் உயர்ந்த கதை

என் இரவு உணவுக்கான ரசத்தை
அடுப்பங்கரையில் சமைத்துவிட்டு நிமிர்ந்த
பாட்டியின் தலையில்
தட்டிவிட்டது வானம்
“சீ சனியனே தூரப்போ”
எனக் கடிந்ததும்
பதறிப் பயந்து அன்று உயரத்துக்கு ஓடியதுதான்
நீங்கள் இப்போது காணும் வானம்

அப்போது
சொன்னபோது நம்பவில்லை
இப்போது நம்புகிறீர்களா
எங்க பாட்டியம்மா
ஞாயிற்றுக்கிழமை போலிருப்பாள்.

விடியும் வரைதான் நான் கடவுள்

அலையில்லாமல் அசைவில்லாமல்
கடல்கள் வந்து
குறைகளை முறையிட்டுச் செல்லும்
கனவுகள் அதிகரித்து வருகின்றன

நேற்றைய இரவு
ஏழாவது கனவுக்குள்
தயங்கி நுழைந்த கடல்
ஓர் அலையை உதறி இடுப்பில் கட்டி
பணிந்து நின்ற கோலம்
நெஞ்சை அலைக்கழிக்கிறது
"அவர்கள் தானே ஞானிகள்
அவர்கள் தானே மேதைகள்
அவர்கள் தானே தலைவர்கள்
அவர்கள் தானே தேவதைகள்"

கம்மிய குரலில் கடல்
விம்மியபோது
கண்களில் வடிந்த கண்ணீர்த் துளிகளில்
மீன்கள் நிலைகுலைந்து உதிர்ந்தன
உப்பின் ருசிவகிடு
உயிருக்குள் தீயாய்க் கீறி மறைந்தது

"மணல் வீடுகளை
எம் முற்றத்தில் கட்டி
எமக்கே வாடகைக்கு விடுகிறார்கள்
நகரத்துக் குழந்தைகள்

வாடகையோ
லட்சங்களில் கோடிகளில் தொடங்குகிறது
எங்களிடம் எஞ்சியிருப்பதோ
குப்பைபோல் உப்பும்
குலாவித் திரியும் மீன்களும்
கொஞ்சம் முத்துகளும்தான்

ஜெ.பிரான்சிஸ் கிருபா

கடன் சுமை கழுத்தை அறுக்கிறது
நீங்கள்தான் எம்மைக் காக்கவேண்டும்"

அழுகையில் கடல் குலுங்கியபோது
புயலால் புண்பட்ட காயத்திலிருந்து
பீறிட்டிருந்தது நீலக்குருதி

நகரத்துக் குழந்தைகளைக் கண்டிப்பதாக
சத்தியம் செய்ததும்
கண்களைத் துடைத்துக் கொண்டது கடல்

'டொக் டொக்' கென்று கதவைத் தட்டும் சத்தம்
கண்விழித்த எனக்கோ 'காலண்டர்' தாள் பார்க்க அச்சம்.

விருந்து

குரல்வளைகளை நெரித்து நெரித்து
உருவிய குரல்கள் இவை
ஒவ்வொன்றும் ஒவ்வொரு வண்ணத்தில்

இவற்றை ஒன்றாகக் குழைத்து
ஒரு குரல் சமைப்பதுதானே
உன் நோக்கம்

சமைக்க ஆரம்பி
சற்று வேகமாகச் சமைத்து
விருந்து படை

உறுபசியோடு
உணவு மேசையில்
காத்திருக்கிறான்
இந்த ஊமை.

புதையல்

எல்லாம் வேர்கள்
எல்லாருமே பசும் புற்களின்
வேர்கள்
முனை மிக மிருதுவாகத்தான் இருக்கிறது
அவற்றின் குருத்து வீரியம்
மண்ணைத் துளைக்கும் ஆர்வம்
திகைப்பையும் ஆச்சரியத்தையும்
என்னுள் ஆணியாய் அறைகிறது

இறந்த என் நரம்புகளெல்லாம்
இப்போது வேர்களால் நிறைந்துவிட்டன
மரணத்தைத் தின்று
அல்லது வென்று
நான் மறுபடியும் பிறந்துவிட்டேன்
எழுந்திருக்கத்தான் முடியவில்லை

கல்லறை கட்ட காசு பத்தாமல்
என்னைப் புதைத்தீர்கள்
அடப்பாவிகளா
புதைத்ததுதான் புதைத்தீர்கள்
கொஞ்சம் ஆழமாகப் புதைத்திருக்கக் கூடாதா
கடைசி மரியாதையிலும்
இப்படியொரு கஞ்சத்தனமா

வலி பொறுக்காமல் மண்ணுக்குள்
நான் துடியாய்த் துடித்தாலும்
காளானாய்ப் புடைக்கவோ
பயிராக முளைக்கவோ
முடியாத சோகம் என்னோடே இருக்கட்டும்
உங்களை மேலும் சபிக்க
என்னிடம் காரணங்கள் போதவில்லை

எப்போதாவது வந்து
என் மார்பில் துளிர்ந்திருக்கும்
பச்சை ரோமங்களை மேய்ந்து பசியாறி
செம்மறி மந்தைகள் கடக்கும்போது
அவற்றின் கால் குளம்புத் தாளங்கள்
தட்டித் தட்டித் தாலாட்டும் பாடல்களின்
ஆசுவாசம் போதும் இப்போது எனக்கு.
●

முத்தம் செத்த கதை

அன்றடித்த அனல்
இன்றில்லை என்றாய்
என் முத்தத்தில்

உதடுகளால் மட்டும்தான்
முத்தமிட முடியுமென்ற
மூட நம்பிக்கையாலோ
என்னவோ

விரல்களால்
விழிகளால்
வேறு பொறிகளால்
முத்தமிட ஏலாதோ

அல்லாமலும்
அன்று அது
நம் முத்தமாக இருந்தது.
●

வேட்டை

அது துரத்துகிறது
நான் ஓடிக் கொண்டிருக்கிறேன்
அது வேறொன்றுமில்லை
ஒரு கேள்வி
ஆயிரம் சிறகுகள் முளைத்த கேள்வி

என்னைப் பின்தொடரும் அது
என்னைப் பிடிக்கத் துடிக்கிறது
மூச்சிரைக்க ஓடுகிறேன்
ஓடும் வேகத்தின் உச்சத் தருணங்களில்
என் கை கால்கள் சிறகுகளாக மாறிப்
பறந்தும் தப்பிக்கிறேன்
களைப்பின் கிணற்றுக்குள்
ஒளிந்து ஓய்ந்திருக்கும் வேளைகளில்
பின்புறமாய்ப் பதுங்கி
பதிவைத்து நெருங்குகிறது

பதற்றத்தில் செய்வதறியாது
திரும்பிச் செல்லும் ஊற்றாக
நிலத்துக்குள்ளும் பாய்கிறேன்
அங்கேயும் அதன் செல்வாக்கு
துளியும் சரியவில்லை

நேற்று
நள்ளிரவுக்கு இடப்பக்கத்தில்
ஆவி பறக்க அண்டாவில்
கொதித்துக் கொண்டிருந்த வெந்நீரில்
ஒரு வண்ணத்துப்பூச்சி
தவறி விழுந்துவிட்டது
இறந்தபின்னும்
இன்னும் அந்நீரில் அது
மிதந்துகொண்டுதான் இருக்கிறது

ஜெ.பிரான்சிஸ் கிருபா

நீர் குளிர்ந்தும்விட்டது
அதன் வண்ணங்களுக்கு எந்தப் பழுதும் ஏற்படவுமில்லை

சிறகுகளில் இத்தனை வண்ணங்கள் கொண்டிருந்த
வண்ணத்துப் பூச்சியின்
பிரிந்துபோன உயிரில் எத்தனை எத்தனை
வண்ணங்கள் இருந்திருக்கும்?
●

அது இது எது மது

ஒரு தாரகை
ஒளிர்ந்து வழிவதுபோல்
உன் குரலை
நான் கண்டுகொண்டிருக்கிறேன்
ஒரு பொருளும் தெரியவில்லை
என்றாலும்
இனிமை குறையாமல் நீ
உரையாடிக் கொண்டிருக்கிறாய்
உன் பேச்சின் இடைவெளிகளில்
மழலை மேகங்கள்
சுகமாய் மிதக்கின்றன
கதறி அழுபவனின் கண்ணீரை
கிண்ணத்தில் ஏந்தியதல்ல
என் மதுக்கிண்ணம்
என் கிண்ணத்தில் கவிழ்ந்திருப்பது
தேவதையின் முலை
அதன் காம்பில் கசிவது தாய்மையின் ரசி

கருவிழியை இரவாக
உதறி விரித்து
உறங்குகிறான்
பொழுதைத் தெய்வத்தின் திரித்து.
●

கடிதமானவன்

கடிதம்போல ஒரு கனவு
உங்களுக்கு வந்திருக்கிறதா
எனக்கு வந்திருக்கிறது

உள்ளடக்கத்தை
உங்களிடம் பிரித்துச் சொல்ல
என்னால் முடியாது

அடுத்தவர் கடிதத்தைப் படிப்பதும்
நம் கடிதத்தைப் பிறரிடம்
படித்துக் காட்டுவதும்
ஏறக்குறைய ஒரே பிழையின்
இரு பக்கங்கள்தான்

ஆனாலும்
அக்கடிதத்தின் முக்கியமான
அம்சம் ஒன்றை
உங்களோடு பகிர்ந்துகொள்ள
எனக்கு அனுமதி வழங்கப்பட்டிருக்கிறது

அந்தக் கடிதத்தில்
முன் முகவரியோ
பின் முகவரியோ எழுதப்பட்டிருக்கவில்லை

மற்றுமொரு
முக்கியமான
அம்சம்
காற்றில் அலைந்து வரும்
ஒற்றை இறகென
வந்து சேர்ந்த அக்கடிதத்தை
நான் படித்து முடிக்குமுன்
அது என்னை
குடித்துத் தீர்த்துவிட்டது!

ஜெ.பிரான்சிஸ் கிருபா

பிசகு

உங்களில் பாவம் செய்யாதவன் எவனோ
அவன் இவள்மீது
முதல் கல்லை எறியட்டும் என்றான்

அதுவரை கல்லையே தொட்டிராத
யார்மீதும் எறிந்திராத நான்
முதல் கல்லை எறிந்தேன்
குறி பிசகிற்று

அவளைக் கடந்த கல்
ராட்சசன் மண்டையைப் பிளந்திற்று

அப்போதுதான் தொடங்கிற்று
என் அப்பாவி பாவங்களின் எண்ணிக்கை
கூடவே மன்னிப்புகளும்.

●

ஏளன வாசல்

தோல்வியுற்ற கேள்விகள்
பார்வையற்ற குருடுகளாய்
ஒன்றையொன்று துழாவித் திரிந்த
குருத்திருள் வேளையில்
ஒருத்தி
சிறுதுண்டுச் சூரியனை
கடைவாயில் மென்றபடி
கன்னங்கள் மினுமினுக்க
இருதுண்டு உதடுகள் பிரியாமல்
யாரைப் பார்த்துப் புன்னகைக்கிறாள்
நாதியற்ற பாதையில்?

●

தோப்பு வீடு

காகம்
நிம்மதியிழந்து கரைந்துகொண்டிருக்கிறது

பாடப் புத்தகத்தில் படித்த
மயிலின் அகவல்
இழவு வீட்டு ஒப்பாரிபோல்
செவியைக் கிழிக்கிறது

ரயில் பூச்சி அட்டைகள்
தண்டவாளங்களைத் தேடி
பயணித்துக்கொண்டே இருக்கின்றன
தவிட்டுக் குருவிகளை
துரத்தி விளையாடுவதே
அணில்களுக்குப் பொழுதுபோக்காகிவிட்டது

புல்லாங்குழலின் ராக நடைக்கேற்ப
நெளிந்து செல்கின்றன பாம்புகள்
கொடிபோல் தூங்கிவிட்டு
அரவம் கேட்டதும்
சுண்டிய அம்புபோல் பாய்கிறான்
கொம்பேறி மூக்கன்

மரங்களைத் துவைக்கிறது மழை
மரங்களைத் துவட்டுகிறது வெயில்
பகலுக்குப் பழுதில்லாமல்
பொழுது சாயும்போது
ஒரு நொடியில்
தேர்ந்துவிடுகின்றன
எல்லாக் கொசுக்களும்

கறுப்பு நிறக் கழுகுபோல்
பசியோடு பறந்துவரும் இரவினை
கடைவாயில் மென்றபடி
கடந்து போகின்றன மின்மினிகள்

ஜெ.பிரான்சிஸ் கிருபா

உயிர் சிதறி
உயிர்களின்மீது
தெறிக்கும் பொழுது
அது தோப்பு வீடு.
●

மதிப்பீடு

அவன் கிறுக்கனென்று
எப்படி மதிப்பிடுகிறீர்கள்?

எதை வைத்து வரையறுக்கிறீர்கள்?

அவன் பைத்தியக்காரன் என்பதற்காக
எதற்கு உங்களிடம்
இந்தத் தேவையற்ற
பாவனை பாவ சங்கீர்த்தனங்கள்

கையில் கத்தியோடு
கட்டையில் வைத்து
அவன் நறுக்கிக் கொண்டிருப்பது
அவனுடைய பசியைத்தான்
உங்களுடையதை அல்ல.
●

கரசேதம்

ஊட்டியபோது
சக்கரைப் பாகாய்
தித்தித்த நம்பிக்கை
வேம்புப் பாலாய்
திரிந்த பொழுதில்

தேன்கூட்டில் குடியிருந்து
சலித்த விண்மீன்கள்
மீண்டும் விண்ணுக்கே
திரும்பிய வழியில்

துணித்தெறியப்பட்டிருந்த என்
தனிமையின் சிரசு
மீண்டும் கழுத்தில் ஒட்டப்பட்டது

துணிக்க வந்ததுபோல் நீ
பொருத்தவும் வந்திருக்கலாம்
வலியின் வண்ணம் கொஞ்சம் கூடியிருக்கும்

நீயோ
உன் கைகளை மட்டும் அனுப்பியிருக்கிறாய்
வளையல்களோடு.

யானை மரம்

குரங்குகள் உறங்கியபிறகும்
விழித்திருக்கும் மரம்
தயங்கித் தயங்கிப் பின்னிரவில்
கரிய யானையாகிக் கண்ணயர்கிறது

யானையின் பசித்த கனவில்
விரிந்துசெல்லும் கரும்புத் தோட்டம்
முடிவுறும் எல்லையில்
விடிகிறது பொழுது

மனமெங்கும் மஞ்சள் ஒளிபரவ
முறிந்த சோம்பலோடு யானை
பகலில் மீண்டும் மரமாக

புற்கள் பச்சை விரல்களில்
வைர நகைகளாய் அணிந்திருக்கும்
குளிர்ந்த பனித்துளிகளை
வெள்ளைக் குருதியென்றெண்ணி
பரிதி மிருகம் சிவந்த நாவுடன்
பருகப் பதுங்கி வர
காற்று ஏதும் வீசாமலே
கொலை வாள்களாகிச் சுழல்கின்றன
புல்லின் விரல்கள்!

எனது கிணறு

உணவு மேஜையளவிலான
எனது சின்னஞ்சிறிய வனத்தில்
உணவுத்தட்டளவு
ஒரு கிணறு

கிணற்றைச் சுற்றிலும்
கிண்ணிப் பெட்டியளவு வயல்கள்

அவற்றில் சில
உப்பு வயல்கள்

வயல் வரப்புகளுக்கு நடுநடுவே
தேக்கரண்டியளவு மரங்கள்
அவற்றில் சில
சீம உடைமரங்கள்

எட்டிப்பார்த்தால்
முகம் காட்டாத
தொப்புள் ஊற்றுக் கிணற்றுக்குள்
கட்டித்தழுவிப் போராடி
ஒன்றையொன்று
தின்று விளையாடும் பாம்புகள்!

உயிர் வேட்கை

சுத்தமான குற்றங்கள்
பரிசுத்தமான குற்றங்கள்
சுகாதாரமான குற்றங்கள்
சுவையான குற்றங்கள்
அழகான குற்றங்கள்
அருவருப்பான குற்றங்கள்
சுறுசுறுப்பான குற்றங்கள்
வண்ண வண்ணக் குற்றங்கள்
வர்ணமற்ற குற்றங்கள்
எனச்
சொல்லிக்கொண்டே போக
உண்டு
கோடி கோடிக் குற்றங்கள்

தண்டனை மட்டும் ஒன்றே ஒன்றுதான்
அது
வாழத் துடிப்பது.
●

மறைமுகத் துறைமுகம்

கடலின் மடியில்
ஒரு குஞ்சு புயல்
சிறகென அலைகளை
பூட்டிக்கொண்டு
காண ஆவலோடு
கரைவரை வந்து
ஏமாந்து திரும்பும்
முகம்
யார் முகம்?
●

மற்றும்

சிற்றுடல்
குற்றுயிர்
பற்றில்லா உலகம்
ஒப்பனையற்ற கற்பனை
கலங்கிய சிந்தனை
தெளிவில்லா விதி

வாழ்ந்துகொண்டிருப்பதில்
வந்து விடுகிறது சலிப்பு

சலிப்பையும்
ரசிக்க முயலும்போது

தொடங்கி விடுகிறது

சகிக்கமுடியா
வியப்பு.
●

விருப்பம்

கடிகாரக்கடலில்
அலையாகும் நொடிகளை
நீ பாவுகிறாய்
படிக்கட்டுகளாக

புதிர் திறந்து பார்த்தும்
புரியவில்லை ஏதும்

சொல்
கரையேறவா?
கடலேறவா?
●

ஜெ.பிரான்சிஸ் கிருபா

ஓய்னா மரம்

வரலாற்றுச் சாலை
வளைவோரப் பெட்டிக் கடையொட்டிய
ஓய்னா மரத்தடியில்
ஒரு புராதனச் சுருட்டை
புகைத்தபடி நின்றிருந்தேன்

தோள் குலுங்கச்
சிரித்தபடி ஒன்றும்
முகம் கரைய
அழுதபடி ஒன்றுமாய்
எதிர்ப்பட்டன
இரண்டு இதிகாசங்கள்

அவை
நடையாய் நடந்தும்
தொலையவில்லை
துளியும் தொலைவு
திடுக்கிட்டுத் திகைத்த கணத்தில்
கண்ணுற்றேன்
என்னைப் புகைத்துக் கொண்டிருந்தது
நாகரிக இருட்டு.

●

ஏழுவால் நட்சத்திரங்கள்

கண்ணாடிச் சுவரில்
ஒற்றை நீர்த்துளியாய்
ஒரு நட்சத்திரம்
வடிந்தென்னை நெருங்கியபோது
அதைத் தொட்டுணர
தோன்றிய கணத்தில்
உணர்ந்தேன்

என் உடலில் ரத்தமாக
எத்தனை கோடி நட்சத்திரங்கள்
ஓடுகின்றன என்றும்

அவற்றில்
எத்தனை நட்சத்திரங்கள்
ஏழுவால் நட்சத்திரங்கள் என்றும்.
●

சம்மனசு

ஒரு முறத்தில்
இரண்டே இரண்டு
அரிசி மணிகளைக் கிடத்தி
புடையோ புடையென்று
புடைத்துக்கொண்டிருக்கும் காமமே
உன் தாளத்தின் ஆழத்தில்
முத்தென மின்னி மிளிர்வதெல்லாம்
அபத்தத்தின் வித்துகளே
எனினும்
உன் வித்தை மாடத்தை விட்டிறங்க
துணிய மறுக்கிறது
மனசு.
●

ஜெ.பிரான்சிஸ் கிருபா

மீண்டும் இரவு வரும்

பல் முளைத்து
சொல் வாய்க்காத குழந்தைக்கு
மொட்டைமாடியில்
உணவு பிசைந்தூட்டும் தாயிடம்
பௌர்ணமி நிலவைக் கைநீட்டி

அம்மா
எனக்கந்த அப்பளம் அப்பளமென
அடம் பிடித்தழும்
குழந்தையின் குரலாய்

இரவெல்லாம் என்னைச் சுற்றிவரும்
அந்தப் பாடல்
பகலில் ஏன்
மௌனமாகிவிடுகிறது?

எந்தக் குரல் புதர்களுக்குள்
பதுங்கிக் கொள்கிறது?
●

யார் நீ

ஒளிந்து ஒளிந்து வந்து ஏன்
ஒன்றுக்கும் உதவாத இந்தப் பரிசுகளை
அனுதினமும் தந்துவிட்டுப் போகிறாய்?
யார் நீ
இரவா?
இருந்துவிட்டுப் போ
எனக்கென்ன
என் காயங்கள் உறங்கிவிட்டன
அவற்றின் கவலைகளும் கண்ணயர்ந்துவிட்டன

உன் காலடி அரவம்
வீணாய்க் கலக்கமூட்டுகிறது
நிறுத்திக்கொள்

தொலைந்துபோகத்
தெரிந்தபின் வா.

●

விருந்தாளி

வீட்டுக்கதவைத் தட்டுவது
ஒரு வெள்ளி நிலவாக இருக்கலாமென்ற
நம்பிக்கையோடு நள்ளிரவில்
ஒரு நாளாவது நீ
வாசல் திறந்து பார்த்ததுண்டா?
இன்றேனும் பார்
உட்புறமாய்ப் பூட்டியிருக்கும்
வீட்டு முற்றத்தில்
மரித்துக்கொண்டிருக்கும்
மஞ்சள் வெளிச்சம்
வீடு திறந்ததும்
உயிர்த்தெழும் உற்சவத்தை.

●

கதவிலக்கம்

அறைச் சுவர்களை வெளியிலிருந்து ஊடறுத்து
அகாலத்தில்
வீட்டுக்குள் நுழைந்த ஒளிக்கற்றைகள்
ஆங்காங்கே வீடெங்கும் சுருண்டு கிடக்கின்றன
கண்டு கண்டுகளாக

அவற்றிலிருந்த புகை மூட்டமாய்
கசிந்து மேலெழுந்து பரவும் பாதரச ஒளி
மூளியாக்கிவிடுகிறது பொழுதுகளை

இரவு பகலின் தோலையும்
பகல் இரவின் தோலையும் பதைபதைப்போடு
மாறி மாறி உரித்து
அதனதன் சுயமுகம் தேடிச் சோர்ந்து சலிப்புற
ஒரு மாபெரும் அச்சத்தின் வெதுவெதுப்பு
வெப்பத்தின் எல்லை விரித்து வியாபிக்க
புழுக்கத்தின் உச்சத்திலிருந்து வியர்த்து
கொட்டிக்கொண்டிருக்கிறது
இந்த வீடு
கண் விழித்துக் கனன்றபடி இந்த ஒலிக்கண்டுகள்
யாருடைய எண்ணங்கள்
யாருடைய ஏவல்கள்
யாருடைய காதல்கள்
யாருடைய காமங்கள்
யாருடைய தனிமைகள்

அவற்றுக்கும் தெரியவில்லை
எனக்கும் தெரியவில்லை

உங்களுக்குத் தெரியும்
மிகமிக நன்றாகத் தெரியும்
ஏனெனில் இது உங்கள் உலகம்.
●

ரசனை

உங்களில் யார் யார்
யானை பார்த்திருக்கிறீர்கள்?

பார்த்தவர்கள் கையைத் தூக்குங்கள் என்றேன்
எல்லோரும் அவரவர் கையைத் தூக்கினார்கள்

அவர்களில்
நீ மட்டும்தான் தூக்கியிருந்தாய்
தும்பிக்கையை

தண்டவாளங்கள்
இன்றும் என்றும் என்றென்றும்
இரும்புக் கொடிகளாகவே
நீளும்

அவற்றில் மலர்களாகப் பூப்பவை
ரயில்கள்

அந்த மலர்களுக்குள்
மகரந்தமாக அமைந்திருக்கிறது
நம் பயணம்

அந்தப் பயணத்தில்
நாம்
ஒரு மலரைத் தேடிப் போகிறோமா
ஒரு வண்டைத் தேடிப் போகிறோமா
என்பதே சவால்

அதற்கு விடை கிடைத்துவிட்டால்
நீ மனிதன்

விடை எட்டாவிட்டால்
நீ இறைவன்.

●

ஜெ.பிரான்சிஸ் கிருபா

துறவும் வாழ்வும்

"மீன்களுக்கு நீச்சல் தெரியாது
நீச்சலைத் தவிர யாவும் அறிந்தவை அவை"
நீர் சொன்னபோது
என் நிலம் நம்பவில்லை

"குதிரைகளுக்கு ஓடத் தெரியாது
போரிலும் தேரிலும்
புவியதிர ஓடியவை புரவிகள்தான்
அந்தக் காலத்திலும்
இந்தக் காலத்திலும் ஓட்டத்திற்காகவே
ஓடிக் கொண்டிருக்கின்றன"
என்றான் ஓர் ஒற்றன்
"பறவைகளுக்கு பறக்கத் தெரியாது
மற்ற கலைகள் அனைத்திலும் அவை
மகத்தான் மேதைகள்
பறக்க மட்டுமே கற்றுக்கொள்ள முடியாமல்
பரிதவித்தலைகின்றன
மரங்களையும் கூடுகளையும் கைவிட்டபடி" என்றது
துருவிய தேங்காய்ப்பூ பூக்கும் குட்டி மரச்செடி

நாசிக் குழலில் காற்றுக் கசக்கி
பாய் வெறுத்து நிழல் மறுத்து
தொற்றும் இச்சையறுத்து
முள் விரித்து அதன்மேல் கால்கள் பின்னி
மடி பூத்த
அடி வயிற்றில் மட்டும் அடிக்கடி சிரித்து
தன்னைத் தேடத் தானே
விரித்த வலையில் கொழுவிக் கிடப்பது நீதானா?

கையை விரிக்காதே சித்தார்த்தா
காலைப் பிடிப்பதைவிட வேதனையாக இருக்கிறது.
●

ஓவியச்சோறு

நிலவு
துவர்ப்பாய்த் துவர்க்கிறது

சூரியன்
புளிப்போ புளிப்பு
நட்சத்திரங்கள்
உப்புக் கரிக்கின்றன

மேகம்
உப்புசப்பே இல்லை

மின்னல்
கசப்போ கசப்பு

இப்படியே
எல்லாவற்றின் சுவையும்
தாறுமாறாக இருந்தாலும்
ஒரு வெள்ளைக் காகிதத்தில்
வண்ணப் பென்சில்கள் உதவியுடன்
குட்டிச் சிறுமி
சமைத்துப் பரிமாறும் பாங்கு
தெய்வச் சுவை.

தள்ளுவண்டிக் கோவில்காரன்

எல்லோரும் சேவிக்க
எல்லோருக்கும் தோதாக
எல்லாக் கடவுள்களும்
அடுக்கி வைக்கப்பட்டிருக்கும்
தள்ளுவண்டிக் கோவில்கள்
பெருகிவரும் நகரத்தில்
நானும் ஓர்
தள்ளுவண்டிக் கோவில்காரன்

பாவங்களை அறிக்கையிடும்
பாவிகளின் முகம்
பார்க்கக் கூடாதென்று
பாதிரிகளைக் கட்டுப்படுத்தும்
சட்டதிட்டங்கள் ஏதும் எனக்கில்லை

தள்ளுவண்டிக் கோவிலை
வீதி வீதியாய்
தள்ளிக்கொண்டு போகையில்
வீடுகளின் வாசலில் நின்றும்
ஜன்னல் திரை விலக்கியும்
சந்துக்குள் விருட்டென்று மறைந்தும்
வழியில் மந்தகாசமாக எதிர்ப்பட்டும்
விதவிதமான பாவங்கள் காட்டும்
முகங்களைச் சற்றே
உற்றுக் கவனிக்கும் சுதந்திரமுள்ள
கோவில்காரன்

என் தள்ளுவண்டிக் கோவில் கடவுள்களிடம்
குழந்தைகள் குறைந்த கும்பிடு செலவில்
நிறைய சலுகைகளைத் தரக் கோருகிறார்கள்
பரிட்சை காலங்களில்
சாலையோரம் எதிர்ப்பட்டுவிட்டால்
எல்லாப் பாடத்திலும் நூற்றுக்கு நூறுதான்

துடிப்பான இளம் இதயங்களைத் திருட
தெருமுனையில் தம்மடிக்கும் திருடர்களிடமிலுந்து
தம்மைக் காக்கும்படி யுவதிகள்
துரிதமாகக் கன்னத்தில் போட்டுக்கொள்கிறார்கள்

கணவனுக்குத் தெரியாமல் காதலனை
சந்திக்கச் செல்லும் மனைவிகள்
ரகசியத்தை ரட்சிக்கும்படி
கடைக்கண்ணால் பிரார்த்திக்கிறார்கள்

வட்டிகட்ட சுணங்கிப் போன கடன்காரர்கள்
கடன் தந்தவர்களை
கையெடுத்துக் கும்பிட்டு மனதில் கொல்கிறார்கள்

வெளிநாட்டில் வேலை பார்க்கும் பிள்ளைகளுக்காக
வேண்டிக்கொள்ளும் பெற்றோர்கள்
கரம்கூப்பி சிலையாகிக் கண்கசிகிறார்கள்

வீட்டு வாசலில் கைவிடப்பட்ட வெட்டிக்கிழடுகள்
இங்கிருந்தே துண்டு போட்டு சொர்க்கத்தில்
கடவுளுக்குப் பக்கத்தில் இடம் பிடிக்கிறார்கள்

எல்லோர்க்கும் எந்நாளும்
இப்படி ஏதேதோ வேண்டுதல்கள் பிரார்த்தனைகள்

தள்ளுவண்டிக் கோவிலுக்குச் சொந்தக்காரனான நான்
என் கடவுளிடம் இப்போது பிரார்த்திப்பதோ
இந்த இளங்காலைப் பொழுதில்
நாயர் கடையில் சூடாக
ஒரு கோப்பைத் தேநீர்!

ஜெ.பிரான்சிஸ் கிருபா

துயர்

இரவின் இமையிடுக்கில்
சூடாகச் சிவந்து வழிந்த
ஒரு கண்ணீர்த் துளியாக
காலையில் சூரியன் எழவில்லை

மாலையில் ஏன் அப்படி நிகழ்ந்தது?

மலையேறும் வீரனைப்போல்
கன்ன முகடேறி முன்னேறி
கண்ணுக்குள் ஒளியும்
ஒரு கண்ணீர்த்துளி
எப்படி எல்லோரையும் மன்னிக்கிறது
என்னைத் தவிர?

●

நடமாடும் மரம்

இரவளவு தூரம்
இரவிலிருந்து பகலுக்கு

பகலளவு தூரம்
பகலிலிருந்து இரவுக்கு
பாதையில்
பொழுதுக்கும் புதுப்புது
நட்சத்திரங்கள் பூத்தபடி
நடனமாடிக்கொண்டிருக்கிறது
நடக்கத் தெரியாத மரம்!

●

மின்சாரப்புற்று

நீல மசியில்
எழுதப்பட்ட ப்ரியங்கள்
செவ்வரிகளாய் வெதுவெதுப்பதற்கு
சற்று முன்தான் அது நடந்தது

திறந்தவிழிக் கனவுகள்
நடனமாடிக் களைத்துப்
பறந்தபடி இளைப்பாறத் தலைப்பட்டதற்கு
சற்று முன்தான் அது நடந்தது

தபால்தலைக்குப் பதிலாக
கடிதத்தின் வலது மூலையில் ஒட்ட
என் தலையை நான்
வெட்டியெடுப்பதற்கு
சற்று முன்தான் அது நடந்தது

தெருவைத் திருடி
யாரோ
சுருட்டியெடுத்துச் செல்வதுபோல்
கனவுகண்ட நாய்கள்
கூடிக் குரைத்து மார்கழியை
கிழிப்பதற்குச் சற்று முன்புதான்
அது நடந்தது

சற்று என்பதற்கு
சற்றே பக்கத்தில்தான்
எழுந்திருக்கிறது
மின்சாரப்புற்று.

●

என்ன என்னவோ

முதிர் அந்தியா
பிஞ்சு இரவா
பேதம் பிரியாப் பொழுதில்

கூட்டை நோக்கியோ
கூட்டை விட்டோ
செலுத்தப்பட்டிருக்கும்
அச்சிறு பறவையிடம்
நன்கொடையாய் நமக்கருள
எவ்வளவொ இருக்கிறது

கூரிய நகங்களுடன்
மெல்லிய இரு பாதங்கள்
காயமுறாமல் காற்றைச் சீவும்
அழகிய இரு சிறகுகள்
விழுங்கிய அம்பின் முனைபோல
இலக்கை நோக்கும் அலகுகள்
கடுகுக்குள் சூரியன் குளிப்பதுபோல்
மின்னும் இரு கண்கள்
பறத்தலின் பயணக் குறிப்புகளை
வரைந்து வைக்கும்
ரோமச்சுவடியாய் ஒற்றை வால்
ஒலி முடிச்சுகளை அவிழ்த்துப் பீறிடும்
குக்குக்குக் பாடல்
கடன்கேட்டால் உடன் கொடுக்க
உயிர் மலர்
நம் புலனுக்கெட்டா பொக்கிஷங்கள்
இன்னும் எவ்வளவோ அதனிடத்தில்
அதற்கருள என்னிடத்தில் இருப்பதோ
ஒரு உண்டி வில்லும் நாலு சீனிக்கற்களும்.